AF748567

മിഹയിൽ ഷോളൊഹൊവ് കഥകൾ

INSIGHT PUBLICA®

Nadakkavu, Kozhikode, Kerala, 673011
www.insightpublica.com
e-mail: insightpublica@gmail.com
Title: **Mikhayil Sholokhov Kathakal**
(Malayalam)
Author: **Mikhail Sholokhov**
Translation: **Omana**
First Insight Edition: May 2025
Printed and Published by
InsightinPublica Printers & Publishers Pvt. Ltd.
ISBN : 978-93-5517-956-2

₹240/-

മിഹയിൽ ഷോളൊഹൊവ് കഥകൾ

മിഹയിൽ ഷോളൊഹൊവ്

വിവർത്തനം: ഓമന

INSIGHT PUBLICA®

1905 ൽ ഞാൻ ജനിച്ചു.... ആഭ്യന്തരയുദ്ധകാലത്ത് ഞാൻ ദോൻ പ്രദേശത്ത് ഉണ്ടായിരുന്നു.

1920 മുതൽ ഞാൻ പട്ടാളത്തിൽ ചേർന്ന് ദോൻ പ്രദേശത്ത് ഉടനീളം സഞ്ചരിച്ചു. വളരെക്കാലം ഞാൻ ധാന്യമെട്ടപ്പപ്രവർത്തനങ്ങളിൽ ഏർപ്പെട്ടിരുന്നു. 1922 വരെ ദോൻ പ്രദേശത്ത് വിഹരിച്ചുകൊണ്ടിരുന്ന കവർച്ച സംഘങ്ങളുടെ പിന്നാലെ ഞാൻ ഓടിക്കൊണ്ടിരുന്നു, കവർച്ച സംഘങ്ങൾ എന്റെ പിന്നാലെയും....

മിഹയിൽ ഷോളൊഹൊവ്

(ആത്മകഥയിൽ നിന്ന്)

ഉള്ളടക്കം

ജാരസന്തതി

തോട്ടത്തിൽനിന്നു വെട്ടിയെടുത്ത നീണ്ട ഒരു കമ്പു ദേഷ്യത്തിൽ ചുഴറ്റിക്കൊണ്ട് മുത്തച്ഛൻ തന്റെ നേർക്കു വരുന്നതായി മീഷ സ്വപ്നം കണ്ടു.

"ഇവിടെ വാ, മിഹൈലൊ ഫൊമീച്ച്," മുത്തച്ഛൻ പരുഷമായി പറഞ്ഞു. "നിനക്കു ചുട്ട രണ്ടടി കിട്ടാനുണ്ട്."

"എന്തിനാണ, മുത്തച്ഛാ?"

"തൊട്ടിയാട്ടത്തിനു പണം കൊടുക്കാൻവേണ്ടി കോഴിക്കൂട്ടിൽ നിന്നു മുട്ട മുഴുവനും മോഷ്ടിച്ചതിന്.

"പക്ഷെ മുത്തച്ഛാ, ഈ വേനൽ മുഴുവനും ഞാൻ തൊട്ടിയാട്ടക്കൂടാരത്തിനടുത്തുപോലും പോയില്ലല്ലൊ," മീഷ ശക്തിയായി എതിർത്തു നോക്കി.

പക്ഷെ മുത്തച്ഛൻ താടി തടവിക്കൊണ്ട് കാൽ നിലത്താഞ്ഞു ചവിട്ടിയതേയുള്ളൂ.

"വാടാ ഇവിടെ, തെമ്മാടി. നിക്കറൂര്," അദ്ദേഹം പറഞ്ഞു.

മീഷ ഉറക്കത്തിൽ നിലവിളിച്ചുകൊണ്ട് ഉണർന്നു. അടിയുടെ രുചി ശരിക്കും അനുഭവപ്പെട്ടപോലെ അവന്റെ ഹൃദയം ഊക്കോടെ മിടിക്കുന്നുണ്ടായിരുന്നു. ചുറ്റുമൊന്നു നോക്കാൻവേണ്ടി മാത്രം അവൻ ഒരു കണ്ണ് അല്പം തുറന്നു. വെളിച്ചമായിക്കഴിഞ്ഞിരുന്നു. ജനാലയ്ക്കു വെളിയിൽ പ്രഭാതത്തിന്റെ ഊഷ്മളമായ തെളിച്ചം വ്യാപിച്ചുകിടക്കുന്നുണ്ട്. വീട്ടുപടിക്കൽ

സംസാരം കേട്ടു. മീഷ തലയുയർത്തി. അമ്മയുടെ നേർത്ത, ഉദ്വേഗഭരിതമായ ശബ്ദം കേൾക്കാം. ചിരികൊണ്ട് അത് മുഴുവൻ പുറത്തുവന്നിരുന്നില്ല. മുത്തച്ഛൻ ചുമച്ചുകൊണ്ടിരുന്നു. കനത്ത ശബ്ദമുള്ള മറ്റാരോ കൂടി അവിടുണ്ടായിരുന്നു.

ഉറക്കം കളയാൻ മീഷ കണ്ണു തിരുമ്മി. പുറംവാതിൽ തുറന്നടഞ്ഞു. മുത്തച്ഛൻ മുറിയിലേക്കു വേഗം കല്യങ്ങിക്കല്യങ്ങി നടന്നുവന്നു. കണ്ണുട മേലോട്ടും താഴോട്ടും ചാടുന്നുണ്ടായിരുന്നു. ഒരു നിമിഷത്തേക്കു മീഷ വിചാരിച്ചു, പുരോഹിതൻ പാട്ടുകാരുമായി വന്നിരിക്കുകയാണെന്ന്. കാരണം, ഈസ്റ്ററിന് അവർ വന്നപ്പോൾ ഇതുപോലെതന്നെയാണ് മുത്തച്ഛൻ തിരക്കു കൂട്ടിയത്. പക്ഷെ മുത്തച്ഛന്റെ പിന്നാലെ മുറിയിലേക്കു തള്ളിക്കയറിവന്നത് പുരോഹിതനായിരുന്നില്ല, ഒരു അപരിചിതനായിരുന്നു. കറുത്ത ഒരു ഓവർക്കോട്ടും നാവികത്തൊപ്പിയും ധരിച്ച ആജാനുബാഹുവായ ഒരു പട്ടാളക്കാരനായിരുന്നു അത്. അമ്മ അദ്ദേഹത്തിന്റെ കഴുത്തിൽ കൈ ചുറ്റി ഉദ്വേഗത്തോടെ പൊട്ടിച്ചിരിക്കുന്നുണ്ട്.

അമ്മയെ പിടിച്ചുമാറ്റി ആ മനുഷ്യൻ ഉറക്കെ വിളിച്ചുചോദിച്ചു, “എവിടെ എന്റെ മോൻ?”

മീഷയ്ക്കു പേടിയായി. അവൻ പുതപ്പിനടിയിൽ ഒളിച്ചു.

“മീന്യൂഷ്ക്ക,” അമ്മ വിളിച്ചു. “എണീക്ക് മോനെ.”

“ഇതാ നിന്റെ അച്ഛൻ യുദ്ധം കഴിഞ്ഞു വന്നിരിക്കുന്നു.”

മീഷ ഓർത്തിരിക്കാതെ പട്ടാളക്കാരൻ അവനെ കിടക്കയിൽനിന്നു വലിച്ചിറക്കി മച്ചുവരെ മുകളിലേക്കെറിഞ്ഞു പിടിക്കുകയും ആ ചെമ്പിച്ച കുറ്റിമീശ മീഷയുടെ ചുണ്ടുകളിലും കവിളുകളിലും കണ്ണുകളിലും മുട്ടിച്ചുകൊണ്ട് അവനെ ചേർത്തുപിടിക്കുകയും ചെയ്തു. ആ മീശയ്ക്കു നനവും ഉപ്പുരസവും ഉണ്ടായിരുന്നു. മീഷ കുടഞ്ഞുമാറാൻ നോക്കിയെങ്കിലും പറ്റിയില്ല.

എത്ര വലിയ ഒരു മിടുക്കൻ ബോൾഷെവിക്കിനെയാണ് എനിക്കു കിട്ടിയിരിക്കുന്നത്, അച്ഛൻ ഉച്ചത്തിൽ പറഞ്ഞു. “ഇവൻ അടുത്തുതന്നെ അവന്റെ അച്ഛനേക്കാൾ വലുതാകും! ഹാ! ഹാ!”

അദ്ദേഹത്തിന് മീഷയെ കളിപ്പിച്ചുകൊണ്ടിരിക്കാതിരിക്കാൻ കഴിഞ്ഞില്ല. ഒരു നിമിഷം അവനെ കൈപ്പത്തിയിലിരുത്തി ഒരു കൊച്ചു കുഞ്ഞിനെപ്പോലെ വട്ടത്തിൽ കറക്കും. അടുത്ത നിമിഷം മച്ചിലെ കഴുക്കോൽ വരെ പൊക്കത്തിലെറിയും.

മീഷ ആവുന്നത്ര സഹിച്ചു. അവസാനം അവൻ മുത്തച്ഛനെപ്പോലെ നെറ്റി ചുളിച്ചുകൊണ്ട് ഗൗരവം ഭാവിച്ചു. രണ്ടു കൈകൾകൊണ്ടും

അച്ഛന്റെ മീശയ്ക്കു കടന്നുപിടിച്ചു.

"എന്നെ താഴെ നിർത്തു, അച്ഛാ."

"ഛേ, ഇല്ല."

"താഴെ നിർത്തു. ഇങ്ങനെ പന്താടാൻ ഞാനൊരു കുഞ്ഞല്ല."

അച്ഛൻ ഇരുന്ന് മീഷയെ കാൽമുട്ടിലിരുത്തി.

"നിനക്കെത്ര വയസ്സായി, തടിമാടാ?" അദ്ദേഹം ചിരിച്ചുകൊണ്ടു ചോദിച്ചു.

"എട്ടാകാൻ പോകുന്നു," മീഷ നിരുന്മേഷഭാവത്തിൽ പറഞ്ഞു.

"ശരി, കഴിഞ്ഞതിന്റെ മുമ്പിലത്തെ വർഷത്തിൽ നിനക്കു ഞാൻ ബോട്ടുണ്ടാക്കിത്തന്നത് ഓർക്കുന്നുണ്ടോ, മോനെ? നമ്മളത് കുളത്തിൽ കൊണ്ടുപോയി ഓടിച്ചതും?"

"ഓർക്കുന്നുണ്ട്," മീഷ പറഞ്ഞു. അവന്റെ കൈകൾ പതുക്കെ അച്ഛന്റെ കഴുത്തിനെ വലയം ചെയ്തു.

അപ്പോഴാണു തമാശ തുടങ്ങിയത്. അച്ഛൻ അവനെ "കൊട്ടാപ്പുറത്തുണ്ണി" കയറ്റി, ശരിക്കും ഒരു കുതിരയെപ്പോലെ പെട്ടെന്നു കാൽകൊണ്ടു തൊഴിക്കുകയും ഒച്ചയിടുകയും ചെയ്തുകൊണ്ട്, മുറിയുടെ ചുറ്റും ചാടിച്ചാടിനടന്നു. മീഷയ്ക്കു ശ്വാസം വിടാൻ കഴിഞ്ഞില്ല. അത്ര രസമായിരുന്നു. അമ്മ മാത്രം അവന്റെ കുപ്പായക്കയ്യിൽ പിടിച്ചു വലിച്ചുകൊണ്ടിരുന്നു.

"മീഷ," അമ്മ വിളിച്ചു. "പോയി മുറ്റത്തു കളിക്ക്. ഓടിപ്പോ, കൊച്ചുതെമ്മാടി."

അമ്മ അച്ഛനേയും ശല്യപ്പെടുത്തി.

"അവനെ താഴെ നിർത്തു, ഫൊമാ. താഴെ നിർത്തു. എന്റെ പൊന്നല്ലേ, ഞാൻ ഒന്നു മതിയാവോളം കണ്ടോട്ടെ. രണ്ടു മുഴുവൻ കൊല്ലമായി നമ്മൾ പിരിഞ്ഞിട്ട്. എന്നിട്ട് മോനുമായി കളിച്ച് സമയം കളയുകയാണ്."

അച്ഛൻ മീഷയെ താഴെ വച്ചു.

"ഓടിപ്പോയി കുറച്ചു സമയം പിള്ളേരുടെ കൂടെ കളിക്ക്," അച്ഛൻ പറഞ്ഞു. "ഞാൻ നിനക്ക് കൊണ്ടുവന്നതെന്താണെന്നു പിന്നെ കാണിച്ചുതരാം.

പുറത്തിറങ്ങി കതകടച്ചപ്പോൾ മീഷയ്ക്ക് ആദ്യം തോന്നിയത് അവിടെ ആ വാതുക്കൽതന്നെ നിന്ന് മുതിർന്നവർ പറയുന്ന കാര്യങ്ങൾ ചെവിയോർത്തു കേൾക്കണമെന്നാണ്. പക്ഷെ അപ്പോഴാണ്

ആ ഗ്രാമത്തിലെ പയ്യന്മാർക്കാർക്കും തന്റെ അച്ഛൻ വന്ന വിവരം അറിഞ്ഞുകൂടെന്ന ആലോചന പോയത്. അവൻ നേരെ മുറ്റം കുറുകെ കടന്ന് പച്ചക്കറിത്തോട്ടത്തിനിടയിലൂടെ ഉരുളക്കിഴങ്ങുചെടികൾ ചവു ട്ടിമെതിച്ചുകൊണ്ട് കുളക്കരയിലേക്കു പാഞ്ഞു.

ദുർഗ്ഗന്ധമുള്ള, കെട്ടിനിൽക്കുന്ന വെള്ളത്തിൽ കുറേസമയം കുത്തി മറിഞ്ഞശേഷം അവൻ മണലിൽ പോയി കിടന്നുരുണ്ടു. ദേഹം മുഴുവൻ മണൽകൊണ്ടു പൊതിഞ്ഞു. കുളത്തിൽ അവസാനമായി ഒന്നുകൂടി മുങ്ങിയശേഷം അവൻ ആദ്യം ഒരു കാലിലും പിന്നീടു മറ്റേക്കാലിലും തൊങ്കിനിന്നുകൊണ്ട് ട്രൗസറിട്ടു. വീട്ടിലേക്കു പോകണോ എന്നാലോ ചിക്കുന്നതിനിടയിൽ പുരോഹിതന്റെ മകൻ വീത്യ വന്നു.

“പോകണ്ട, മീഷാ. നമുക്കൊന്നു മുങ്ങാം. എന്നിട്ട് കളിക്കാൻ എന്റെ വീട്ടിലേക്കു വാ. നിനക്കു വരാമെന്ന് അമ്മ പറഞ്ഞു.”

ഇടതുകൈകൊണ്ട് മീഷ ട്രൗസർ മുകളിലേക്കു വലിച്ചുകയറ്റി. ശേഷിച്ച ഒരേയൊരു വാറ് തോളിന്റെ മീതേക്കൂടി ശരിയാക്കിയിട്ടു.

“എനിക്കു നിന്റെ കൂടെ കളിക്കണ്ട, അവൻ പറഞ്ഞു. നിന്റെ ചെവി നാറുന്നു.”

“അതു കണ്ഠമാലരോഗമാണ്,” തുന്നിയ ഷർട്ട് ശോഷിച്ച ചുമലിന്റെ മുകളിലൂടെ ഊരിക്കൊണ്ട് വീത്യ പറഞ്ഞു. നീരസത്തിൽ ഒരു കണ്ണു ചെറുതാക്കിക്കൊണ്ട് അവൻ തുടർന്നു: “അതിനു നീ കൊസാക്കുകാര നൊന്നുമല്ല. നിന്റെ അമ്മ നിന്നെ പെറ്റത് ഓടയിലാണ്.”

“നിനക്കെന്തു നിശ്ചയമാണെന്നറിഞ്ഞില്ലേ!”

“ഞങ്ങളുടെ പാചകക്കാരി അമ്മയോടു പറയുന്നതു ഞാൻ കേട്ടതാണ്.”

മീഷയുടെ നഗ്നമായ കാൽവിരലുകൾ മണലിലാണ്ടു കയറി.

“നിന്റെ അമ്മ നുണച്ചിയാണ്,” തന്നേക്കാൾ പൊക്കം കുറഞ്ഞ വീത്യയെ അവജ്ഞയോടെ നോക്കിക്കൊണ്ട് അവൻ തീർത്തുപറഞ്ഞു. “ഏതായാലും എന്റെ അച്ഛൻ യുദ്ധത്തിൽ പൊരുതിയവനാണ്. നിന്റെ അച്ഛനോ, മറ്റുള്ളവരുടെ അപ്പം പിടിച്ചുപറിച്ചെടുക്കുന്ന ഒരു ചോരകുടി യൻ.”

“നീ തന്തയില്ലാത്തവനാണ്,” പുരോഹിതപുത്രൻ പൊട്ടിക്കരയാൻ ഭാവിച്ചുകൊണ്ടു തിരിച്ചടിച്ചു.

മീഷ കുനിഞ്ഞ് മിനുസമുള്ള ഒരു വലിയ വെള്ളാരങ്കല്ലെടുത്തു. പക്ഷെ

പുരോഹിതന്റെ മകൻ കണ്ണുനീരടക്കിക്കൊണ്ട് അവന് മധുരമായ ഒരു പുഞ്ചിരി സമ്മാനിച്ചു.

“കോപിക്കണ്ട, മീഷ,” അവൻ പറഞ്ഞു. “വഴക്കിടുന്നതിൽ അർത്ഥമില്ല. നിനക്കു വേണമെങ്കിൽ ഒരു ഇരുമ്പുകഷണത്തിൽനിന്നും ഞാനുണ്ടാക്കിയെടുത്ത കഠാരി തരാം.”

മീഷയുടെ കണ്ണുകൾ തിളങ്ങി. അവൻ കല്ലു വലിച്ചെറിഞ്ഞു. പക്ഷെ അപ്പോഴാണവൻ അച്ഛന്റെ കാര്യമോർത്തത്. അവൻ അവജ്ഞാപൂർവ്വം പറഞ്ഞു.

“അച്ഛൻ ഒരെണ്ണം യുദ്ധത്തിൽനിന്നു കൊണ്ടുവന്നിട്ടുണ്ട്. അതു നിന്റേതിനേക്കാൾ എത്രയോ നല്ലതാണ്.”

“നീ ബഡായി പറയുകയാണ്,” വിശ്വാസം തോന്നാതെ വീത്യ പറഞ്ഞു.

നീയാണു ബഡായി പറയുന്നത്! കൊണ്ടുവന്നെന്നു ഞാൻ പറഞ്ഞാൽ കൊണ്ടുവന്നെന്നാണർത്ഥം. കൂടാതെ നല്ലൊരു തോക്കുമുണ്ട്.”

“ഹും! നീ ധനവാനായി, ഇല്ലേ?” നീരസവും അസൂയയും കലർന്ന ഒരു ചെറുചിരിയോടെ വീത്യ പറഞ്ഞു.

“കൂടാതെ റിബൺ കെട്ടിയ ഒരു തൊപ്പിയുമുണ്ട്. നിന്റെ പുസ്തകങ്ങളിൽ കാണുന്നതുപോലെ ആ റിബണിൽ സ്വർണ്ണനിറത്തിലുള്ള അക്ഷരങ്ങളുണ്ട്.”

ഇതിനൊരു മറുപടി പറയാൻ വീത്യയ്ക്ക് കുറച്ചുനേരം ആലോചിക്കേണ്ടി വന്നു. അവൻ നെറ്റി ചുളിച്ചു. വയറിന്റെ വെളുത്ത തൊലിയിൽ അശ്രദ്ധമായി ചൊറിഞ്ഞു.

“എന്റെ അച്ഛൻ അടുത്തുതന്നെ ഒരു ബിഷപ്പാകും,” അവൻ അവസാനം പറഞ്ഞു. ”നിന്റെ അച്ഛൻ ഒരു കന്നാലിസൂക്ഷിപ്പുകാരനായിരുന്നു. അപ്പഴോ!”

പക്ഷെ മീഷ അവിടെ തർക്കിച്ചുനിന്നു മടുത്തു. അവൻ തിരിഞ്ഞു വീട്ടിലേക്കു നടന്നു.

“മീഷ, മീഷ!” പുരോഹിതന്റെ മകൻ പിന്നാലെ വിളിച്ചു. “എനിക്കു നിന്നോടൊരു കാര്യം പറയാനുണ്ട്.”

“എന്നാൽ പറ.”

“അടുത്തു വാ.”

സംശയത്തോടെ കണ്ണുകൾ ചെറുതാക്കിക്കൊണ്ട് മീഷ അടുത്തു

ചെന്നു.

"ഉം, എന്താണ്?"

ശോഷിച്ച വളകാലുകൾ ചവുട്ടി മണലിൽ നൃത്തം വച്ചുകൊണ്ട് വിജയഭാവത്തിലുള്ള ഒരു പുഞ്ചിരിയോടെ പുരോഹിതപുത്രൻ പറഞ്ഞു:

"നിന്റെ അച്ഛൻ ഒരു കമ്മ്യൂണിസ്റ്റാണ്. നീ മരിക്കുന്ന നിമിഷം നിന്റെ ആത്മാവ് സ്വർഗ്ഗത്തിലേക്കു പറന്നു ചെല്ലുമ്പോൾ ദൈവം നിന്നോടു പറയും, നിന്റെ അച്ഛൻ ഒരു കമ്മ്യൂണിസ്റ്റായിരുന്നു. അതുകൊണ്ട് നീ നേരെ നരകത്തിൽ പോ. അവിടെ പിശാചുക്കൾ നിന്നെ ചട്ടിയിലിട്ടു പൊരിക്കും."

"അവർ നിന്നേയും പൊരിക്കും."

"എന്റെ അച്ഛൻ പുരോഹിതനാണ്. ഹും, ഒരു ചുക്കുമറിഞ്ഞുകൂടാത്ത വിഡ്ഢിയാണു നീ. നിന്നോടു സംസാരിച്ചിട്ടുതന്നെ കാര്യമില്ല."

ഇതു മീഷയെ ഭയപ്പെടുത്തി. അവൻ നിശ്ശബ്ദനായി തിരിഞ്ഞ് വീട്ടിലേക്കോടി.

വേലിക്കടുത്തെത്തിയപ്പോൾ അവൻ തിരിഞ്ഞുനോക്കി പുരോഹിതന്റെ മകന്റെ നേരെ മുഷ്ടി ചുരുട്ടിക്കാണിച്ചു.

"ഞാൻ മുത്തച്ഛനോടു ചോദിക്കാൻ പോവുകയാണ്. നീ പറഞ്ഞതു കളവാണെങ്കിൽ ഞങ്ങളുടെ മുറ്റത്തുനിന്നു മാറി നടക്കുകയാണു നല്ലത്."

അവൻ വേലി ചാടിക്കടന്നു വീട്ടിലേക്കോടി. താൻ കിടന്നു പൊരിയുന്ന ആ ചട്ടി അവനു സങ്കല്പിക്കാൻ കഴിഞ്ഞു. പൊള്ളുന്ന ചൂടും അവനു ചുറ്റും എണ്ണ പതഞ്ഞു തിളച്ചു മറിയുന്നതും അവൻ കണ്ടു. അവന് നട്ടെല്ലിലൂടെ ഒരു കിടുകിടുപ്പ് അനുഭവപ്പെട്ടു. മുത്തച്ഛനെ ഉടൻ കണ്ട് എല്ലാം ചോദിക്കേണ്ടിയിരിക്കുന്നു.

അപ്പോഴാണവൻ പെൺപന്നിയെ കണ്ടത്. അതിന്റെ തല വിക്കറ്റ് ഗേറ്റിനിടയിൽ പെട്ടുപോയിരുന്നു. ബാക്കി ദേഹം മുഴുവൻ പുറത്തും. കൊച്ചു വാലിട്ടാട്ടുകയും ഉച്ചത്തിൽ കരയുകയും ചെയ്തുകൊണ്ട് അതു മുഴുവൻ ശക്തിയുമെടുത്തു തള്ളുകയായിരുന്നു. മീഷ അതിന്റെ രക്ഷയ്ക്ക് ഓടിയെത്തി. പക്ഷെ പടി തുറക്കാൻ ശ്രമിച്ചപ്പോൾ പന്നി വിഷമിച്ചു ശ്വാസം വലിക്കാൻ തുടങ്ങി. അതുകൊണ്ടവൻ അതിന്റെ പുറത്തു കയറി. അവസാനത്തെ ശ്രമത്തിൽ ആ ജന്തു വിജാവരികളിൽനിന്നും പടി ഇളക്കിമാറ്റിക്കൊണ്ട് ആവുന്നത്ര വേഗത്തിൽ മുറ്റം കുറുക്കെ ഓടി. മീഷ ഉപ്പൂറ്റി രണ്ടും അതിന്റെ പള്ളകളിലമർത്തി. കാറ്റത്ത് മുടി പാറിപ്പറക്കുമാറ് അത്ര വേഗത്തിലാണ് അത് അവനേയും വഹിച്ചുകൊണ്ടോടിയത്.

മെതിപ്പുരയ്ക്കടുത്തുവച്ച് അവൻ ചാടിയിറങ്ങി. തിരിഞ്ഞുനോക്കിയപ്പോൾ വീടിന്റെ പൂമുഖത്തുനിന്ന് മുത്തച്ഛൻ അവനെ മാടിവിളിക്കുന്നത് കണ്ടു.

"ഇവിടെ വാ!"

മുത്തച്ഛന്റെ ഉദ്ദേശമെന്തായിരിക്കുമെന്നു മീഷ ആലോചിച്ചതേയില്ല. പൊരിച്ചട്ടിയുടെ ചിത്രം വീണ്ടും അവൻ മനോദൃഷ്ടിയിൽ കണ്ടു. അവൻ നേരെ പൂമുഖത്തിനു നേരെ ഓടിച്ചെന്നു.

"മുത്തച്ഛാ, മുത്തച്ഛാ, നരകത്തിൽ പിശാചുക്കളുണ്ടോ?"

"പിശാചുക്കളുള്ളതെവിടെയാണെന്നു ഞാനിപ്പോൾ കാണിച്ചുതരാം. അല്പം ക്ഷമിക്ക്. നല്ല കുറെ അടി. അതാണു നിനക്കു വേണ്ടത്, കൊച്ചു തെമ്മാടി! എന്തുദ്ദേശിച്ചാണു നീ പന്നിയുടെ പുറത്തു കയറി ഓടിച്ചത്?"

മീഷ ഓടിപ്പോകാതിരിക്കാൻവേണ്ടി അവന്റെ മുൻവശത്തെ മുടിയിൽ കയറിപിടിച്ചുകൊണ്ട് മുത്തച്ഛൻ അമ്മയെ വിളിച്ചുപറഞ്ഞു, "നീ പെറ്റുവളർത്തിയ ഈ മിടുക്കൻ മോനെ ഒന്നു വന്ന് കാണ്."

അമ്മ പുറത്തു വന്നു.

"ഇത്തവണ എന്താണവൻ കാട്ടിയത്?"

"എന്താണെന്നോ, മുറ്റത്തുകൂടി പന്നിയുടെ പുറത്തു കയറി പൊടിയും പറത്തി നടക്കുകയല്ലാതെ മറ്റൊന്നുമല്ല!"

"പ്രസവിക്കാറായ പന്നിയുടെ പുറത്താണോ കയറിയത്."

അമ്മ വിശ്വസിക്കാൻ വയ്യാതെ കൈ ഉയർത്തി.

മീഷയ്ക്ക് സ്വയം ന്യായീകരിച്ചുകൊണ്ട് ഒരു വാക്കുപോലും പറയാൻ കഴിയുന്നതിനുമുമ്പ് മുത്തച്ഛൻ തന്റെ ബെൽറ്റൂരി ഒരു കൈകൊണ്ടു ട്രൗസർ പൊക്കി മറ്റേ കൈകൊണ്ട് അവന്റെ തല തന്റെ കാൽമുട്ടുകൾക്കിടയിലാക്കി. "ഇനി ആ പന്നിയുടെ പുറത്ത് കയറരുത്, പന്നിയുടെ പുറത്ത് കയറരുത്,"എന്ന കർശനമായ താക്കീത് ആവർത്തിച്ചുകൊണ്ട് മുത്തച്ഛൻ മീഷയെ നല്ലവണ്ണം പ്രഹരിച്ചു.

മീഷ അലമുറയിടാൻ തുടങ്ങി. പക്ഷെ മുത്തച്ഛൻ പെട്ടെന്നുതന്നെ അതു നിർത്തി.

"അധികപ്രസംഗി, ഇങ്ങനെയാണു നീ നിന്റെ അച്ഛനോടുള്ള സ്നേഹം കാണിക്കുന്നത്, അല്ലേ? അച്ഛനിപ്പോൾ വന്നുകയറിയതേയുള്ളു, ക്ഷീണിച്ച് അല്പമൊന്നുറങ്ങാൻ നോക്കുകയാണ്. എന്നിട്ടാണു നീയിങ്ങനെ വിളിച്ചുകൂവുന്നത്!"

മീഷയ്ക്കതുകൊണ്ടു മിണ്ടാതിരിക്കേണ്ടിവന്നു. അവൻ മുത്തച്ഛനെ

ഉദ്ദേശിച്ച് ഒരു തൊഴി കൊടുത്തെങ്കിലും അവന്റെ കാൽ അത്രദൂരം എത്തിയില്ല. അപ്പോൾ അമ്മ അവനെ പിടിച്ച് വീട്ടിനകത്തേക്കു തള്ളി.

"അനങ്ങാതിരി, പിശാചിന്റെ മോനെ! ഞാൻ നിന്നെ കൈ വച്ചാൽ മുത്തച്ഛനെപ്പോലെ പതുക്കെയായിരിക്കുകയില്ല."

ചുമരിനോടു മുഖം തിരിഞ്ഞുനിന്ന മീഷയെ ഇടയ്ക്കിടെ നോക്കിക്കൊണ്ട് മുത്തച്ഛൻ അടുക്കളയിലെ ബഞ്ചിലിരുന്നു.

മീഷ പെട്ടെന്നു തിരിഞ്ഞു കൈ ചുരുട്ടി അവസാനത്തെ കണ്ണുനീർത്തുള്ളി തുടച്ചുകളഞ്ഞു.

"കണ്ടോളാം, മുത്തച്ഛാ," കതകിന്റെ നേരെ പുറം അമർത്തിക്കൊണ്ട് അവൻ പറഞ്ഞു.

"നീ മുത്തച്ഛനെ ഭീഷണിപ്പെടുത്തുകയാണോ?"

മുത്തച്ഛൻ വീണ്ടും ബെൽട്ടൂരാൻ ഭാവിച്ചു. മീഷ കതകു തള്ളി അല്പം തുറന്നു.

"നീയെന്നെ ഭീഷണിപ്പെടുത്തുകയാണോ?" മുത്തച്ഛൻ വീണ്ടും പറഞ്ഞു.

മീഷ കതകിനു വെളിയിലേക്കു മറഞ്ഞു. മുത്തച്ഛൻ കുറച്ചെങ്കിലും അനങ്ങുന്നുണ്ടോ എന്നറിയാൻ ഒളിഞ്ഞുനോക്കിക്കൊണ്ട് അവൻ വിളിച്ചു പറഞ്ഞു, "കണ്ടോളാം, മുത്തച്ഛാ. പല്ലെല്ലാം പോകുമ്പോൾ മുത്തച്ഛനുവേണ്ടി ചവയ്ക്കാൻ എന്നോടു പറയരുത്. ഞാൻ ചവച്ചുതരില്ല."

മുത്തച്ഛൻ പുറത്തിറങ്ങി പൂമുഖത്തു വന്നപ്പോൾ മീഷയുടെ തലയും അവന്റെ നീല ട്രൗസറും തോട്ടത്തിലെ പരുപരുത്ത ചണച്ചെടികൾക്കിടയിൽ മറയുന്നത് ഒരു നിമിഷം കണ്ടു. മൂപ്പീന്ന് ഭീഷണമായി വടിയിളക്കിയെങ്കിലും താടിക്കിടയിലൂടെ അദ്ദേഹത്തിന്റെ ചുണ്ടുകൾ പുഞ്ചിരിച്ചു.

* * *

അച്ഛൻ അവനെ മീങ്കയെന്നാണു വിളിച്ചുപോന്നത്. അമ്മ മീന്യൂഷ്ക്കയെന്നും. മുത്തച്ഛൻ ശാന്തനായിരിക്കുമ്പോൾ അവനെ തെമ്മാടിയെന്നു വിളിക്കും. പക്ഷെ മറ്റവസരങ്ങളിൽ തിങ്ങിനിൽക്കുന്ന നരച്ച പുരികങ്ങൾ കുട്ടിമുട്ടുമാറ് നെറ്റിചുളിച്ചുകൊണ്ട് മുത്തച്ഛൻ ഇങ്ങനെയാവും വിളിക്കുക: ഇവിടെ വാ, മിഹൈലൊ ഫൊമീച്ച്. നിന്റെ ചെവിക്കൊന്നു പിടിക്കട്ടെ.

മറ്റു സകലരും - വെടിപറയുന്ന അയൽവാസികളും കുട്ടികളും ആ ഗ്രാമം മുഴുവനും- അവനെ മീഷ്ക്കയെന്നോ തന്തയില്ലാത്തവനെന്നോ

വിളിച്ചുപോന്നു.

വിവാഹത്തിനുമുമ്പുതന്നെ അമ്മ അവനെ പ്രസവിച്ചു. അവന്റെ പിതാവായ ഫൊമാ എന്ന കന്നുകാലിസൂക്ഷിപ്പുകാരനെ ഒരൊറ്റ മാസം കഴിഞ്ഞ് അമ്മ വിവാഹം ചെയ്തുവെന്നതു നേരാണ്. പക്ഷെ തന്തയില്ലാത്തവൻ എന്ന ആ കയ്പ്പേറിയ പരിഹാസപ്പേര് ആയുഷ്ക്കാലം മുഴുവൻ മീഷയെ പിന്തുടർന്നു.

വലിപ്പം കുറഞ്ഞ ഒരു കുട്ടിയായിരുന്നു മീഷ. വസന്താരംഭത്തിൽ സൂര്യകാന്തിപ്പൂവിന്റെ ഇതളുകളുടെ നിറമുണ്ടായിരുന്ന അവന്റെ തലമുടി ജൂൺ മാസത്തിലെ വെയിലേറ്റ് വെളുത്ത പരുപരുത്ത കീറുകളായി തലയിൽ അലങ്കോലപ്പെട്ടു കിടന്നിരുന്നു. അവന്റെ കവിളുകളിൽ കുരുവിമുട്ടത്തോടുപോലെ തേമൽ പടർന്നിരുന്നു. വെയിലടിച്ചും കൂടെക്കൂടെ കുളത്തിൽ മുങ്ങുന്നതുകൊണ്ടും അവന്റെ മൂക്കിലെ തൊലി എപ്പോഴും അടർന്നുപൊയ്ക്കൊണ്ടിരുന്നു. ഈ വളകാലൻ കൊച്ചു മീഷയ്ക്ക് കൊള്ളാവുന്നതായിട്ടൊന്നേ ഉണ്ടായിരുന്നുള്ളു: അവന്റെ കണ്ണുകൾ. പുഴയിൽ പാതിയുരുകിയൊലിക്കുന്ന മഞ്ഞുപോലെ, നേർത്ത പോളകൾക്കിടയിലൂടെ പുറത്തേക്കു നോക്കുന്ന കുസൃതിപൂണ്ട നീലക്കണ്ണുകളായിരുന്നു അവ.

ആ കണ്ണുകളും അടങ്ങിയൊതുങ്ങിയിരിക്കാത്ത അവന്റെ പ്രകൃതവും കാരണമാണ് മീഷയുടെ അച്ഛൻ അവനെ സ്നേഹിച്ചത്. യുദ്ധം കഴിഞ്ഞു മടങ്ങിയെത്തിയ അച്ഛൻ തന്റെ മകനായി പഴക്കം ചെന്നു കല്ലുപോലുറച്ച ഒരു പലഹാരവും അല്പം ഇട്ടുതേഞ്ഞ ഒരു ജോടി ബൂട്ട്സും കൊണ്ടുവന്നു. അമ്മ ചെരിപ്പ് ഒരു തോർത്തിൽ പൊതിഞ്ഞ് പെട്ടിക്കകത്തു വച്ചു. പലഹാരം മീഷ അന്നു രാത്രിയിൽ തന്നെ ഒരു കൊട്ടുവടികൊണ്ട് ഇടിച്ചുപൊട്ടിച്ച് അവസാനത്തെ കഷണം വരെ തിന്നു.

പിറ്റേന്നു രാവിലെ സൂര്യോദയസമയത്തുതന്നെ മീഷ ഉണർന്നു. പാത്രത്തിൽനിന്ന് ചെറുചൂടുള്ള കുറച്ചുവെള്ളമെടുത്ത് അഴുക്കുപുരണ്ട മുഖത്തു പുരട്ടിയിട്ട് അതുണങ്ങാൻ വേണ്ടി അവൻ വെളിയിലേക്കോടി.

അമ്മ മുറ്റത്ത് പശുവിനെ കറക്കുകയായിരുന്നു. വീടിനു ചുറ്റുമുള്ള മൺതിട്ടയിൽ ഇരുന്നിരുന്ന മുത്തച്ഛൻ മീഷയെ വിളിച്ചു.

“ആ കളപ്പുരയുടെ ചുവട്ടിൽ കുനിഞ്ഞുകയറ്, കൊച്ചുതെമ്മാടി. ഒരു പിടക്കോഴി അവിടെ ഒച്ചയിടുന്നതു കേട്ടു. അതു മുട്ടിയിട്ടുകാണണം.”

മുത്തച്ഛനെ അനുസരിക്കാൻ മീഷ സദാ സന്നദ്ധനായിരുന്നു. അവൻ കളപ്പുരയുടെ അടിയിലേക്ക് ഇഴഞ്ഞുകയറുകയും മറുവശത്തുകൂടി

പുറത്തേക്ക് ഇഴഞ്ഞിറങ്ങുകയും ചെയ്തു. എന്നിട്ട് പച്ചക്കറിത്തോട്ടത്തിലൂടെ ഒരൊറ്റ ഓട്ടം വച്ചു കൊടുത്തു. മുത്തച്ഛൻ കാണുന്നുണ്ടോ എന്ന് ഇടയ്ക്കിടെ പുറകോട്ടു തിരിഞ്ഞുനോക്കി. വേലിയ്ക്കരികിലെത്തിയപ്പോഴേക്ക് ചൊറിയണം തട്ടി അവന്റെ കാൽ രണ്ടും ചൊറിയുന്നുണ്ടായിരുന്നു. കാത്തിരുന്ന മുത്തച്ഛന്റെ ക്ഷമ നശിച്ചു. അവസാനം മുത്തച്ഛൻ തന്നെ കളപ്പുരയുടെ അടിയിലേക്ക് ഇഴഞ്ഞുകയറി. ദേഹത്തെല്ലാം കോഴിക്കാട്ടം പറ്റി. ഈർപ്പമുള്ള ഇരുട്ടിൽ കണ്ണു പാതി കാണാതെ, തലപ്പലകകളുടെ തുലാത്തണ്ടുകളിലെല്ലാം തല മുട്ടി അവസാനം മറുവശത്തു കടന്നു.

"നീയൊരു വിഡ്ഢിയാണ്, മീഷ. ഒരു കൊച്ചു മുട്ടയ്ക്കു വേണ്ടി ഈ സമയം മുഴുവൻ തപ്പുകയോ! അതിനിടയ്ക്ക് ഏതു കോഴിയാണു മുട്ടയിടുക! ആ മുട്ട ദാ ഈ കല്ലിനടുത്തു കാണും. മീഷ, എവിടെയാണു നീ?"

മുത്തച്ഛനു മറുപടി കിട്ടിയില്ല. ട്രൗസറിൽനിന്നു ചെളി തട്ടിക്കുടഞ്ഞ് കളപ്പുരയ്ക്കടിയിൽനിന്നും ഇഴഞ്ഞിറങ്ങി കുളത്തിന്റെ നേരേ സൂക്ഷിച്ചു നോക്കിയപ്പോൾ മീഷയുണ്ട് അവിടെ നിൽക്കുന്നു. മുത്തച്ഛൻ തോൾ ചലിപ്പിച്ചുകൊണ്ട് തിരിഞ്ഞു നടന്നു.

കുളക്കരയിൽ ഗ്രാമത്തിലെ കുട്ടികൾ മീഷയ്ക്കു ചുറ്റും കൂടി.

"നിന്റെ അച്ഛൻ എവിടായിരുന്നു? ആരോ ചോദിച്ചു. യുദ്ധത്തിലായിരുന്നോ?"

"ശരിയാണ്."

"എന്തു ചെയ്യുകയായിരുന്നു."

"യുദ്ധം ചെയ്യുകയായിരുന്നു, അല്ലാതെന്ത്?"

"ചുമ്മാതിരി. അയാളാകെ യുദ്ധം ചെയ്തതു പേനിനോടാണ്. ബാക്കി സമയം മുഴുവൻ അടുക്കളവാതുക്കൽ എല്ലും ചപ്പി ഇരിക്കുകയായിരുന്നു."

കുട്ടികൾ ഉച്ചത്തിൽ ചിരിച്ചു. മീഷയെ ചൂണ്ടിക്കൊണ്ട് അങ്ങോട്ടുമിങ്ങോട്ടും ചാടിച്ചാടിനടന്നു. അമർഷംകൊണ്ടു മീഷയുടെ കണ്ണുകൾ നിറഞ്ഞു. ഇതൊന്നും പോരാഞ്ഞിട്ട് പുരോഹിതന്റെ മകനായ വീത്യ അവനോടൊരു ചോദ്യം.

"നിന്റെ അച്ഛൻ ഒരു കമ്മ്യൂണിസ്റ്റാണ്, അല്ലേ?"

"അറിഞ്ഞുകൂടാ."

"എന്നാൽ എനിക്കറിയാം. കമ്മ്യൂണിസ്റ്റാണ്. അയാൾ ആത്മാവ് ചെകുത്താനു വിറ്റിരിക്കുകയാണ്. ഇന്നു രാവിലെ അച്ഛൻ എന്നോടു പറഞ്ഞതാണിത്. അതെ, മാത്രമല്ല, അടുത്തുതന്നെ

കമ്മ്യൂണിസ്റ്റുകാരെയെല്ലാം കെട്ടിത്തൂക്കാൻ പോവുകയാണ്."

കുട്ടികൾക്കിടയിൽ നിശ്ശബ്ദത വ്യാപിച്ചു. മീഷയുടെ ഹൃദയം ഭയാക്രാന്തമായി. അച്ഛനെ കെട്ടിത്തൂക്കുകയോ? എന്തു കുറ്റത്തിന്? പല്ലു കടിച്ചുകൊണ്ട് അവൻ തിരിച്ചടിച്ചു:

"എന്റെ അച്ഛന്റെ കയ്യിൽ വലിയൊരു തോക്കുണ്ട്. എല്ലാ ബൂർഷ്വാകളേയും അച്ഛൻ കൊല്ലും."

"ഛേ, ഇല്ല," വീത്യ വിജയഭാവത്തിൽ പറഞ്ഞു.

"എന്റെ അച്ഛൻ അയാളെ അനുഗ്രഹിക്കുകയില്ല. അനുഗ്രഹമില്ലെങ്കിൽ അയാൾക്കൊന്നും ചെയ്യാൻ കഴിയുകയില്ല."

ഷോപ്പുടമസ്ഥന്റെ മകൻ പ്രോഷ്ക്ക മീഷയുടെ നെഞ്ചത്ത് വിരൽ കുത്തി.

"നിന്റെ അച്ഛനെപ്പറ്റി വലിയ വീമ്പൊന്നും പറയേണ്ട," നാസാദ്വാരങ്ങൾ വിറപ്പിച്ചുകൊണ്ട് അവൻ പറഞ്ഞു. "വിപ്ലവം വന്നപ്പോൾ അയാൾ എന്റെ അച്ഛന്റെ സാമാനങ്ങൾ മുഴുവൻ പിടിച്ചെടുത്തു. കാറ്റു മറിച്ചു വീശുന്നതുവരെ കാത്തിരിക്ക്, ആ കന്നാലിസൂക്ഷിപ്പുകാരൻ ഫൊമായെ കൊല്ലുകയെന്നതായിരിക്കും ഞാനാദ്യം ചെയ്യുക. എന്നാണ് എന്റെ അച്ഛൻ പറയുന്നത്"

പ്രോഷ്ക്കയുടെ പെങ്ങൾ നതാഷ കാല് നിലത്ത് ആഞ്ഞുചവുട്ടിക്കൊണ്ട് ഉറക്കെ വിളിച്ചു പറഞ്ഞു:

"അടിയ്ക്കവനെ! നിങ്ങളെന്താ നോക്കിനിൽക്കുന്നത്, പിള്ളേരേ?"

"കമ്മ്യൂണിസ്റ്റ് ചെക്കനെ അടിക്ക്!" മറ്റാരോ വിളിച്ചു പറഞ്ഞു.

"തന്തയില്ലാത്തവൻ!"

"കൊടുക്ക് ഒരടി, പ്രോഷ്ക്ക!"

പ്രോഷ്ക്ക ഒരു വടി വീശി. അത് മീഷയുടെ ചുമലിലടിച്ചു. പുരോഹിതന്റെ മകൻ വീത്യ മീഷയെ ഉരുട്ടിയിട്ടു മണലിൽ മലർത്തിക്കിടത്തി.

കുട്ടികൾ ഒച്ചയിട്ടുകൊണ്ട് അവന്റെ മേൽ വീണു. നതാഷ നേരിയ ശബ്ദത്തിൽ കൂവിവിളിച്ചുകൊണ്ട് അവളുടെ കൂർത്ത നഖങ്ങൾകൊണ്ട് അവന്റെ കഴുത്തിൽ മാന്തി. ആരോ അവനെ നോവുന്നവണ്ണം വയറ്റിൽ തൊഴിച്ചു.

മീഷ പാഷ്ക്കയെ തട്ടിമാറ്റി എഴുന്നേറ്റ് ഒരു വേട്ടമൃഗത്തെപ്പോലെ വളഞ്ഞുപുളഞ്ഞു വീട്ടിലേക്കോടി. കുട്ടികൾ അവന്റെ പിന്നാലെ ഉച്ചത്തിൽ ചൂളം വിളിച്ചു. ആരോ ഒരു കല്ലെറിഞ്ഞു. പക്ഷെ ആരും പുറകെ

ചെന്നില്ല.

പച്ചക്കറിത്തോട്ടത്തിലെ മുള്ളു നിറഞ്ഞ ചണച്ചെടികളുടെ പച്ചനിറമാർന്ന മറവിലെത്തിയപ്പോഴാണു മീഷ ശ്വാസം പിടിക്കാൻ നിന്നത്. ഈർപ്പവും നല്ല മണവുമുള്ള മണ്ണിൽ അവൻ തളർന്നിരുന്നു. കഴുത്തിൽ മാന്തിയ ഇടത്തു നിന്ന് പൊട്ടിയ ചോര തുടച്ചുകളഞ്ഞു. പിന്നീടവൻ കരയാൻ തുടങ്ങി. ഇടതൂർന്നുനിന്ന ഇലകൾക്കിടയിലൂടെ സൂര്യപ്രകാശം അവന്റെ കണ്ണുകളിൽ എത്തിനോക്കാൻ ശ്രമിച്ചു. അത് അവന്റെ കവിളുകളിലെ കണ്ണുനീരുണക്കുകയും അമ്മ ചിലപ്പോൾ ചെയ്യാറുള്ളതുപോലെ അവന്റെ ചുരുണ്ടു ചെമ്പിച്ച മുടിയിൽ വാത്സല്യപൂർവ്വം ചുംബിക്കുകയും ചെയ്തു.

വളരെ നേരം - കണ്ണുനീരൊഴുകിത്തീരുന്നതുവരെ - മീഷ ചണക്കൂട്ടത്തിനിടയിൽ ഇരുന്നു. പിന്നീടവൻ എഴുന്നേറ്റു സാവധാനം മുറ്റത്തു കടന്നു.

അച്ഛൻ അവിടെ വണ്ടിപ്പുരയിൽ വണ്ടിച്ചക്രങ്ങൾക്കു താറടിച്ചുകൊണ്ടു നില്പുണ്ടായിരുന്നു. തൊപ്പി തലയുടെ പുറകോട്ടു മാറിയിരുന്നിരുന്നു. റിബണുകൾ താഴോട്ടു തൂങ്ങിക്കിടപ്പുണ്ട്. നീലയും വെള്ളയും വരകളോടുകൂടിയ ഒരു ഷർട്ടാണു ധരിച്ചിരിക്കുന്നത്. മീഷ വണ്ടിയുടെയടുത്തേക്കു നടന്ന് മൗനമായി നോക്കിനിന്നു. കുറെക്കഴിഞ്ഞ്, വേണ്ടത്ര ധൈര്യം തോന്നിയപ്പോൾ, അവൻ അച്ഛന്റെ കയ്യിൽ തൊട്ടുകൊണ്ട് അടക്കിയ സ്വരത്തിൽ ചോദിച്ചു:

"അച്ഛാ, അച്ഛൻ യുദ്ധത്തിൽ എന്തു ചെയ്യുകയായിരുന്നു?"

"പൊരുതുകയായിരുന്നു, മോനെ," ചെമ്പൻമീശയ്ക്കിടയിലൂടെ ചിരിച്ചുകൊണ്ട് അച്ഛൻ മറുപടി പറഞ്ഞു.

"ആ പിള്ളേര്... പിള്ളേരു പറഞ്ഞു അച്ഛൻ പേനിനോടു മാത്രമാണു പൊരുതിയതെന്ന്."

മീഷയ്ക്കു കണ്ണുനീർകൊണ്ടു തുടർന്നു സംസാരിക്കാൻ കഴിഞ്ഞില്ല. പക്ഷെ അച്ഛൻ പൊട്ടിച്ചിരിച്ചതേയുള്ളൂ. മീഷയെ പൊക്കിയെടുത്തിട്ട് അച്ഛൻ പറഞ്ഞു:

"അവർ കളവു പറയുകയാണ്, മോനെ. ഞാൻ ഒരു കപ്പലിലായിരുന്നു. ഏഴു കടലും കടന്ന ഒരു കൂറ്റൻ കപ്പൽ. പിന്നീടു ഞാൻ യുദ്ധത്തിൽ പൊരുതി."

"ആർക്കെതിരായാണു പൊരുതിയത്?"

"യജമാനന്മാർക്കെതിരെ, മോനെ. നീ ഇപ്പോഴും വളരെ ചെറുതാണ്.

അതുകൊണ്ട് നിനക്കുവേണ്ടി ഞാൻ പോയി യുദ്ധം ചെയ്യേണ്ടിവന്നു. അതിനെപ്പററി ഒരു പാട്ടുപോലും പാടാറുണ്ട്."

അച്ഛൻ വീണ്ടും പുഞ്ചിരിച്ചു. കാല് താളത്തിൽ ചവുട്ടിക്കൊണ്ട് പതിഞ്ഞ സ്വരത്തിൽ ഇങ്ങിനെ പാടി:

മീഷേ പോരിനു പോകല്ലേ,

അച്ഛൻ പോകാം പടവെട്ടാൻ.

അച്ഛൻ കണ്ടു ജീവിതമെന്നാൽ

നീയോ കേവലമൊരു ബാലൻ!

മീഷ അവന്റെ എല്ലാ വിഷമങ്ങളും മറന്ന് ഉറക്കെ ചിരിച്ചു. അമ്മ ചൂലുണ്ടാക്കാൻ ഉപയോഗിക്കാറുള്ള പുല്ലുപോലെ അച്ഛന്റെ ചെമ്പൻമീശ എഴുന്നുനിൽക്കുന്നതും മീശയ്ക്കു താഴെ അച്ഛന്റെ ചുണ്ടുകൾ വായുടെ കറുത്ത ദ്വാരം മൂട്ടുകയും തുറക്കുകയും ചെയ്തുകൊണ്ട് ശബ്ദമുണ്ടാക്കുന്നതും നോക്കി അവൻ ചിരിച്ചു.

"ഇപ്പോൾ ഓടിപ്പോ, മീങ്ക," അച്ഛൻ പറഞ്ഞു. "എനിക്ക് ഈ വണ്ടി ശരിയാക്കണം. ഇന്നു രാത്രി നീ ഉറങ്ങാൻ കിടക്കുമ്പോൾ ഞാൻ യുദ്ധത്തെക്കുറിച്ചെല്ലാം പറഞ്ഞുതരാം."

* * *

അന്തമില്ലാത്ത ഒരു പുൽപ്രദേശത്തുക്കൂടി പോകുന്ന വിജനമായ ഒരു പാതപോലെ ആ ദിവസം നീണ്ടുനീണ്ടുപോയി. അവസാനം സൂര്യൻ അസ്തമിച്ചു. കന്നുകാലിക്കൂട്ടം ഗ്രാമത്തിലൂടെ ഓടിപ്പോയി. പൊടിപടലം അടങ്ങി. ഇരുണ്ട ആകാശത്തുനിന്ന് ആദ്യത്തെ നക്ഷത്രം സങ്കോചത്തോടെ എത്തിനോക്കി.

കാത്തിരുന്നു കാത്തിരുന്നു മീഷ വല്ലാതെ മടുത്തു. പാലു കറക്കാനും പിന്നീടത് അരിക്കാനും അമ്മ ഒരുപാടു സമയമെടുത്തു. പിന്നീട് അമ്മ അറയിൽപോയി ഒരു മണിക്കൂറോളം അവിടെ ഓരോന്നു ചെയ്തുകൊണ്ടിരുന്നു. ക്ഷമയറ്റ് മീഷ അമ്മയുടെ പുറകേ കൂടി.

"അമ്മേ, അത്താഴത്തിന് ഇനിയും നേരമായില്ലേ?"

"വിശക്കുന്നോ? കുറച്ചുകൂടി കാക്കണം."

പക്ഷെ മീഷ അമ്മയെ ശല്യപ്പെടുത്തിക്കൊണ്ടിരുന്നു. അമ്മ പോയിടത്തെല്ലാം അവനും വിടാതെ പിന്തുടർന്നു... അറയിലും അടുക്കളയിലുമെല്ലാം ഒരു നീരട്ടയെപ്പോലെ അവൻ അമ്മയുടെ പാവാടത്തുമ്പിൽ

ുങ്ങി നടന്നു.

"അമ്മേ, അത്താഴം തരൂ."

"മുമ്പിൽനിന്നു പോടാ, ശല്യമേ! അത്രയ്ക്കു വിശപ്പുണ്ടെങ്കിൽ ഒരു കഷണം റൊട്ടി എടുത്ത് തിന്ന്."

അതുകൊണ്ടൊന്നും അവൻ അടങ്ങിയിരുന്നില്ല. അവസാനം അമ്മ ഒരടി വച്ചുകൊടുത്തു. അതുകൊണ്ടും പ്രയോജനമുണ്ടായില്ല.

അത്താഴം വിളമ്പിയപ്പോൾ അവൻ തിടുക്കത്തിൽ തനിക്കുള്ള ഭക്ഷണം വിഴുങ്ങി മറ്റേ മുറിയിലേക്കോടി. ട്രൗസർ പെട്ടിയുടെ പിന്നിലേക്കെറിഞ്ഞിട്ട് അവൻ നേരെ കിടക്കയിൽ അമ്മയുടെ വർണ്ണപ്പകിട്ടുള്ള ക്വിൽട്ടിനടിയിൽ കയറിക്കിടന്നു. അച്ഛൻ വന്ന് യുദ്ധങ്ങളെപ്പറ്റി പറയുന്നതും കാത്ത് അവൻ അനങ്ങാതെ കിടന്നു.

മുത്തച്ഛൻ വിശുദ്ധചിത്രങ്ങളുടെ മുമ്പിൽ മുട്ടുകുത്തി നിന്നു പ്രാർത്ഥിക്കുകയും തല നിലത്തു മുട്ടുമാറ് കുമ്പിടുകയും ചെയ്തു. മീഷ തലപൊക്കി നോക്കി. ഇടതുകൈ തറയിലൂന്നിക്കൊണ്ട് മുത്തച്ഛൻ വളരെ വിഷമിച്ച് മുമ്പോട്ടാഞ്ഞു കുനിഞ്ഞ് നെറ്റി തറയിൽ മുട്ടിച്ചു. അതേ നിമിഷത്തിൽ മീഷയുടെ കൈമുട്ട് ചുമരിലും മുട്ടി.

വീണ്ടും മുത്തച്ഛൻ കുറേനേരം പ്രാർത്ഥിച്ചശേഷം തല തറയിൽ മുട്ടിച്ചു - ഠിം! മീഷ കൈമുട്ട് ചുമരിൽ മുട്ടിച്ചു - ഠേ! മുത്തച്ഛനു ദേഷ്യം വന്നു.

"ഞാൻ നിന്നെ ഒരു പാഠം പഠിപ്പിക്കുന്നുണ്ട്, ചെകുത്താനേ, ദൈവം എന്നോടു പൊറുക്കണേ! ഇനിയും ചുമരിൽ മുട്ടിക്ക്, കാണട്ടെ. ഞാൻ നിനക്കും തരാം നല്ല കുറേ മുട്ട്!"

കാര്യം കുഴപ്പമായേനെ, സംശയമില്ല. പക്ഷെ അപ്പോഴേക്കും അച്ഛൻ മുറിയിൽ കടന്നുവന്നു.

"മീങ്കേ, നീ ഇവിടെ എന്തു ചെയ്യുന്നു?" അച്ഛൻ ചോദിച്ചു.

"ഞാൻ എപ്പോഴും അമ്മയുടെ കൂടെയാണ് ഉറങ്ങുന്നത്."

അച്ഛൻ കട്ടിലിനരികിൽ വന്നിരുന്നു. കുറച്ചു നേരത്തേക്ക് ഒന്നും മിണ്ടാതെ വെറുതെ മീശ പിരിച്ചുകൊണ്ടിരുന്നതേയുള്ളൂ. അവസാനം ഇങ്ങനെ പറഞ്ഞു:

"നീ മുത്തച്ഛന്റെ കൂടെ അടുക്കളയിൽ ഉറങ്ങുമെന്നാണല്ലോ ഞാൻ വിചാരിച്ചത്."

"എനിക്കു മുത്തച്ഛന്റെ കൂടെ ഉറങ്ങേണ്ട."

"എന്തുകൊണ്ട്?"

"ആ മീശ കാരണം - അതിന്ന ഭയങ്കര പുകയിലനാററമാണ്."

അച്ഛൻ നെടുവീർപ്പിട്ടുകൊണ്ട് വീണ്ടും മീശ പിരിച്ചു.

"എന്നാലും, മോനെ, മുത്തച്ഛന്റെ കൂടെ ഉറങ്ങുകയാണ നല്ലത്."

മീഷ പുതപ്പെട്ടുത്തു തലവഴി മൂടി. വീണ്ടും പുറത്തേക്ക് ഒളിഞ്ഞുനോക്കിക്കൊണ്ട് പരിഭവസ്വരത്തിൽ ഇങ്ങനെ പറഞ്ഞു: "അച്ഛൻ ഇന്നലെ എന്റെ സ്ഥാനത്താണ കിടന്നുറങ്ങിയത്. എന്നിട്ടിന്നും വേണമെന്നാണ പറയുന്നത്. മുത്തച്ഛന്റെ കൂടെ അച്ഛൻ പോയി ഉറങ്ങിക്കോള്ള."

പെട്ടെന്ന് എഴുന്നേറ്റിരുന്ന് അച്ഛന്റെ തല പിടിച്ചു കുനിച്ച് അവൻ ചെവിട്ടിൽ മന്ത്രിച്ചു: "മുത്തച്ഛന്റെ കൂടെ ഉറങ്ങുകയാണ നല്ലത്. കാരണം ഏതായാലും അച്ഛന്റെ കൂടെ കിടക്കാൻ അമ്മ ഇഷ്ടപ്പെടില്ല. അച്ഛനും പുകയിലനാറ്റമുണ്ട്."

"എന്നാൽ ശരി. ഞാൻ പോയി മുത്തച്ഛന്റെ കൂടെ കിടന്നോളാം. പക്ഷെ ഞാൻ നിന്നോടു യുദ്ധത്തെപ്പറ്റി പറയുകയില്ല."

അച്ഛൻ എഴുന്നേറ്റ് അടുക്കളയിലേക്കു നടന്നു.

"അച്ഛാ!"

"എന്താ?"

"വേണമെങ്കിൽ ഇവിടെ ഉറങ്ങിക്കോള്ള, മീഷ കട്ടിലിൽനിന്നെഴുന്നേറ്റുകൊണ്ട് പരാജയഭാവത്തിൽ പറഞ്ഞു. ഇനി യുദ്ധത്തെപ്പററി പറയാമോ?"

"ശരി, ഇനി പറയാം."

മുത്തച്ഛൻ ആദ്യം കട്ടിലിൽ കയറി മീഷയ്ക്കു കിടക്കാൻ അറ്റത്ത് സ്ഥലമിട്ടു. കുറച്ചു കഴിഞ്ഞ് അച്ഛൻ അടുക്കളയിൽ വന്ന് കട്ടിലിനരികിലേക്ക് ഒരു ബെഞ്ചു പിടിച്ചിട്ട് അതിലിരുന്നു. ദുസ്സഹമായ മണമുള്ള സിഗററ്റൊന്നു കൊളുത്തിയിട്ടുണ്ട്.

"ശരി, നടന്നതിങ്ങനെയാണ്.... നമ്മുടെ മെതിസ്ഥലത്തിനു തൊട്ടു കിടക്കുന്ന പാടം ഷാപ്പടമസ്ഥന്റെ വകയായിരുന്നതു നീ ഓർക്കുന്നുണ്ടോ?"

ഉവ്വ്, മീഷയ്ക്ക് അതോർമ്മയുണ്ട്. സുഗന്ധം പേറി ഉയർന്നു നിൽക്കുന്ന ഗോതമ്പുചെടികളുടെ നിരകൾക്കിടയിലൂടെ അങ്ങോട്ടുമിങ്ങോട്ടും ഓടിനടക്കാൻ അവനിഷ്ടമായിരുന്ന കാര്യം അവനോർത്തു. മെതിസ്ഥലത്തിന്റെ കൽമതിൽ കയറിയാൽ മതി, നേരെ ഗോതമ്പുചെടികളുടെ നടുവിലെത്തും. അവയ്ക്ക് കൂടുതൽ പൊക്കമുണ്ടായിരുന്നതുകൊണ്ട് അവനെ

പൂർണ്ണമായി മറച്ചു. തടിച്ച് കറുത്ത താടിയോടുകൂടിയ കതിരുകൾ അവന്റെ കവിളുകളെ കിക്കിളിപ്പെടുത്തി. പൊടിയുടേയും ഡെയിസിപ്പൂവുകളുടേയും പുൽക്കാട്ടിലൂടെ അടിച്ചുവന്ന കാറ്റിന്റേയും മണം അവന് അനുഭവപ്പെട്ടു.

"മീഷ," അമ്മ അവന്റെ പിന്നാലെ വിളിക്കും,

"ഗോതമ്പിനിടയിലൂടെ ഒരുപാടും ദൂരം പോകരുത്. വഴി തെറ്റും."

"ശരി," അല്പം കഴിഞ്ഞ്, മീഷയുടെ തലമുടി മന്ദമായി തലോടിക്കൊണ്ട്, അച്ഛൻ തുടർന്നു. "മണൽക്കുന്നിനപ്പുറത്ത് നമ്മുടെ ഗോതമ്പു വിളയുന്ന പാടത്തേയ്ക്ക് നീയും ഞാനും കുതിരയോടിച്ചുപോയത് ഓർക്കുന്നുണ്ടോ?"

അതും മീഷ ഓർത്തു: മണൽക്കുന്നിനപ്പുറത്ത് റോഡരുകിൽ വീതികുറഞ്ഞു വിളഞ്ഞുകിടന്നിരുന്ന കൊച്ചുപാടവും അച്ഛനൊന്നിച്ച് അവനവിടെപ്പോയ ദിവസവും ഗോതമ്പെല്ലാം ആരുടെയോ കന്നുകാലികൾ ചവുട്ടിക്കളഞ്ഞ കാഴ്ചയും അവനോർത്തു. തലപ്പില്ലാത്ത കുറ്റികൾ കാറ്റിലാടിക്കൊണ്ടിരുന്നു; നിലത്ത് ഒടിഞ്ഞ കതിർക്കുലകൾ ചേറുമായി കലർന്ന് ചിന്നിച്ചിതറിക്കിടക്കുന്നു. അച്ഛന്റെ മുഖം ഭയങ്കരമായി പിടഞ്ഞു. പൊടിപുരണ്ട കവിളുകളിലൂടെ - അച്ഛന്റെ, മീഷയുടെ വലിയ, കരുത്തുറ്റ അച്ഛന്റെ, കവിളുകളിലൂടെ - ഏതാനും കണ്ണുനീർത്തുള്ളികൾ ഒഴുകി. അതു കണ്ടപ്പോൾ മീഷയും കരഞ്ഞുപോയി.

വീട്ടിലേക്കു മടങ്ങുന്നവഴി, മത്തൻ നട്ടിരിക്കുന്ന ഇടത്തെ കാവൽക്കാരനായ ഫെദോത്തിനോട് അച്ഛൻ ചോദിച്ചു:

"ആരാണെന്റെ പാടം നശിപ്പിച്ചത്?"

ഫെദോത്ത് നിലത്തു തുപ്പിക്കൊണ്ടു പറഞ്ഞു: "ആ ഷാപ്പുടമസ്ഥൻ ചന്തയിലേക്കു കുറെ കന്നാലികളേയും കൊണ്ട് ഈ വഴി പോയി. അയാൾ അവയെ നിങ്ങളുടെ പാടത്തിലൂടെയാണ് ഓടിച്ചുകൊണ്ടുപോയത്. മനപ്പൂർവമായി."

അച്ഛൻ ബെഞ്ചു കുറേക്കൂടി അടുപ്പിച്ചിട്ടു.

"ഷാപ്പുടമസ്ഥനും മറ്റു കുടവയറന്മാരും ഭൂമി മുഴുവൻ പിടിച്ചുപറിച്ചെടുത്തു. പാവപ്പെട്ടവർക്കു ധാന്യം വിളയിക്കാൻ ഇടമില്ലെന്നായി. ഇവിടെ നമ്മുടെ ഗ്രാമത്തിൽ മാത്രമല്ല എല്ലായിടത്തും ഇതായിരുന്നു സ്ഥിതി. എത്ര ക്രൂരമായിട്ടാണ് അക്കാലത്ത് അവർ നമ്മോടു പെരുമാറിയിരുന്നത്. നമുക്ക് ജീവിക്കാൻ യാതൊരു മാർഗ്ഗവുമില്ലായിരുന്നു. ഞാനതുകൊണ്ട് ഗ്രാമത്തിലെ കന്നാലികലളെ മേയ്ക്കുന്ന ജോലി നോക്കി.

പിന്നീടെന്നെ പട്ടാളത്തിൽ ചേർത്തു. പട്ടാളത്തിലും സംഗതികൾ മോശമായിരുന്നു. ഏറ്റവും നിസ്സാരകാര്യത്തിന് ആഫീസറന്മാർ ഞങ്ങളെ തല്ലും. ആ സമയത്താണു ബോൾഷെവിക്കുകളുടെ വരവ്. ലെനിനെന്നു പേരുള്ള ഒരു നേതാവ് അവർക്കുണ്ടായിരുന്നു. കാഴ്ചയ്ക്ക് അത്ര വലിപ്പമൊന്നുമില്ല. പക്ഷെ - നിന്നേയും എന്നേയും പോലെ കൃഷിക്കാരുടെ കൂട്ടത്തിൽനിന്നു വന്നതാണെങ്കിലും - അങ്ങേയറ്റം അറിവുള്ള ഒരാൾ. ആ ബോൾഷെവിക്കുകളാണെങ്കിൽ, അവരോരോന്നു പറയുന്നതു കേട്ടാൽ നാം അന്തിച്ചുപോകും. 'തൊഴിലാളികളേ, കർഷകരേ, നിങ്ങൾ എന്താണ് ആലോചിക്കുന്നത്?' അവർ പറയും, 'എല്ലാ പ്രഭുക്കൻമാരുടേയും ഉദ്യോഗസ്ഥന്മാരുടേയും അടുക്കൽ ഒരു ചൂലുമായി ചെന്ന് അവരെ എന്നെന്നേക്കുമായി അടിച്ചോടിക്കുക. നിങ്ങളുടേതാണെല്ലാം.'

ഇങ്ങനെയാണവർ ഞങ്ങളോടു സംസാരിച്ചത്. ഞങ്ങൾക്കൊന്നും പറയാൻ കഴിഞ്ഞില്ല. കാരണം, ആലോചിച്ചുനോക്കിയപ്പോൾ അവർ പറഞ്ഞതു ശരിയാണെന്നു കണ്ടു. അതുകൊണ്ടു ഞങ്ങൾ യജമാനന്മാരിൽനിന്ന് ഭൂമിയും വസ്തുക്കളും പിടിച്ചെടുത്തു. യജമാനന്മാർക്കതു പിടിച്ചില്ലെന്നേയുള്ളൂ. ഭൂമിയില്ലാതെ അവർക്കു സന്തുഷ്ടി തോന്നിയില്ല. അവർ കലിതുള്ളി ഞങ്ങൾക്കെതിരെ - തൊഴിലാളികൾക്കും കർഷകർക്കുമെതിരെ - യുദ്ധത്തിനു വന്നു. ഇതാണു മോനെ നടന്നത്.

ബോൾഷെവിക്കുകളുടെ നേതാവായ അതേ ലെനിൻ തന്നെ ജനങ്ങളെ തട്ടിയുണർത്തി - കലപ്പകൊണ്ടു മണ്ണ് ഉഴുതുമറിക്കുന്നതുപോലെ. അദ്ദേഹം തൊഴിലാളികളേയും പട്ടാളക്കാരേയും തട്ടിയുണർത്തി. അവർ യജമാനന്മാരുടെ നേരെ ചെന്നു. പട്ടാളക്കാരേയും തൊഴിലാളികളേയും റെഡ്ഗാർഡുകളെന്നു വിളിച്ചുപോന്നു. ഞാനും റെഡ്ഗാർഡിലുണ്ടായിരുന്നു: ഒരു കൂറ്റൻ കെട്ടിടത്തിലായിരുന്നു ഞങ്ങളുടെ താമസം. സ്മോൾനിയെന്നാണു പേര്. അതിലെ നീണ്ട വലിയ ഹാളുകളും മുറികളും കാണേണ്ടതാണ്, മോനെ. എത്രയധികം മുറികളാണെന്നോ. അവയ്ക്കിടയിൽ വഴി തെറ്റിപ്പോകും.

ഒരു ദിവസം ഞാൻ മുൻവശത്തെ വാതുക്കൽ കാവൽ നിൽക്കുകയായിരുന്നു. ശക്തിയായ തണുപ്പ്. ചൂടാകാൻ എനിക്കാകെയുള്ളത് എന്റെ പട്ടാളക്കോട്ടായിരുന്നു. കാറ്റ് എന്റെ ഉള്ളിലൂടെ തുളഞ്ഞുകയറുകയാണെന്നു തോന്നി. അപ്പോഴാണ് രണ്ടുപേർ വാതിൽ തുറന്ന് ഇറങ്ങിയത്. കടന്നുപോകുമ്പോൾ അവരിലൊരാൾ ലെനിനാണെന്ന് എനിക്കു മനസ്സിലായി. അദ്ദേഹം എന്റെ വളരെയടുത്തു വന്ന് അങ്ങേയറ്റം സൗഹൃദഭാവത്തിൽ ചോദിച്ചു:

"തണുക്കുന്നില്ലേ, സഖാവേ?"

ഞാൻ പറഞ്ഞു:

"ഇല്ല, സഖാവു ലെനിൻ. തണുപ്പിനോ ശത്രുവിനോ നമ്മെ തോല്പിക്കാൻ സാധിക്കുകയില്ല. നമ്മുടെ കയ്യിൽ അധികാരം കിട്ടിക്കഴിഞ്ഞാൽപ്പിന്നെ നമ്മളത് ഒരിക്കലും ആ ബൂർഷ്വാകൾക്കു തിരിച്ചുകൊടുക്കുകയില്ല."

അദ്ദേഹം ചിരിച്ചു. ഹാർദ്ദവമായി കൈപിടിച്ചു കുലുക്കിയിട്ട് അദ്ദേഹം പടിയുടെ നേർക്കു നടന്നു.

അച്ഛൻ മൗനം പൂണ്ടു. പുകയിലപ്പൊതിയും ഒരു തുണ്ടു കടലാസും പുറത്തെടുത്ത് പുതിയൊരു സിഗററ്റുണ്ടാക്കി. അതു കത്തിക്കാൻവേണ്ടി തീപ്പെട്ടി ഉരച്ചപ്പോൾ അച്ഛന്റെ പരുപരുത്ത ചെമ്പൻമീശയിൽ ഒരു തുള്ളി കണ്ണുനീർ തിളങ്ങുന്നതു മീഷ കണ്ടു - പ്രഭാതത്തിൽ ചെടികളുടെ ഇലകളിൽനിന്നും തൂങ്ങിക്കിടക്കുന്ന മഞ്ഞുതുള്ളികൾപോലെ.

അതാണദ്ദേഹത്തിന്റെ പ്രകൃതം. എല്ലാവരേയും കാര്യമാണ്. ഓരോ പട്ടാളക്കാരനെക്കുറിച്ചും അദ്ദേഹത്തിന് ഉള്ളഴിഞ്ഞ ഉൽക്കണ്ഠയുണ്ട്. ആ ദിവസത്തിനുശേഷം ഞാൻ അദ്ദേഹത്തെ പലപ്പോഴും കാണാറുണ്ടായിരുന്നു. കടന്നുപോകുമ്പോൾ ദൂരെനിന്നേ എന്നെ തിരിച്ചറിയും. ചിരിച്ചുകൊണ്ടു പറയും:

"അപ്പോൾ ബൂർഷ്വാകൾ നമ്മെ തോല്പിക്കില്ല, ഇല്ലേ?"

"ഒരിക്കലുമില്ല, സഖാവു ലെനിൻ,"ഞാൻ പറയും.

എന്നിട്ടദ്ദേഹം പറഞ്ഞതുപോലെതന്നെയാണു കാര്യങ്ങൾ സംഭവിച്ചത്, മോനെ. ഞങ്ങൾ ഭൂമിയും ഫാക്ടറികളും പിടിച്ചെടുത്തു. കുടവയന്മാരേയും ചോരകുടിയന്മാരേയും തുരത്തെറിഞ്ഞു. നിന്റെ അച്ഛൻ ഒരു നാവികനായിരുന്നെന്നും നാലു നീണ്ട വർഷങ്ങൾ മുഴുവൻ കമ്മ്യൂണിനുവേണ്ടി പൊരുതിയെന്നും നീ വളർന്നു വലുതാവുമ്പോൾ മറക്കരുത്. എന്നെങ്കിലുമൊരിക്കൽ ഞാൻ മരിക്കും, ലെനിനും മരിക്കും, പക്ഷെ ഞങ്ങൾ പൊരുതിയത് എന്തിനു വേണ്ടിയോ അവ എന്നുമെന്നും ജീവിക്കും. നീ വലുതാവുമ്പോൾ നിന്റെ അച്ഛനെപ്പോലെ സോവിയറ്റുകൾക്കുവേണ്ടി പൊരുതുമോ?

"പൊരുതും," മീഷ ഉറക്കെ പറഞ്ഞു. അവൻ കട്ടിലിൽ ചാടിയെഴുന്നേറ്റ് അച്ഛന്റെ കഴുത്തിൽ കെട്ടിപ്പിടിച്ചു. മുത്തച്ഛൻ അടുത്തു കിടക്കുന്ന കാര്യം മറന്നുപോയതുകൊണ്ട് അവന്റെ കാല് മൂപ്പീന്നിന്റെ വയറ്റത്തമർത്തിയെന്നു മാത്രം.

മുത്തച്ഛൻ ഒരു ഭയങ്കരശബ്ദം പുറപ്പെടുവിച്ചു. മീഷയെ തലമുടിക്കു പിടിക്കാനോങ്ങി. പക്ഷെ അച്ഛൻ മീഷയേയും എടുത്തുകൊണ്ട് മറ്റേ മുറിയിലേക്കു പോയി.

കുറച്ചുനേരം കഴിഞ്ഞ്, അച്ഛന്റെ കയ്യിൽക്കിടന്നുതന്നെ മീഷ ഉറങ്ങി. പക്ഷെ ആദ്യം അവൻ ലെനിനെന്ന ആ അസാമാന്യ മനുഷ്യനെക്കുറിച്ചും ബോൾഷെവിക്കുകളെക്കുറിച്ചും യുദ്ധങ്ങളെക്കുറിച്ചും കൂറ്റൻ കപ്പലുകളെക്കുറിച്ചും അഗാധമായി ആലോചിച്ചു. പാതിയുറക്കത്തിൽ അവൻ അടക്കിപ്പിടിച്ച സംസാരം കേട്ടു. വിയർപ്പിന്റേയും വിലകുറഞ്ഞ പുകയിലയുടേയും മാധുര്യമാർന്ന മണം അവന് അനുഭവപ്പെട്ടു. പിന്നീടവന്റെ കണ്ണുകൾ അമർന്നടഞ്ഞു: ആരോ കൈകൊണ്ട് അമർത്തിപ്പിടിച്ചിരിക്കുന്നതുപോലെ അവ തുറക്കാൻ കഴിഞ്ഞില്ല.

ഉറങ്ങിത്തുടങ്ങിയപ്പോൾത്തന്നെ ഒരു നഗരം അവന്റെ കൺമുമ്പിൽ ഉയർന്നുവന്നു. വിശാലമായ വീഥികൾ. എവിടെ നോക്കിയാലും വാരിവിതറിയ ചാരക്കൂട്ടത്തിനിടയിൽ കോഴിക്കുഞ്ഞുങ്ങൾ കുത്തിമറിയുന്നതു കാണാം. അങ്ങു ഗ്രാമത്തിൽ വീട്ടിൽ ധാരാളം കോഴിക്കുഞ്ഞുങ്ങളുണ്ട്. പക്ഷെ അതിലും കൂടുതലുണ്ട് നഗരത്തിൽ. വീടുകളുടെ കാര്യമാണെങ്കിൽ അച്ഛൻ പറഞ്ഞതുപോലെതന്നെ. ഈറപ്പുല്ലുകൊണ്ട് പുതുതായി മേഞ്ഞ ഒരു കൂറ്റൻ വീട്. അതിന്റെ പുകക്കുഴലിന്റെ മുകളിൽ വേറൊന്ന്. ഏറ്റവും മുകളിലത്തെ വീടിന്റെ പുകക്കുഴൽ അങ്ങ് ആകാശത്തു മുട്ടുന്നുണ്ട്.

കൂടുതൽ ഭംഗിയായി കാണാൻ തല ഉയർത്തിപ്പിടിച്ചുകൊണ്ട് മീഷ ആ തെരുവിലൂടെ നടക്കുമ്പോഴുണ്ട് ചുവന്ന ഷർട്ടിട്ട ഉയരം കൂടിയ ഒരു വലിയ മനുഷ്യൻ അവന്റെ നേർക്കു വരുന്നു.

"നീയെന്താണ് ഒന്നും ചെയ്യാതെ കറങ്ങി നടക്കുന്നത്, മീഷ?" ആ മനുഷ്യൻ വളരെ സ്നേഹഭാവത്തിൽ ചോദിച്ചു.

"മുത്തച്ഛൻ എന്നോടു പുറത്തുപോയി കളിച്ചോളാൻ പറഞ്ഞു," മീഷ പ്രതിവചിച്ചു.

"ശരി, ഞാനാരാണെന്നു മനസ്സിലായോ?"

"ഇല്ല, മനസ്സിലായില്ല."

"ഞാനാണ് സഖാവ് ലെനിൻ."

മീഷയെ വല്ലാത്തൊരു പരിഭ്രമം ബാധിച്ചു. അവന്റെ കാൽമുട്ടുകൾ വിറയ്ക്കാൻ തുടങ്ങി. അവൻ ഓടിക്കളയുമായിരുന്നു. പക്ഷെ ആ ചുവന്ന ഷർട്ടുകാരൻ അവന്റെ കുപ്പായക്കൈക്കു പിടിച്ചുകൊണ്ടു പറഞ്ഞു:

"നിനക്കു മനസ്സാക്ഷിയില്ല, മീഷ - ഒരു കൊച്ചു കാശിന്റെ

മനസ്സാക്ഷിയില്ല. ഞാൻ പാവങ്ങൾക്കുവേണ്ടി പൊരുതുകയാണെന്നു നിനക്കു ഭംഗിയായിട്ടറിയാം. നിനക്ക് എന്തുകൊണ്ട് എന്റെ പട്ടാളത്തിൽ ചേർന്നുകൂടാ?"

"മുത്തച്ഛൻ സമ്മതിക്കില്ല," മീഷ വിശദീകരിച്ചു.

"എന്നാൽ ഇഷ്ടംപോലെ," സഖാവു ലെനിൻ പറഞ്ഞു. "ഒന്നു മാത്രം. നീയില്ലാതെ കാര്യങ്ങളൊന്നും വേണ്ടപോലെ നടക്കുന്നില്ല. നീ എന്റെ പട്ടാളത്തിൽ ചേർന്നേ പറ്റൂ. അത്രയേയുള്ളൂ."

മീഷ സഖാവു ലെനിന്റെ കയ്യു പിടിച്ചുകൊണ്ട് അങ്ങേയറ്റം ഉറപ്പായി പറഞ്ഞു: "ശരി. മുത്തച്ഛനോടു ചോദിക്കാതെ ഞാൻ നിങ്ങളുടെ പട്ടാളത്തിൽ ചേർന്ന് പാവങ്ങൾക്കുവേണ്ടി പൊരുതാം. ഒന്നു മാത്രം. മുത്തച്ഛൻ എന്നെ അടിക്കാൻ തുടങ്ങിയാൽ നിങ്ങൾ എനിക്കുവേണ്ടി പറയണം."

"തീർച്ചയായും," എന്നു പറഞ്ഞുകൊണ്ട് സഖാവു ലെനിൻ തെരുവിലൂടെ മുന്നോട്ടുപോയി. സന്തോഷാധിക്യത്താൽ മീഷയ്ക്കു ശ്വാസം മുട്ടി. അവന് ഒച്ചയിടണമെന്നുണ്ടായിരുന്നു, പക്ഷെ അവന്റെ നാവുണങ്ങി വായുടെ മുകളിൽ ഒട്ടിയിരുന്നു.

മീഷ പെട്ടെന്ന് കിടക്കയിൽ അങ്ങോട്ടുമിങ്ങോട്ടും തിരിഞ്ഞു. മുത്തച്ഛന്റെ ദേഹത്തു മുട്ടി. അതോടെ ഉണരുകയും ചെയ്തു.

ഉറക്കത്തിൽ എന്തോ പിറുപിറുത്തുകൊണ്ട് മുത്തച്ഛന്റെ ചുണ്ടുകൾ അനങ്ങുന്നുണ്ടായിരുന്നു. ജനാലയ്ക്കു വെളിയിൽ കുളത്തിനപ്പുറം ആകാശത്തിന്റെ മങ്ങിയ നീലിമയും അതിനെതിരെ കിഴക്കുനിന്ന് നീങ്ങിക്കൊണ്ടിരുന്ന മേഘപടലങ്ങളുടെ ഇളം ചുവപ്പും മീഷയ്ക്കു കാണാമായിരുന്നു.

* * *

ഇപ്പോൾ എന്നും രാത്രി അച്ഛൻ മീഷയോടു കൂടുതൽ കഥകൾ പറയും - യുദ്ധത്തെപ്പറ്റിയും ലെനിനെപ്പററിയും താൻ കണ്ട പല ഇടങ്ങളെപ്പറ്റിയും.

ശനിയാഴ്ച രാത്രി ഗ്രാമസോവിയറ്റിലെ വാച്ച്മാൻ വീട്ടിൽ ഒരു അപരിചിതനേയും കൂട്ടിക്കൊണ്ടു വന്നു - പട്ടാളക്കോട്ടിട്ട, ഉയരം കുറഞ്ഞ ഒരു ചെറിയ മനുഷ്യൻ. കക്ഷത്തിൽ ഒരു തോൽബാഗുണ്ട്.

ഈ സഖാവൊരു സോവിയറ്റുദ്യോഗസ്ഥനാണ്.

വാച്ച്മാൻ മുത്തച്ഛനോടു പറഞ്ഞു. "പട്ടണത്തിൽനിന്നു വരികയാണ്. ഇന്നു രാത്രി ഇവിടെ താമസിക്കും. കുറച്ച് അത്താഴം കൊടുക്കണം,

അപ്പൂപ്പാ."

"അതു ചെയ്യാം," മുത്തച്ഛൻ പറഞ്ഞു. "പക്ഷെ മിസ്റ്റർ സഖാവെ, അധികാരപത്രമെവിടെ?"

മുത്തച്ഛന്റെ വൈദൂഷ്യത്തിൽ അത്ഭുതപ്പെട്ട മീഷ തുടർന്നുള്ള സംഭാഷണം കേൾക്കാനായി വായിൽ വിരൽ വച്ചുനിന്നു.

"വേണ്ടതെല്ലാമുണ്ട്, അപ്പൂപ്പാ," തോൽബാഗുമായി വന്ന മനുഷ്യൻ ചിരിച്ചുകൊണ്ടു പറഞ്ഞു. അതിനുശേഷം അയാൾ വീട്ടിനകത്തേക്കു കയറി.

മുത്തച്ഛൻ പുറകെ പോയി. മീഷ മുത്തച്ഛന്റെ പുറകെയും

"എന്താണ് ഞങ്ങളുടെ ഗ്രാമത്തിൽ വന്നത്?" മുത്തച്ഛൻ ചോദിച്ചു.

"പുതിയ തിരഞ്ഞെടുപ്പിന്റെ ചുമതല എനിക്കാണ്. നിങ്ങളിവിടെ വില്ലേജ് സോവിയറ്റിന്റെ ചെയർമാനേയും അംഗങ്ങളേയും തിരഞ്ഞെടുക്കേണ്ടിയിരിക്കുന്നു."

കുറെക്കഴിഞ്ഞ് മെതി സ്ഥലത്തുനിന്ന് അച്ഛൻ വന്നു. അപരിചിതനു കൈ കൊടുത്തശേഷം അത്താഴം കാലമാക്കാൻ അമ്മയോടു പറഞ്ഞു.

അത്താഴം കഴിഞ്ഞ് അച്ഛനും അപരിചിതനും അടുക്കള ബഞ്ചിലിരുന്നു. അപരിചിതൻ തോൽബാഗ് തുറന്ന് ഒരു കെട്ടു കടലാസ്സെടുത്ത് അച്ഛനെ കാണിച്ചു. ഒരു നോക്കു കിട്ടാൻവേണ്ടി മീഷ ധൈര്യമവലംബിച്ച് ആകാവുന്നത്ര അടുത്ത് ചുറ്റിപ്പറ്റിനിന്നു. അച്ഛൻ കടലാസ്സുകളിലൊരെണ്ണമെടുത്ത് മീഷയുടെ നേരെ നീട്ടി.

"നോക്ക്, മീങ്ക. ഇതാണു ലെനിൻ."

മീഷ ആ ഫോട്ടോയിൽ കടന്നുപിടിച്ചു. നോക്കിയപ്പോൾ അത്ഭുതംകൊണ്ട് അവൻ വാപൊളിച്ചു. ആ ഫോട്ടോയിൽ കണ്ട മനുഷ്യനു പൊക്കമില്ലായിരുന്നു. ചുവന്ന ഷർട്ടുമില്ല. വെറുമൊരു സാധാരണ ജാക്കറ്റു മാത്രം. ഒരു കൈ ട്രൗസറിന്റെ പോക്കററിലാണ്. മറ്റേ കൈ വഴി ചൂണ്ടിക്കാട്ടുന്ന മട്ടിൽ നീട്ടിപ്പിടിച്ചിരിക്കുന്നു. അതിയായ ഔത്സുക്യത്തോടെ മീഷ ആ പടം പരിശോധിച്ചു. ആ വളഞ്ഞ പുരികങ്ങളും കണ്ണുകളിലും ചുണ്ടിലും ഒളിഞ്ഞുനിന്നിരുന്ന പുഞ്ചിരിയും - ആ ചിത്രത്തിലെ മുഖത്തിന്റെ ഓരോ വിശദാംശവും - ഓർമ്മയിൽ മാഞ്ഞുപോകാത്തവണ്ണം ഉറപ്പിക്കുകയായിരുന്നു അവൻ.

അപരിചിതൻ ഫോട്ടോയെടുത്ത് തോൽബാഗിൽ പൂട്ടിവയ്ക്കുകയും കിടക്കാനായി അടുത്ത മുറിയിലേക്കു പോവുകയും ചെയ്തു. അയാൾ

വസ്ത്രമഴിച്ച് കട്ടിലിൽ കയറിക്കിടന്ന് പട്ടാളക്കോട്ടുകൊണ്ടു പുതച്ചു. പക്ഷെ ഉറങ്ങിത്തുടങ്ങിയപ്പോൾ കതകു പെട്ടെന്നു ശബ്ദിച്ചു.

"ആരവിടെ?" തല ഉയർത്തി നോക്കിക്കൊണ്ട് അയാൾ ചോദിച്ചു.

ചെരിപ്പിടാത്ത കാലുകൾ തറയിലൂടെ നടന്നുവന്നു. അപ്പോഴാണ് അതു മീഷയാണെന്ന് അയാൾക്കു മനസ്സിലായത്. അവൻ കട്ടിലിന്നടുത്തു നിൽക്കുകയായിരുന്നു.

"എന്താ കുട്ടി?" അയാൾ ചോദിച്ചു.

ഒരു നിമിഷത്തേക്ക് മീഷ ഒന്നും പറഞ്ഞില്ല. അവസാനം, ധൈര്യം സംഭരിച്ചുകൊണ്ട് അവൻ പതുക്കെ പറഞ്ഞു, "മിസ്റ്റർ, നിങ്ങളുടെ ലെനിനെ എനിക്കു തരൂ."

അപരിചിതൻ ഒരക്ഷരവും മിണ്ടിയില്ല. കിടക്കയിൽ കിടന്നുകൊണ്ട് മീഷയെ സാകൂതം നോക്കിയതേയുള്ളു.

മീഷയ്ക്കു വല്ലാതെ പേടിയായി. ഈ മനുഷ്യൻ ഒരു അല്പനാണെങ്കിലോ? അയാളതു തരാൻ വിസമ്മതിച്ചാലോ? ഉൽക്കടമായ ആഗ്രഹം കാരണം വാക്കുകൾ കിട്ടാതെ, ശബ്ദം വിറയ്ക്കാതിരിക്കാൻ ആവുന്നത്ര ശ്രമിച്ചുകൊണ്ട്, മീഷ മന്ത്രിച്ചു:

"അദ്ദേഹത്തെ എനിക്കു തരൂ, സൂക്ഷിച്ചുവയ്ക്കാൻ വേണ്ടി. ഞാൻ നിങ്ങൾക്ക് എന്റെ തകരപ്പെട്ടി തരാം. ഒന്നാംതരം പെട്ടിയാണത്. എന്റെ കയ്യിലുള്ള എല്ലാ എല്ലിൻമുട്ടികളും തരാം. കൂടാതെ" - രണ്ടും കല്പിച്ച് കൈ വീശിക്കൊണ്ട് - "അച്ഛൻ എനിക്കു കൊണ്ടുവന്ന ചെരിപ്പും തരാം."

"പക്ഷെ നിനക്കെന്തിനാണു ലെനിൻ?" അപരിചിതൻ ചിരിച്ചുകൊണ്ടു ചോദിച്ചു.

ഇയാൾ തരില്ല, മീഷ വിചാരിച്ചു. കണ്ണുനീർ മറച്ചുപിടിക്കാനായി തല കുനിച്ചുകൊണ്ട് അവൻ വിമ്മിഷ്ടത്തോടെ പറഞ്ഞു: "എനിക്കു വേണം, അത്രതന്നെ."

അപരിചിതൻ പൊട്ടിച്ചിരിച്ചുകൊണ്ട് തലയിണക്കടിയിൽനിന്നും തോൽബാഗു വലിച്ചെടുത്ത് മീഷയ്ക്ക് ഫോട്ടോ കൊടുത്തു. അത് ഷർട്ടിനടിയിൽ മാറോടു ചേർത്തു പിടിച്ചുകൊണ്ട് മീഷ അടുക്കളയിലേക്കു തിരിച്ചോടി. മുത്തച്ഛൻ ഉണർന്ന് പിറുപിറുത്തു,

"എന്താ നിനക്കു കുഴപ്പം? ഈ പാതിരാത്രിയ്ക്ക് ഓടി നടക്കുന്നതെന്താണ്? കിടക്കാൻ നേരത്ത് പാലു കുടിക്കരുതെന്നു ഞാൻ നിന്നോടു

പറഞ്ഞതാണ്. തീരെ സഹിക്കാൻ വയ്യെങ്കിൽ ആ എച്ചിൽത്തൊട്ടിയിൽ മൂത്രമൊഴിച്ചോ. നിന്നെ പുറത്തു കൊണ്ടുപോവാൻ ഞാനിപ്പോൾ എണീക്കുന്നില്ല."

മറുപടിയൊന്നും പറയാതെ മീഷ കട്ടിലിൽ കയറിക്കിടന്നു. പടം ചുളുങ്ങിപ്പോകുമോ എന്നു ഭയന്ന് അവൻ അനങ്ങിയില്ല. അവൻ അതപ്പോഴും രണ്ടു കൈകൊണ്ടും മാറോടു ചേർത്തുപിടിച്ചിരുന്നു. അവൻ അതേ കിടപ്പിൽ ഉറങ്ങിപ്പോയി.

അവൻ ഉണർന്നപ്പോൾ നേരം വെളുത്തുവരുന്നേയുണ്ടായിരുന്നുള്ളൂ. അമ്മ പശുവിനെ കറന്നുകഴിഞ്ഞ് അതിനെ കന്നാലിപ്പറ്റത്തിന്റെ കൂടെ അയച്ചത് അപ്പോൾ മാത്രമാണ്. മീഷയെ കണ്ട മാത്രയിൽ അവർ രണ്ടു കയ്യും പൊക്കി.

"എന്തു പറ്റി നിനക്ക്? എന്തിനാണ് ഇത് വെളുപ്പിനെ എണീറ്റത്?"

ഫോട്ടോ ഷർട്ടിനടിയിൽ അമർത്തിപ്പിടിച്ചുകൊണ്ട് മീഷ അമ്മയേയും കടന്ന് മെതിസ്ഥലത്തുടെ കളപ്പുരയ്ക്കടിയിലേക്ക് കുനിഞ്ഞുകയറി.

കളപ്പുരയ്ക്കു ചുറ്റും പരുപരുത്ത കള വളർന്നുനിൽക്കുന്നുണ്ടായിരുന്നു. കൂടാതെ ചൊറിയണം പച്ചനിറത്തിൽ ചുമർപോലെ പടർന്നുനിൽക്കുന്നുണ്ട്. മീഷ കളപ്പുരയ്ക്കടിയിൽ കുറച്ചു സ്ഥലം പൊടിയും കോഴിക്കാട്ടവും തുത്തുകളഞ്ഞ് വെടിപ്പാക്കിയെടുത്തു. ഒരു വലിയ പഴത്തിലകൊണ്ട് ഫോട്ടോ പൊതിഞ്ഞു. അത് ആ വെടിപ്പായ സ്ഥലത്തുവയ്ക്കുകയും കാറ്റടിച്ചു പറന്നുപോവാതിരിക്കാൻവേണ്ടി അതിന്റെ മുകളിൽ ഒരു കല്ലെടുത്തുവയ്ക്കുകയും ചെയ്തു.

അന്നു മുഴുവൻ മഴ പെയ്തു. കാർമേഘങ്ങൾ ആകാശം മൂടി. ചേറ്റുകുഴികൾകൊണ്ടു മുറ്റം നിറഞ്ഞു. കൊച്ചരുവികൾ തെരുവിലൂടെ ഒന്നിനൊന്നു പുറകെ പാഞ്ഞൊഴുകി.

മീഷയ്ക്കു വീട്ടിനകത്തിരിക്കേണ്ടി വന്നു. പക്ഷെ രാത്രിയായപ്പോൾ ഗ്രാമവാസികളുടെ യോഗത്തിൽ സംബന്ധിക്കാൻവേണ്ടി അച്ഛനും മുത്തച്ഛനും സോവിയറ്റിന്റെ ആഫീസിലേക്കു പോയി. മുത്തച്ഛന്റെ തൊപ്പിയിട്ടുകൊണ്ട് മീഷയും ആരും കാണാതെ അവരുടെ പിന്നാലെ ചെന്നു. പള്ളിവക ലോഡ്ജിലായിരുന്നു സോവിയറ്റിന്റെ ആസ്ഥാനം. ചളിപിടിച്ച് ഇളകിക്കൊണ്ടിരുന്ന അതിന്റെ പടികൾ മീഷ കുറെ പ്രയാസപ്പെട്ടു കയറി. അകത്തു നിറയെ ആളായിരുന്നു. മുകളിൽ മച്ചിനു താഴെയായി പുകയിലപ്പുക തങ്ങിനിൽക്കുന്നുണ്ട്. ജനാലയ്ക്കടുത്ത് ഒരു മേശയുടെ പിന്നിലിരുന്നുകൊണ്ട് മീഷയുടെ വീട്ടിൽ വന്ന അപരിചിതൻ

യോഗത്തിന് എന്തോ വിശദീകരിച്ചുകൊടുക്കുകയാണ്.

മീഷ മുറിയുടെ പിൻഭാഗത്തേക്കു പതുങ്ങിക്കയറി ഏറ്റവും പുറകിലത്തെ ബെഞ്ചിലിരുന്നു.

"സഖാക്കളേ, സോവിയറ്റിന്റെ ചെയർമാനായി ഫൊമാ കോർഷുനൊവിനു വോട്ടു ചെയ്യുന്നവർ ദയവുചെയ്ത് കൈ പൊക്കുവിൻ."

ഷാപ്പുടമസ്ഥന്റെ ജാമാതാവായ പ്രോഹൊർ ലീസെൻകൊവ് മീഷയുടെ തൊട്ടു മുമ്പിലിരുന്നുകൊണ്ടു വിളിച്ചു പറഞ്ഞു:

"നാട്ടുകാരേ, ഞാനെതിർക്കുന്നു! അയാൾ സത്യസന്ധനല്ല. അയാൾ പണ്ട് ഗ്രാമത്തിലെ കന്നുകാലികളെ മേച്ചിരുന്നപ്പോൾത്തന്നെ നാമതു മനസ്സിലാക്കിയിട്ടുള്ളതാണ്."

ജനാലപ്പടിലിരുന്നിരുന്ന ചെരിപ്പുകുത്തി ഫെദോത്ത് ചാടിയെഴുന്നേറ്റ് ഉദ്വേഗത്തോടെ കൈ വീശിക്കൊണ്ട് വിളിച്ചു പറഞ്ഞു:

"സഖാക്കളെ! കന്നാലി മേച്ചിരുന്ന ഒരാൾ ചെയർമാനാവുന്നത് കുടവയറന്മാർക്ക് ഇഷ്ടമല്ല. പക്ഷെ കന്നാലി മേച്ചിരുന്ന ഫൊമാ തൊഴിലാളിവർഗ്ഗത്തിൽപ്പെട്ടവനാണ്. അയാൾ സോവിയറ്റധികാരത്തിനുവേണ്ടി ഉറച്ചുനിൽക്കും."

വാതിലിന്നടുത്ത് ഒത്തുകൂടിയിരുന്ന ധനികരായ കൊസാക്കുകൾ കാലിട്ടു ചവിട്ടാനും ചൂളമടിക്കാനും തുടങ്ങി. മുറിയാകെ ശബ്ദായമാനമായി.

"കന്നാലി മേയ്ക്കുന്നവൻ തുലയട്ടെ!"

"പട്ടാളത്തിൽനിന്നു മടങ്ങിയല്ലൊ. അവൻ വീണ്ടും കന്നാലി മേയ്ക്കട്ടെ!"

"ഫൊമാ കോർഷുനൊവ് തുലയട്ടെ!"

അച്ഛനെവിടെയെന്നു മീഷ ചുറ്റും നോക്കി. അടുത്തുതന്നെ നില്പുണ്ട്. അച്ഛന്റെ മുഖം വിളറിവെളുത്തിരുന്നു. അച്ഛന്റെ കാര്യത്തിൽ ഭയന്ന് മീഷയുടെ മുഖവും വിളറി.

"ക്രമം പാലിക്കു, സഖാക്കളേ!" അപരിചിതൻ മേശപ്പുറത്തിടിച്ചുകൊണ്ട് ഉച്ചത്തിൽ വിളിച്ചുപറഞ്ഞു. "അല്ലാത്തപക്ഷം ഞങ്ങൾ റൗഡികളെ പിടിച്ചു പുറത്താക്കും."

"ശരിക്കുമൊരു കൊസാക്കുകാരനെ ചെയർമാനായി തരിക!"

"ഫൊമാ തുലയട്ടെ!"

"അയാൾ തുലയട്ടെ!"

പണക്കാരായ കൊസാക്കുകളെല്ലാം വിളിച്ചുകൂവുന്നുണ്ടായിരുന്നു. ഷാപ്പുടമസ്ഥന്റെ ജാമാതാവായ പ്രോഹൊറാണ് ഏറ്റവുമുച്ചത്തിൽ വിളിച്ചത്.

കാതിൽ വളയവും ചെമ്പിച്ച താടിയുമുള്ള ഒരു ആജാനുബാഹുവായ കൊസാക്കുകാരൻ ഒരു ബെഞ്ചിൽ കയറി നിന്നു. അയാളുടെ ജാക്കറ്റു മുഴുവൻ അവിടവിടെ കൂട്ടിത്തുന്നുകയും പിഞ്ഞിക്കീറുകയും ചെയ്തിരുന്നു.

“സഹോദരന്മാരേ!” അയാൾ വിളിച്ചു പറഞ്ഞു. “ഇവർ ചെയ്യാൻ പോകുന്നതെന്താണെന്നു നോക്കു! ഈ കുടവയറന്മാർക്ക് ചെയർമാനായി അവരുടെ ആളു വേണം. അപ്പോൾ മുമ്പിലത്തെപ്പോലെ അവരുടെ കാര്യങ്ങൾ നടക്കും....”

കാതിൽ വളയമിട്ട ആ കൂറ്റൻ കൊസാക്കുകാരൻ ഉറക്കെ വിളിച്ചു പറഞ്ഞുകൊണ്ടിരുന്നെങ്കിലും ബഹളത്തിനിടയിൽ അവിടവിടെ ചില വാക്കുകളേ മീഷയ്ക്കു കേൾക്കാൻ കഴിഞ്ഞുള്ളൂ:

“ഭൂമി... പുതിയ പങ്കിടൽ.... പാവങ്ങൾക്ക് കളിമണ്ണും മണലും കൊടുക്കുക, നല്ല കരിമണ്ണു മുഴുവൻ സ്വന്തമായെടുക്കുക.”

“ചെയർമാനായി പ്രോഹൊർ മതി!” വാതുക്കൽ നിന്നിരുന്ന കൂട്ടം വിളിച്ചു പറഞ്ഞുകൊണ്ടിരുന്നു. പ്രോഹൊർ! പ്രോ-ഹൊർ! പ്രോ-ഹൊർ!”

വളരെക്കഴിഞ്ഞാണ് ഈ ബഹളമൊന്നു ശമിച്ചത്. അപരിചിതൻ വീണ്ടും വീണ്ടും ഒച്ചയിട്ടു. നെറ്റി ചുളിച്ചു. എന്തെല്ലാമോ ബദ്ധപ്പെട്ടു പതറിപ്പറഞ്ഞു. മിക്കവാറും ചീത്ത വിളിക്കുകയായിരിക്കും, മീഷ വിചാരിച്ചു.

താരതമ്യേന ശാന്തമായപ്പോൾ അപരിചിതൻ ഉറക്കെ വിളിച്ചു ചോദിച്ചു:

“ഫൊമാ കോർഷുനൊവിനു വോട്ടു ചെയ്യുന്നവരാരാണ്?”

ഒരുപാടു കൈകൾ പൊങ്ങി. മീഷയും അവന്റെ കൈപൊക്കി. ആരോ ബെഞ്ചുതോറും നടന്ന് എണ്ണാൻ തുടങ്ങി.

“അറുപത്തിമൂന്ന്.... അറുപത്തിനാല്...” - മീഷയുടെ കൈയ്യിന്റെ നേരെ ചൂണ്ടിക്കൊണ്ട് - “അറുപത്തഞ്ച്.”

അപരിചിതൻ കടലാസ്സിലെന്തോ കുറിച്ചു. എന്നിട്ടിങ്ങനെ ചോദിച്ചു: “പ്രോഹൊർ ലീസെൻകൊവിനു വോട്ടുചെയ്യുന്നവരാരാണ്?”

പണക്കാരായ ഇരുപത്തേഴു കൊസാക്കുകാരുടേയും കൂടാതെ മില്ലർ യെഗോറിന്റേയും കൈകൾ പൊങ്ങി. മീഷയും കൈ പൊക്കി. പക്ഷെ ഇത്തവണ വോട്ടെണ്ണുന്നയാൾ പുറകുവശത്തെ

ബെഞ്ചിലെത്തിയപ്പോൾ താഴോട്ടു നോക്കാനിടയായി.

"കൊച്ചു കഴുവേറീ!" മീഷയെ വേദനയെടുക്കത്തക്കവണ്ണം ചെവിക്കു പിടിച്ചുവലിച്ചുകൊണ്ട് അയാൾ പറഞ്ഞു. അടികൊള്ളണ്ടെങ്കിൽ ഓടിക്കോ. അവൻ വോട്ടു ചെയ്യാൻ വന്നിരിക്കുന്നു. എന്താ, മോശമുണ്ടോ?"

ആളുകൾ ചിരിച്ചു. വോട്ടെണ്ണിയ ആൾ മീഷയെ കതകുവരെ പിടിച്ചുവലിച്ചുകൊണ്ടുവന്ന് പുറത്തേക്കു തള്ളി. തെന്നിക്കിടക്കുന്ന പടികളിലൂടെ ഉരുണ്ടുപിരണ്ടിറങ്ങിയപ്പോൾ, അച്ഛൻ ഒരിക്കൽ മുത്തച്ഛനോടു തർക്കിച്ചുകൊണ്ടു പറഞ്ഞ വാക്കുകൾ മീഷ ഓർത്തു.

"ആരാണ് അധികാരം തന്നത്?" അവൻ ഉറക്കെ ചോദിച്ചു.

"ഞാൻ കാണിച്ചുതരാം ആരാണെന്ന്!"

അനീതി എപ്പോഴും കയ്പേറിയതാണ്.

വീട്ടിലെത്തിക്കഴിഞ്ഞ് മീഷ അല്പസമയം മൂക്കു ചീറ്റുകയും അമ്മയോടു പരാതി പറയുകയും ചെയ്തു. പക്ഷെ അമ്മ അവനോടു തട്ടിക്കയറുകയാണു ചെയ്തത്.

"വേണ്ടാത്തിടത്തു പോകരുത്. സകലടത്തും പോയി തലയിടും. നിന്നെക്കൊണ്ടു ഞാൻ തോറ്റു!"

പിറ്റേന്നു രാവിലെ വീട്ടുകാർ പ്രാതൽ കഴിച്ചുകൊണ്ടിരിക്കുമ്പോൾ വളരെ ദൂരെ സംഗീതധ്വനി കേട്ടു. അച്ഛൻ സ്പൂൺ താഴെ വച്ച് മീശ തടവിക്കൊണ്ടു പറഞ്ഞു:

"അതൊരു സൈനികബാൻഡാണ്."

മീഷ വായുവേഗത്തിലോടി. അവന്റെ പിന്നിൽ കതക് ആഞ്ഞടഞ്ഞു. അവന്റെ പതിഞ്ഞ കാലടിശബ്ദം മുറ്റത്തു കേട്ടു.

അച്ഛനും മുത്തച്ഛനും പുറത്തിറങ്ങി. അമ്മ ജനലിലൂടെ എത്തിനോക്കി.

പച്ചനിറത്തിൽ ഇരമ്പിവരുന്ന ഒരു തിരമാലപോലെ ചുവപ്പുസേനക്കാർ വരിവരിയായി ആ ഗ്രാമവീഥിയിലൂടെ കൈ വീശി മാർച്ചു ചെയ്തു വന്നു. മുൻനിരയിൽ ബാൻഡായിരുന്നു. ആ വലിയ കാഹളങ്ങളുടെ മുഴക്കവും പെരുമ്പറശബ്ദവും ഗ്രാമം മുഴുവൻ മാറ്റൊലിക്കൊണ്ടു.

മീഷയ്ക്ക് ഉദ്വേഗം കൊണ്ടു വീർപ്പുമുട്ടി. അവൻ ഉപ്പൂറ്റിയിൽ വട്ടം കറങ്ങുകയും പട്ടാളക്കാരുടെ നേരെ ഓടിച്ചെല്ലുകയും ചെയ്തു. അസാധാരണവും മധുരവുമായൊരു തുടിപ്പ് അവന്റെ നെഞ്ചു മുഴുവൻ വ്യാപിച്ച്

തൊണ്ടയിലേക്കുയർന്നു. ചുവപ്പുസേനക്കാരുടെ പൊടിപുരണ്ട സന്തോഷഭരിതമായ മുഖങ്ങളും വാദ്യമേളക്കാരുടെ വീർപ്പിച്ച കവിളുകളും അവൻ കണ്ണുയർത്തി നോക്കിക്കണ്ടു. യുദ്ധം ചെയ്യാൻ അവരോടൊപ്പം പോകുമെന്ന് അവൻ തീർത്തു നിശ്ചയിച്ചു.

താൻ കണ്ട സ്വപ്നം അവൻ വീണ്ടും ഓർത്തു. ധൈര്യമവലംബിച്ച് അവൻ ഒരു ചുവപ്പുസേനക്കാരന്റെ വെടിത്തിരസഞ്ചി പിടിച്ചുവലിച്ചു.

"എവിടെയാണു പോകുന്നത്? യുദ്ധം ചെയ്യാനാണോ?"

"പിന്നല്ലാതെ? യുദ്ധം ചെയ്യാൻ തന്നെ."

"ആർക്കുവേണ്ടി?"

"സോവിയറ്റുകൾക്കുവേണ്ടി, അനിയാ. വരിയിൽ കയറി നിന്നൊ."

അയാൾ മീഷയെ വരിയിലേക്കു പിടിച്ചു നിർത്തി. പട്ടാളക്കാരിലൊരാൾ ചിരിച്ചുകൊണ്ട് അവന്റെ അലങ്കോലപ്പെട്ടുകിടന്ന മുടിയിൽ തോണ്ടി. മറ്റൊരാൾ പോക്കറ്റു തപ്പി ചളിപുരണ്ട ഒരു പഞ്ചസാരക്കട്ടയെടുത്ത് അവന്റെ വായിലേക്ക് തിരുകി. മൈതാനത്തെത്തിയപ്പോൾ ഹാൾട്ട്! എന്ന കല്പന വരികളിലൂടെ വിളിച്ചു പറയപ്പെട്ടു.

ചുവപ്പുസേനക്കാർ പിരിഞ്ഞ് സ്കൂൾ കെട്ടിടത്തിന്റെ മതിലിന്റെ തണുത്ത തണലിൽ വിശ്രമിക്കാനിരുന്നു. ബെൽട്ടിൽനിന്നു തൂങ്ങിക്കിടക്കുന്ന വാളുമായി ഉയരം കൂടിയ, മുഖം വടിച്ച ഒരു മനുഷ്യൻ മീഷയുടെയടുത്തേക്കു ചെറുചിരിയോടെ നടന്നുവന്നു.

"എവിടുന്നാണു നീ വന്നത്?" അയാൾ ചോദിച്ചു.

മീഷ സഗൗരവം തോൾ വിടർത്തി ട്രൗസർ വലിച്ചിട്ടു.

"ഞാൻ നിങ്ങളോടൊപ്പം യുദ്ധം ചെയ്യാൻ പോവുകയാണ്," അവൻ ഉറപ്പിച്ചുപറഞ്ഞു.

"സഖാവു ബറ്റാലിയൻ കമാണ്ടർ!" ചുവപ്പുസേനക്കാരിലൊരാൾ പറഞ്ഞു. "ഇവനെ കൊണ്ടുപോയി നിങ്ങളുടെ അഡ്ജ്യൂട്ടന്റാക്കാം."

എല്ലാവരും ഉച്ചത്തിൽ പൊട്ടിച്ചിരിച്ചു. മീഷയുടെ കണ്ണു നിറഞ്ഞു. പക്ഷെ ബറ്റാലിയൻ കമാണ്ടർ എന്നു വിചിത്രമായി സംബോധന ചെയ്യപ്പെട്ട ആൾ ഈ ബഹളം കേട്ട് നെറ്റി ചുളിച്ചുകൊണ്ട് പരുഷമായി പറഞ്ഞു:

"മരത്തലയന്മാരേ, നിങ്ങൾ എന്തിനാണു ചിരിക്കുന്നത്? നമ്മൾ തീർച്ചയായും ഇവനെ എടുക്കും. പക്ഷെ ഒരു വ്യവസ്ഥയിൽ മാത്രം." അയാൾ മീഷയുടെ നേർക്കു തിരിഞ്ഞു. "നിന്റെ ഈ ട്രൗസറുണ്ടല്ലൊ.

അതിന് ഒരു വാറേയുള്ളൂ. ഇതുമിട്ടുകൊണ്ടു നിന്നെ ഞങ്ങളുടെ കൂട്ടത്തിലെടുക്കാൻ നിവൃത്തിയില്ല. നീ ഞങ്ങൾക്ക് അപമാനം വരുത്തിവയ്ക്കും. നോക്ക്, എന്റെ ട്രൗസറിനു രണ്ടു വാറുണ്ട്. അതുപോലെ മറ്റുള്ളവരുടേയും. നീ കഴിയുന്നത്ര വേഗം വീട്ടിലേക്കോടിച്ചെന്ന് അമ്മയെക്കൊണ്ട് ഒരു വാറുകൂടി തയ്പിച്ചുകൊണ്ടു വാ. ഞങ്ങൾ നിനക്കുവേണ്ടി ഇവിടെത്തന്നെ കാത്തിരിക്കാം. മതിലിന്റെ തണലിൽ വിശ്രമിക്കുന്ന പട്ടാളക്കാരുടെ നേരെ കണ്ണിറുക്കിക്കാട്ടിക്കൊണ്ട് അയാൾ വിളിച്ചു പറഞ്ഞു: തെരേഷ്ചെൻകോ! പോയി നമ്മുടെ പുതിയ ചുവപ്പുസേനക്കാരന് ഒരു തോക്കും പട്ടാളക്കോട്ടും കൊണ്ടു വരൂ."

പട്ടാളക്കാരിലൊരാൾ എഴുന്നേറ്റ് സല്യൂട്ട് ചെയ്തു പറഞ്ഞു:

"ഇതാ കൊണ്ടുവരാം."

അയാൾ വേഗം നടന്നുപോയി.

"വേഗമാവട്ടെ," ബറ്റാലിയൻ കമാണ്ടർ മീഷയോടു പറഞ്ഞു. "കഴിയുന്നതും വേഗം ഒരു വാറു കൂടി തയ്ച്ചുതരാൻ അമ്മയോടു പറ."

മീഷ അയാളെ പരുഷമായി നോക്കി.

"നിങ്ങൾ വാക്കു മാറുകയില്ലല്ലൊ?"

"അതേപ്പറ്റി വിഷമിക്കേണ്ട."

ഗ്രാമത്തിലെ മൈതാനത്തുനിന്നും വീട്ടിലേക്ക് ഒരുപാടു ദൂരമുണ്ട്. പടിക്കലെത്തിയപ്പോഴേക്കും മീഷ കിതപ്പുകൊണ്ട് ശ്വാസം വിടാൻ വിഷമിച്ചു. ഓടുന്ന വഴിതന്നെ ട്രൗസറൂരിക്കൊണ്ട് അവൻ വെറും കാലിൽ വീട്ടിനകത്തേക്ക് ഓടിക്കയറി വിളിച്ചുപറഞ്ഞു:

"അമ്മേ, എന്റെ ട്രൗസർ! ഒരു വാറ്!"

പക്ഷെ വീട്ടിൽ ആളും അനക്കവുമുണ്ടായിരുന്നില്ല. ഒരുകൂട്ടം കറുത്ത ഈച്ചകൾ മുരണ്ടുകൊണ്ട് അടുപ്പിനു ചുറ്റും പറക്കുന്നുണ്ട്. മുറ്റത്തും മെതിസ്ഥലത്തും പച്ചക്കറിത്തോട്ടത്തിലും - സകലടത്തും മീഷ നോക്കി. പക്ഷെ അമ്മയോ അച്ഛനോ മുത്തച്ഛനോ ആരും ഒരിടത്തുമില്ല. ചുറ്റും നോക്കിയപ്പോൾ ഒരു കാലിച്ചാക്കു കിടക്കുന്നു. ഒരു പേനാക്കത്തികൊണ്ട് അതിൽനിന്നും അവൻ നീണ്ട ഒരു കഷണം മുറിച്ചെടുത്തു. തയ്ക്കുന്നതിനുവേണ്ടി സമയം കളയാനില്ല. പോരെങ്കിൽ അവൻ തയ്ക്കാൻ പഠിച്ചിട്ടുമില്ല. അവൻ തിടുക്കത്തിൽ ആ വാറ് ട്രൗസറിന്റെ പുറകിൽ കെട്ടി. തോളിന്റെ മുകളിലൂടെയെടുത്ത് മുമ്പിലും കെട്ടി. ഇത്രയും ചെയ്തു കഴിഞ്ഞ് അവൻ വീടിനു പുറത്തേക്കോടി കളപ്പുരയുടെ അടിയിലേക്കിഴഞ്ഞുകയറി.

കിതച്ചുകൊണ്ട് അവൻ കല്ലുരുട്ടി മാറ്റി ഫോട്ടോയിൽ നോക്കി. ലെനിന്റെ നീട്ടിപ്പിടിച്ച കൈ നേരെ അവന്റെ നേർക്കാണ് ചൂണ്ടിയിരിക്കുന്നത്.

ദാ! മീഷ അടക്കിപ്പറഞ്ഞു. ഞാനിതാ നിങ്ങളുടെ പട്ടാളത്തിൽ ചേർന്നു.

അവൻ ആ ചിത്രം സൂക്ഷിച്ച് ഇലയിൽ പൊതിഞ്ഞ് അവന്റെ ഷർട്ടിന്റെ അടിയിൽ തിരുകി. ഒരു കൈ അതിന്മേൽ അമർത്തിപ്പിടിച്ചുകൊണ്ടും മറ്റേ കൈകൊണ്ട് ട്രൗസർ പൊക്കിപ്പിടിച്ചുകൊണ്ടും അവൻ തെരുവിലൂടെ ഓടി. അയൽക്കാരുടെ വേലിക്കരികിലൂടെ ഓടുമ്പോൾ അവൻ വിളിച്ചു.

അനീസിമൊവ്ന

എന്താ കാര്യം? അനീസിമൊവ്ന ചോദിച്ചു.

എന്നെ ഉച്ചഭക്ഷണത്തിനു കാക്കണ്ട എന്ന് എന്റെ വീട്ടുകാരോടു പറയണം.

എങ്ങോട്ടാടാ, കൊച്ചുതെമ്മാടി, നീ പോകുന്നത്?

യുദ്ധത്തിന്! എന്നു പറഞ്ഞുകൊണ്ട് മീഷ കൈവീശി വിടവാങ്ങി.

പക്ഷെ മൈതാനത്തെത്തിയപ്പോൾ മീഷ സ്തംഭിച്ചുനിന്നുപോയി. ഒരൊറ്റ ജീവജാലം പോലും അവിടെങ്ങുമില്ല. മതിലിന്നടുത്തുള്ള നിലത്ത് സിഗററ്റുകുറ്റികളും ഒഴിഞ്ഞ ടിന്നുകളും ചിതറിക്കിടപ്പുണ്ട്. ആരുടേയോ കീറിയ പട്ടീസും കിടക്കുന്നു. ഗ്രാമത്തിന്റെ അങ്ങേത്തലയ്ക്കൽ ബാൻഡുവാദ്യം വീണ്ടും മുഴങ്ങി. ഉറപ്പുള്ള റോഡിൽ മാർച്ചു ചെയ്തു പോകുന്ന ശബ്ദം കേൾക്കാം.

നൈരാശ്യത്തോടെ ഒന്നു നീട്ടി വിളിച്ചുകൊണ്ട് മീഷ ആകാവുന്നത്ര വേഗത്തിൽ അവരുടെ പിന്നാലെ ഓടി. തീർച്ചയായും അവൻ അവരുടെ ഒപ്പം എത്തുമായിരുന്നു - തോലുറയ്ക്കിടുന്ന സ്ഥലത്തിനടുത്ത് മഞ്ഞനിറത്തിലുള്ള വലിയൊരു പട്ടി പല്ലിളിച്ചുകാട്ടി മുരണ്ടുകൊണ്ട് നടുറോഡിൽ കിടക്കുന്നില്ലായിരുന്നെങ്കിൽ. മീഷ മറ്റൊരു തെരുവിലൂടെ ഓടിവന്നപ്പോഴേക്ക് ബാൻഡുവാദ്യവും കാലടി ശബ്ദവും കേൾക്കാതായിക്കഴിഞ്ഞിരുന്നു

* * *

ഒന്നുരണ്ടു ദിവസം കഴിഞ്ഞ് പത്തുനാല്പതു പേരുടെ ഒരു സംഘം ഗ്രാമത്തിൽ വന്നു. ഈ പട്ടാളക്കാർ യൂണിഫോറമിട്ടിരുന്നില്ല. മെഴക്ക

പുരണ്ട പണിയുടുപ്പുകളും വൃത്തികെട്ട കമ്പിളിച്ചെരിപ്പുകളുമാണ് അവർ ധരിച്ചിരുന്നത്. അച്ഛൻ ഗ്രാമസോവിയറ്റിൽനിന്ന് ഉച്ചയ്ക്കു ഭക്ഷണം കഴിക്കാൻ വീട്ടിൽ വന്നപ്പോൾ മുത്തച്ഛനോടു പറഞ്ഞു:

"നമ്മുടെ ഗോതമ്പ് കളപ്പുരയിൽ ഒരുക്കിവയ്ക്കണം. മിച്ചധാന്യമെടുക്കാൻവേണ്ടി ഒരു ഭക്ഷ്യശേഖരസംഘം വന്നിട്ടുണ്ട്."

പട്ടാളക്കാർ വീടുതോറും കയറി പുരകളുടെ മൺതറകൾ ബയനറ്റുകൊണ്ടു കുത്തിനോക്കുകയും കുഴിച്ചിട്ടിരുന്ന ധാന്യം പുറത്തെടുത്ത് പൊതുപത്തായപ്പുരയിലേക്കയയ്ക്കാൻ വേണ്ടി വണ്ടികളിൽ കയറ്റുകയും ചെയ്തു.

ചെയർമാന്റെ മുറയും വന്നു. ഒരു പൈപ്പു വലിച്ചുകൊണ്ട് പട്ടാളക്കാരിലൊരാൾ മുത്തച്ഛനോടു ചോദിച്ചു:

"നേരു പറയണം, അപ്പൂപ്പാ. എത്ര ധാന്യം കുഴിച്ചിട്ടിട്ടുണ്ട്?"

പക്ഷെ മുത്തച്ഛൻ താടി തടവി ഇരുന്നതേയുള്ളൂ.

"എന്റെ മോൻ ഒരു കമ്മ്യൂണിസ്ററാണ്," മുത്തച്ഛൻ അഭിമാനപൂർവ്വം പറഞ്ഞു.

അവർ കളപ്പുരയിൽ പോയി. പൈപ്പു വലിച്ചിരുന്ന പട്ടാളക്കാരൻ പത്തായങ്ങൾ നോക്കി ചിരിച്ചു.

"ഒരു പത്തായം നിറയെ ധാന്യം പത്തായപ്പുരയിലേക്കയയ്ക്കു," അയാൾ പറഞ്ഞു. "ബാക്കി ഭക്ഷണത്തിനു വിത്തിനുമായി വച്ചുകൊള്ളൂ."

മുത്തച്ഛൻ സവ്രാസ്ക്കയെന്ന വയസ്സൻ കുതിരയെ വണ്ടിയിൽപൂട്ടി. ഒന്നുരണ്ടു തവണ നെടുവീർപ്പിടുകയും തന്നെത്താൻ പിറുപിറുക്കുകയും ചെയ്തെങ്കിലും മുത്തച്ഛൻ ഗോതമ്പു വണ്ടിയിൽ കയറ്റി - അത് എട്ടു ചാക്കു നിറച്ചുണ്ടായിരുന്നു. നിസ്സഹായതയോടെ തോളിളക്കിക്കൊണ്ട് അദ്ദേഹം പത്തായപ്പുരയിലേക്ക് വണ്ടിയോടിച്ചുപോയി. ഗോതമ്പു പോയതിൽ സങ്കടപ്പെട്ടുകൊണ്ട് അമ്മ അല്പം കരഞ്ഞു. ചാക്കുകൾ നിറയ്ക്കാൻ മുത്തച്ഛനെ സഹായിച്ചുകഴിഞ്ഞ് മീഷ വീത്യയുമായി കളിക്കാൻ പുരോഹിതന്റെ വീട്ടിലേക്കു പോയി.

കുട്ടികൾ രണ്ടുപേരും കടലാസ്സിൽനിന്നു വെട്ടിയെടുത്ത കുറെ കുതിരകളുമായി അടുക്കളത്തറയിൽ ഇരിക്കുകയായിരുന്നു അപ്പോഴാണ് പട്ടാളക്കാർ വന്നത് - മീഷയുടെ വീട്ടിൽ വന്ന അതേ കൂട്ടർ. പുരോഹിതൻ അവരെ സ്വീകരിക്കാൻ തിരക്കിട്ടുചെന്നു. പരിഭ്രമത്തിനിടയിൽ തന്റെ പുരോഹിതവസ്ത്രത്തിന്റെ വക്കിൽത്തട്ടി വീഴാൻ ഭാവിച്ചു. അദ്ദേഹം അവരെ വിരുന്നുമുറിയിലേക്കു ക്ഷണിച്ചു. പക്ഷെ പൈപ്പു വലിക്കുന്ന

പട്ടാളക്കാരൻ പരുഷമായി പറഞ്ഞു:

"നിങ്ങളുടെ കളപ്പുരയാണു ഞങ്ങൾക്കു കാണേണ്ടത്. ധാന്യം എവിടെയാണു സൂക്ഷിക്കുന്നത്." തലമുടി നാനാവിധമായിട്ടുകൊണ്ട് പുരോഹിതന്റെ ഭാര്യ അടുക്കളയിലേക്കു തിടുക്കത്തിൽ വന്നു.

"പറഞ്ഞാൽ വിശ്വസിക്കുമോ, മാന്യരേ, ഞങ്ങളുടെ പക്കൽ ഒരു മണി ധാന്യമില്ല," കൗശലം നിറഞ്ഞ പുഞ്ചിരിയോടെ അവർ പറഞ്ഞു. "എന്റെ ഭർത്താവ് ഇതേവരെ ഇടവകയിൽ ഇറങ്ങിയില്ല."

"നിങ്ങൾക്ക് എവിടെങ്കിലും ഒരു അറയുണ്ടോ?"

"ഇല്ല, അറ ഇല്ല. ഞങ്ങളെപ്പോഴും കളപ്പുരയിലാണു ധാന്യം സൂക്ഷിക്കാറ്."

അടുക്കളയിൽനിന്നിറങ്ങിച്ചെല്ലാവുന്ന വിശാലമായൊരു അറയിൽ താനും വീത്യയും കളിച്ച കാര്യം മീഷയ്ക്ക് നല്ല ഓർമ്മയുണ്ടായിരുന്നു.

"ഞാനും വീത്യയും കൂടി കളിച്ച, അടുക്കളയുടെ ചുവട്ടിലെ വലിയ അറയോ?" പുരോഹിതന്റെ ഭാര്യയുടെ നേരെ തിരിഞ്ഞ് അവൻ ചോദിച്ചു. "നിങ്ങളതു മറന്നു കാണും."

പുരോഹിതന്റെ ഭാര്യ ചിരിച്ചെങ്കിലും അവരുടെ മുഖം വിളറിയിരുന്നു.

"നിനക്കു വെറുതെ തോന്നുന്നതാണ്, കുട്ടി, അവർ പറഞ്ഞു. വീത്യ, നിങ്ങൾ രണ്ടുപേരും പഴത്തോട്ടത്തിൽ പോയി കളിക്കാത്തതെന്ത്?"

പൈപ്പുള്ള പട്ടാളക്കാരൻ കണ്ണു ചെറുതാക്കിക്കൊണ്ട് മീഷയെ നോക്കി ചിരിച്ചു.

"ആ അറയിലേക്ക് കടക്കേണ്ടതെങ്ങിനെയാണ്, അനിയാ?" അയാൾ ചോദിച്ചു.

"ആ വിവരംകെട്ട പയ്യൻ പറയുന്നതു വിശ്വസിക്കണ്ട," ഞൊട്ടയൊടിയുമാറ് കൈ രണ്ടും അമർത്തിക്കൊണ്ട് പുരോഹിതപത്നി പറഞ്ഞു. "ഞങ്ങൾക്ക് അറയില്ല, മാന്യരെ. ഞാൻ തീർത്തു പറയാം."

"ഒരുപക്ഷെ സഖാക്കൾക്ക് വിശക്കുന്നുണ്ടാവും," തന്റെ വസ്ത്രത്തിന്റെ മടക്കുകളിലൂടെ വിരലോടിച്ചുകൊണ്ട് പുരോഹിതൻ പറഞ്ഞു. "നമുക്ക് വിരുന്നുമുറിയിലേക്കു പോകാം."

കുട്ടികളെ കടന്നുപോകുമ്പോൾ പുരോഹിതന്റെ ഭാര്യ മീഷയെ വേദനിക്കത്തക്കവണ്ണം നുള്ളിയെങ്കിലും അങ്ങേയറ്റം അനുകമ്പാപൂർണ്ണമായ പുഞ്ചിരിയോടെ അവർ പറഞ്ഞതിങ്ങനെയാണ്:

"പഴത്തോട്ടത്തിൽ പോയി കളിക്കിൻ, കുട്ടികളേ. നിങ്ങൾ വഴി

മുടക്കുകയാണ്."

പട്ടാളക്കാർ പരസ്പരം നോക്കിയശേഷം അടുക്കള നിഷ്ക്കർഷ യോടെ പരിശോധിക്കാൻ തുടങ്ങി. അവർ തോക്കിന്റെ പാത്തികൊ ണ്ട് തറയിൽ മുട്ടിനോക്കി. ചുമരിനോടു ചേർന്നു നിന്നിരുന്ന ഒരു മേശ അവർ മാറ്റിയിട്ട് അതിന്റെ ചുവട്ടിൽ കിടന്നിരുന്ന ചാക്കുകഷണം നീക്കി. പൈപ്പുള്ള പട്ടാളക്കാരൻ തറപ്പലകകളിലൊരെണ്ണം പൊക്കി അടിയിൽ അറയിലേക്കു നോക്കി.

"നിങ്ങൾക്കു ലജ്ജയില്ലല്ലൊ," അയാൾ തലയാട്ടിക്കൊണ്ടു പറഞ്ഞു. "നിങ്ങളുടെ അറ നിറയെ ഗോതമ്പു കുമിച്ചിട്ടിട്ട് ധാന്യമില്ലെന്നു ഞങ്ങളോടു പറയുന്നു."

പുരോഹിതന്റെ ഭാര്യ തന്റെ നേർക്കയച്ച നോട്ടം കണ്ട് മീഷ ഭയന്നു. അവന് കഴിയുന്നതും വേഗം വീട്ടിലെത്തിയാൽ മതിയെന്നായി. അവൻ എഴുന്നേറ്റ് വാതുക്കലേക്ക് നടന്നു. പടിക്കൽവച്ച് പുരോഹിതപത്നി ഒപ്പമെത്തി അവനെ തലമുടിക്കു പിടിച്ചു കുലുക്കാൻ തുടങ്ങി. അവർ കരയുകയായിരുന്നു.

അവൻ കുടഞ്ഞുമാറി വീട്ടിലേക്കോടി. കണ്ണീരുകൊണ്ടു വീർപ്പുമുട്ടി അവൻ നടന്ന കാര്യങ്ങൾ അമ്മയോടു പറഞ്ഞു. അവരുടെ കൈകൾ പേടിച്ചു മുകളിലേക്കുയർന്നു.

"ഞാൻ എന്താണു നിന്നെ ചെയ്യേണ്ടത്?" അവർ പറഞ്ഞു. "അടി കൊള്ളണ്ടെങ്കിൽ പോ എന്റെ മുമ്പിൽ നിന്ന്!"

അതിനുശേഷം മീഷയുടെ മനസ്സു നോവുമ്പോഴെല്ലാം അവൻ നേരെ കളപ്പുരയുടെ ചുവട്ടിൽ വന്ന് കല്ലുരുട്ടിമാറ്റി ഇലപ്പൊതി അഴിച്ച് ചിത്രത്തിന്മേൽ കണ്ണീരൊഴുക്കിക്കൊണ്ട് തന്റെ എല്ലാ വൈഷമ്യങ്ങളും ലെനിനോടു തുറന്നുപറയും.

ഒരാഴ്ച കഴിഞ്ഞു. മീഷയ്ക്കു വല്ലാത്ത ഏകാന്തത അനുഭവപ്പെട്ടു. കൂടെ കളിക്കാനാരുമില്ല. അടുത്തുള്ള കുട്ടികളാരും അവന്റെയടുക്കൽ വരില്ല. ഇപ്പോൾ അവർ അവന്റെ പിന്നാലെ തന്തയില്ലാത്തവൻ എന്നു മാത്ര മല്ല വിളിച്ചുപറയുന്നത്. മുതിർന്നവർ പറയുന്നതുകേട്ട് കുട്ടികൾ പുതിയ പേരുകൾ പഠിച്ചിരുന്നു.

"കമ്മ്യൂണിസ്റ്റ് ചെറുക്കൻ," അവർ വിളിച്ചുപറയും. "വൃത്തികെട്ട കമ്മ്യൂണിസ്റ്റുകാരൻ."

ഒരു ദിവസം വൈകുന്നേരം കളത്തിൽനിന്നു മടങ്ങി വരുമ്പോൾ മീഷ വീട്ടിൽ അച്ഛന്റെ ഉച്ചത്തിലുള്ള പരുഷമായ ശബ്ദം കേട്ടു. ആളുകൾ

മരിച്ചപോകമ്പോഴെന്നപോലെ അമ്മ നിലവിളിക്കുകയാണ്. മീഷ അകത്തു കയറി. അച്ഛൻ ബൂട്സിടുകയാണ്. പട്ടാളക്കോട്ട് അടുത്തുത ന്നെ ചുരുട്ടിവച്ചിട്ടുണ്ട്.

“അച്ഛൻ എവിടെയാണു പോകുന്നത്?”

അച്ഛൻ പൊട്ടിച്ചിരിച്ചു.

“മോനേ, പറ്റുമെങ്കിൽ നീ ചെന്ന് അമ്മയെ സമാധാനിപ്പിക്ക്. അമ്മ കരഞ്ഞ് എന്റെ ചങ്കു പൊട്ടിക്കുകയാണ്. എനിക്കിനിയും യുദ്ധത്തിൽ പോയേ തീരൂ. അമ്മ സമ്മതിക്കുന്നില്ല.”

“എന്നെക്കൂടി കൊണ്ടുപോകൂ, അച്ഛാ.”

അച്ഛൻ ബെൽട്ടു മുറുക്കിക്കെട്ടി റിബൺവച്ച തൊപ്പി ധരിച്ചു.

“നിനക്കിത്ര വിവരമില്ലേ? നമുക്കു രണ്ടുപേർക്കും കൂടി എങ്ങനെ പോകാൻ കഴിയും? ഞാൻ മടങ്ങിവരുന്നതു വരെ നീ പോകരുത്. അല്ലെങ്കിൽ പിന്നാരാണ് കൊയ്ത്തു കാലത്ത് ഗോതമ്പു കൊണ്ടുവരു ന്നത്? അമ്മയ്ക്കു വീട്ടുജോലികളുണ്ട്. മുത്തച്ഛനാണെങ്കിൽ വയസ്സായി.”

മീഷ കണ്ണുനീർ പിടിച്ചുനിർത്തി. അച്ഛനോടു യാത്ര പറയാൻ നേരത്ത് ചിരിക്കുകപോലും ചെയ്തു. അച്ഛൻ വന്നപ്പോഴെന്നപോലെ അമ്മ അച്ഛന്റെ കഴുത്തിൽ തൂങ്ങിനിന്നു. അമ്മയെ പിടിച്ചുമാറ്റാൻ അച്ഛൻ കുറെ പാടുപെട്ടു. മുത്തച്ഛൻ നെടുവീർപ്പിട്ടു. അച്ഛനെ ചുംബിച്ചു വിടനൽകിക്കൊണ്ട് ചെവിട്ടിൽ പറഞ്ഞു, “ഫൊമാ, നോക്ക് - നീ വീട്ടിൽ നിന്നാലെന്താണ്? നിന്നെക്കൂടാതെ അവർക്കു പൊയ്ക്കൂടേ? നീ കൊല്ലപ്പെടുകയാണെങ്കിൽ ഞങ്ങൾ എന്തു ചെയ്യും?”

“കളയൂ, അച്ഛാ. ഇങ്ങനെ പറയുന്നതുകൊണ്ട് ഒരു ഗുണവുമില്ല. ആണുങ്ങളെല്ലാവരും പെണ്ണുങ്ങളുടെ പാവാടയ്ക്കു പിന്നിലൊളിച്ചാൽ ആരാണു സോവിയറ്റുകൾക്കുവേണ്ടി പൊരുതുന്നത്?”

“ഉം. ശരി. ധർമ്മമായിട്ടുള്ളതിനുവേണ്ടിയാണു നീ പൊരുതുന്നതെ ങ്കിൽ പോയിവാ.”

തല തിരിച്ചുകൊണ്ട് മുത്തച്ഛൻ ആരും കാണാതെ ഒരു തുള്ളി കണ്ണുനീർ തുടച്ചുകളഞ്ഞു.

അച്ഛനെ യാത്രയയയ്ക്കാൻ അവർ വില്ലേജ് സോവിയറ്റു വരെ ഒപ്പം പോയി. പത്തിരുപതുപേർ അവിടെ കാത്തുനില്പുണ്ടായിരുന്നു. എല്ലാ വരുടേയും കയ്യിൽ തോക്കുണ്ട്. അച്ഛനും ഒരു തോക്കെടുത്തു. മീഷയെ ഒരിക്കൽക്കൂടി ചുംബിച്ചുകൊണ്ട് അച്ഛൻ മറ്റുള്ളവരോടൊപ്പം ഗ്രാമത്തിനു

വെളിയിലേക്കു പോകുന്ന റോഡിലൂടെ നടന്നുപോയി.

മീഷ മുത്തച്ഛനോടൊപ്പം വീട്ടിലേക്കു മടങ്ങി. അമ്മ വേച്ചുവേച്ചു പുറകിൽ വരുന്നുണ്ട്. ഗ്രാമത്തിൽ അവിടവിടെ പട്ടികളുടെ കുര കേൾക്കാം. അവിടവിടെ ഏതെങ്കിലും വീടിന്റെ ജനാലയിലൂടെ വെളിച്ചം കാണാം. ഒരു വൃദ്ധ കറുത്ത കരിമ്പടംകൊണ്ടു പുതയ്ക്കുന്നതുപോലെ ഗ്രാമത്തെ രാത്രിയുടെ ഇരുട്ടു പൊതിഞ്ഞു. ചാറ്റൽമഴ പെയ്യുന്നുണ്ട്. പുൽക്കാട്ടിലെവിടെയോ മിന്നൽ തെളിയുന്നതു കാണാം. തുടർന്ന് ഇടിയുടെ പതിഞ്ഞ മുഴക്കവും കേൾക്കാം.

അവർ മൗനമായിട്ടാണു വീട്ടിലേക്കു നടന്നത്. പക്ഷെ പടിക്കലെത്തിയപ്പോൾ മീഷ ചോദിച്ചു:

"മുത്തച്ഛാ, അച്ഛൻ ആരോടു പൊരുതാനാണു പോയിരിക്കുന്നത്?"

"എന്നെ ശല്യപ്പെടുത്തരുത്."

"മുത്തച്ഛാ!"

"ഉം?"

"ആരോടു പൊരുതാനാണ് അച്ഛൻ പോയിരിക്കുന്നത്?"

പടി കുറ്റിയിട്ടുകൊണ്ട് മുത്തച്ഛൻ പറഞ്ഞു: "ഗ്രാമത്തിനു തൊട്ടടുത്ത് കുറെ ദുഷ്ടന്മാർ ഒത്തുകൂടിയിട്ടുണ്ട്. ഒരു സംഘമെന്നാണ് ആളുകൾ അവരെ വിളിക്കുന്നത്. എന്റെ കണ്ണിൽ അവർ വെറും കവർച്ചക്കാരാണ്. അവരോടു പൊരുതാനാണു നിന്റെ അച്ഛൻ പോയിരിക്കുന്നത്."

"അവരെത്രപേരുണ്ട്, മുത്തച്ഛാ?"

"പത്തിരുന്നൂറുപേരു കാണുമെന്നാണ് ആളുകൾ പറയുന്നത്. ഇനി മിണ്ടാതിരി. നീ ഉറങ്ങേണ്ട സമയം അതിക്രമിച്ചു."

രാത്രിയിൽ ആളുകളുടെ സംസാരം കേട്ട് മീഷ ഉണർന്നു. മുത്തച്ഛനെ ഉണർത്താൻ കൈ നീട്ടി. പക്ഷെ മുത്തച്ഛൻ കിടക്കയിൽ ഇല്ലായിരുന്നു.

മുത്തച്ഛൻ എവിടെയാണ്?

ശ് ശ്! മിണ്ടാതെ കിടന്നുറങ്ങ്!

മീഷ എഴുന്നേറ്റ് ഇരുട്ടിൽ അടുക്കളയിലൂടെ തപ്പിത്തടഞ്ഞ് ജനാലയുടെ അടുത്തെത്തി. മുത്തച്ഛൻ അടിയുടുപ്പു മാത്രമിട്ടുകൊണ്ട് അവിടെ ഒരു ബെഞ്ചിലിരിപ്പുണ്ടായിരുന്നു. തുറന്ന ജനാലയിലൂടെ തല പുറത്തിട്ട് അദ്ദേഹം ശ്രദ്ധിക്കുകയായിരുന്നു. മീഷയും ചെവിയോർത്തു. ഗ്രാമത്തിനപ്പുറത്തെവിടെയോ വെടി വയ്ക്കുന്നതിന്റെ ശബ്ദം രാത്രിയുടെ നിശ്ശബ്ദതയിൽ അവൻ വ്യക്തമായി കേട്ടു. ആദ്യം ഇടയ്ക്കിടെ മാത്രമേ

വെടി പൊട്ടിയുള്ളൂ. പിന്നീടതു തുടർച്ചയായി കേട്ടു.

ഠേ! ഠേ ! ഠേ !

ആരോ ആണിയടിച്ചുകയറ്റുന്നതുപോലെ

മീഷയ്ക്കു പേടിയായി. അവൻ മുത്തച്ഛനോടു ചേർന്നിരുന്നു.

എന്റെ അച്ഛൻ വെടിവയ്ക്കുന്നതാണോ ആ കേൾക്കുന്നത്?

മുത്തച്ഛൻ മിണ്ടിയില്ല. അമ്മ വീണ്ടും കരഞ്ഞുതുടങ്ങി.

രാത്രി മുഴുവൻ വെടി തുടർന്നു. നേരം പുലർന്നപ്പോൾ എല്ലാം നിശബ്ദമായി. മീഷ ബെഞ്ചിൽ ചുരുണ്ടുകൂടി അസുഖകരമായ ദീർഘനിദ്രയിൽ ലയിച്ചു. താമസിയാതെ കുറേപ്പേർ തെരുവിലൂടെ വില്ലേജ് സോവിയറ്റിന്റെ നേരെ കുതിരയോടിച്ചു ചെന്നു. മുത്തച്ഛൻ മീഷയെ ഉണർത്തി തിടുക്കത്തിൽ മുറ്റത്തിറങ്ങി.

വില്ലേജ് സോവിയറ്റിന്റെ മീതെ ഒരു കറുത്ത തൂൺപോലെ പുക പൊങ്ങി. അടുത്തുള്ള കെട്ടിടങ്ങളിലുരസിക്കൊണ്ട് തീജ്വാലകൾ ആളിക്കത്തി. കുതിരസവാരിക്കാർ തെരുവുകളിലൂടെ അങ്ങോട്ടുമിങ്ങോട്ടും പാഞ്ഞു നടന്നു. ഒരാൾ മുത്തച്ഛനോടു വിളിച്ചു ചോദിച്ചു:

“കുതിരയുണ്ടോ, മൂപ്പിന്നേ?”

“ഉണ്ട്.”

“എന്നാൽ കുതിരയെ പൂട്ടി പോയി നിങ്ങളുടെ കമ്മ്യൂണിസ്റ്റുകാരെ എടുത്തുകൊണ്ടുവരൂ. അവരെ ആ കുറ്റിക്കാട്ടിൽ കൂട്ടിയിട്ടിട്ടുണ്ട്. എടുത്തുകൊണ്ടുപോയി കുഴിച്ചിടാൻ അവരുടെ വീട്ടുകാരോടു പറയൂ.”

മുത്തച്ഛൻ വേഗം സവ്രാസ്ക്കയെ പൂട്ടി വിറയ്ക്കുന്ന കൈകളിൽ കടിഞ്ഞാൻ പിടിച്ച് വണ്ടിയോടിച്ചുപോയി.

ഗ്രാമത്തിൽ അട്ടഹാസങ്ങളും നിലവിളികളും ഉയർന്നു. കൊള്ളക്കാർ വയ്ക്കോലെടുത്തുകൊണ്ടുപോവുകയും ആടുകളെ കൊല്ലുകയും ചെയ്തു. ഒരുത്തൻ അനീസിമൊവ്നയുടെ വേലിക്കരികിൽ കുതിരപ്പുറത്തുനിന്നിറങ്ങി അവരുടെ വീട്ടിലേക്കോടിക്കയറി. അനീസിമൊവ്നയുടെ നിലവിളി മീഷ കേട്ടു. കൊള്ളക്കാരൻ പുറത്തിറങ്ങിവന്നു. അയാളുടെ വാൾ കതകിൽ മുട്ടി കിലുങ്ങി. അയാൾ തിണ്ണയിലിരുന്ന് തന്റെ ബൂട്സൂരി മാറ്റി, വൃത്തികെട്ട പട്ടീസ് വലിച്ചു ദൂരെക്കളഞ്ഞ് പകരം അനീസിമൊവ്നയുടെ നിറപ്പകിട്ടുള്ള ഷാൾ രണ്ടായി കീറി കാലിൽ ചുറ്റി.

മീഷ അമ്മയുടെ കിടക്കയിൽ കയറിക്കിടന്ന് തല തലയിണക്കടിയിലൊളിച്ചുവച്ചു. പടിവാതിലിന്റെ കിരുകിരശബ്ദം കേൾക്കുന്നതുവരെ

അവനവിടെക്കിടന്നു. അപ്പോളവൻ മുറ്റത്തേക്കോടി. താടി മുഴുവൻ കണ്ണുനീരിൽ കുതിർന്ന് മുത്തച്ഛൻ കുതിരയെ മുറ്റത്തേക്കു കയറ്റുന്നതാണ് അവൻ കണ്ടത്.

കാലിൽ ചെരിപ്പില്ലാതെ, കൈ രണ്ടും മലർത്തിയിട്ട് ഒരാൾ വണ്ടിയിൽ കിടക്കുന്നു. തല വണ്ടിയുടെ പിറകിൽ മുട്ടിക്കൊണ്ടിരിക്കുന്നുണ്ട്. പലകകളിൽ ചോര ഇരുണ്ട നിറത്തിൽ തളം കെട്ടി നിൽക്കുന്നു.

കാലുറയ്ക്കാതെ മീഷ വണ്ടിയുടെ അടുത്തേക്ക് നടന്ന് ആ മനുഷ്യന്റെ മുഖത്തു നോക്കി. മുഖം മുഴുവൻ വാൾ വെട്ടേറ്റ പാടുകളുണ്ട്. പല്ലുകൾ പുറത്തു കാണാം. വെട്ടിമാറ്റപ്പെട്ട ഒരു കവിൾ ലേശം തൊലിയിൽ തൂങ്ങിക്കിടക്കുന്നു. ചുവന്നു തുറിച്ച ഒരു കണ്ണിൽ പച്ചനിറമുള്ള വലിയൊരു ഈച്ച ഇരിപ്പുണ്ട്.

മീഷ ഭയന്നു വിറച്ചു. പക്ഷെ അവന് പെട്ടെന്ന് കാര്യം മനസ്സിലായില്ല. തിരിഞ്ഞുപോകാൻ ഭാവിച്ചപ്പോഴാണ് നീലയും വെള്ളയും വരകളോടുകൂടിയ നാവികകുപ്പായം ചോരയിൽ കുതിർന്നു കിടക്കുന്നതു കണ്ടത്. ആരോ അടിച്ചപോലെ അവൻ ഭയങ്കരമായി ഞെട്ടി. ഒന്നുകൂടി തിരിഞ്ഞ് നിശ്ചലമായി കിടക്കുന്ന ആ ഇരുണ്ട മുഖത്തേക്കു തുറിച്ചുനോക്കി.

"അച്ഛാ!" വണ്ടിയിലേക്കു ചാടിക്കയറി അവൻ വിളിച്ചു. "അച്ഛാ, എഴുന്നേൽക്കൂ! അച്ഛാ!"

അവൻ വണ്ടിയിൽനിന്നു താഴെ വീണു. ഓടാൻ ശ്രമിച്ചെങ്കിലും കാൽ കുഴഞ്ഞു വീണു. ഇഴഞ്ഞിഴഞ്ഞ് അവൻ പൂമുഖം വരെ എത്തി. അവിടെ മുഖം മണലിലമർത്തി അവൻ മടങ്ങി.

* * *

മുത്തച്ഛന്റെ കണ്ണുകൾ കുഴിഞ്ഞ് വളരെ ഉള്ളിലേക്കു പോയിരുന്നു. തല ഇളകിക്കൊണ്ടിരുന്നു. ചുണ്ടുകൾ നിശ്ശബ്ദം അനങ്ങിക്കൊണ്ടിരുന്നു.

ഏറെനേരം അദ്ദേഹം ഒന്നു മിണ്ടാതെ മീഷയുടെ മുടി തലോടിക്കൊണ്ട് ഇരുന്നു. പിന്നീട് കട്ടിലിൽ മോഹാലസ്യപ്പെട്ടു കിടക്കുന്ന അമ്മയെ ഒന്നു നോക്കിയശേഷം അടക്കിയ സ്വരത്തിൽ പറഞ്ഞു, "വാ, മോനെ. നമുക്കിവിടന്നു പുറത്തു കടക്കാം."

മുത്തച്ഛൻ മീഷയെ കയ്യു പിടിച്ചു പൂമുഖത്തേക്കു വന്നു. മറ്റേ മുറിയുടെ തുറന്ന കതകു കടന്നപ്പോൾ മീഷ കിടുകിടെ വിറച്ചുകൊണ്ട് താഴോട്ടു നോക്കി. അവിടെ മേശപ്പുറത്ത് അച്ഛൻ കിടന്നിരുന്നു - ഉഗ്രഭാവത്തിൽ, നിശ്ചലനായി. ചോരയുടെ പാടുകൾ കഴുകിക്കളഞ്ഞിരുന്നു. പക്ഷെ ആ

ച്ചവന്ന തുറിച്ച കണ്ണും അതിലിരുന്നിരുന്ന പച്ചനിറമുള്ള ഈച്ചയേയും മീഷയ്ക്കു മറക്കാൻ കഴിഞ്ഞില്ല.

കിണറ്റിൻകരയിൽ മുത്തച്ഛൻ വളരെ നേരം പണിപ്പെട്ടശേഷം തൊട്ടിയുടെ കയറഴിച്ചു. പിന്നീട് സവ്രാസ്ക്കയെ കളപ്പുരയിൽനിന്നു പുറത്തേക്കു കൊണ്ടുവന്ന് കുപ്പായക്കൈകൊണ്ട് കുതിരയുടെ വായിൽനിന്നു നുരയെല്ലാം തുടച്ചുകളഞ്ഞ് കടിവാളമിട്ടു. ഒരു നിമിഷം അദ്ദേഹം ചെവിയോർത്തു. ഗ്രാമത്തിൽ ചിരിയും ആർപ്പുവിളികളും മുഴങ്ങിക്കേൾക്കാം. രണ്ടു കൊള്ളക്കാർ ആ വഴി കുതിരയോടിച്ചു പോയി. അവരുടെ സിഗററ്റിന്റെ അറ്റം സന്ധ്യാവെളിച്ചത്തിൽ മിന്നുന്നുണ്ടായിരുന്നു.

"അവരുടെ മിച്ചധാന്യമെടുപ്പിന്റെ ഫലം നാമവർക്കു കാട്ടിക്കൊടുത്തു, അതിലൊരാൾ പറഞ്ഞു. ആളുകളുടെ ധാന്യമെടുത്താലത്തെ അനുഭവമെന്താണെന്ന് പരലോകത്തിൽ ചെല്ലുമ്പോൾ അവർക്കു മനസ്സിലാവും."

കുളമ്പടിശബ്ദം കേൾക്കാതായപ്പോൾ മുത്തച്ഛൻ കുനിഞ്ഞ് മീഷയുടെ ചെവിട്ടിൽ പറഞ്ഞു:

"എനിക്കു വയസ്സായി. കുതിരപ്പുറത്തു കയറാൻ വയ്യ മോനേ, ഞാൻ നിന്നെ കുതിരപ്പുറത്തു കയറ്റാം. നീ നേരെ പ്രോനിൻ ഗ്രാമത്തിൽ ചെല്ലണം. ഞാൻ വഴി കാട്ടിത്തരാം. കഴിഞ്ഞ ദിവസം പെരുമ്പറയും കുഴലുമായി ഈ ഗ്രാമത്തിലൂടെ കടന്നുപോയ പട്ടാളക്കാർ അവിടുണ്ട്. കൊള്ളക്കാർ ഇവിടുള്ളതുകൊണ്ട് അവരോടു വേഗം വരാൻ പറയണം. അവരോടു പറയേണ്ടതെന്താണെന്നു നീ ഓർക്കുമോ?

മീഷ തലയാട്ടി. മുത്തച്ഛൻ അവനെ എടുത്തുപൊക്കി കുതിരപ്പുറത്തു കയറ്റിയിരുത്തി. വീഴാതിരിക്കാൻ തൊട്ടിയിൽനിന്നഴിച്ചെടുത്ത കയറു കൊണ്ട് അവന്റെ കാലുകൾ ജീനിയോടു ചേർത്തു കെട്ടി. കുതിരയേയും പിടിച്ചുകൊണ്ട് മെതിസ്ഥലവും കുളവും കൊള്ളക്കാരുടെ സങ്കേതവും കടന്ന് തുറന്ന പുൽപ്രദേശത്തെത്തി.

"കുന്നിന്റെ നേർക്കൊഴുകുന്ന ആ ചാലു കണ്ടോ? മുത്തച്ഛൻ പറഞ്ഞു. ആ ചാലിന്റെ വക്കു പിടിച്ചു പൊക്കോ. ഒരിടത്തും തിരിയണ്ട. നീ നേരെ ഗ്രാമത്തിലെത്തും. ശരി. നിനക്കു നല്ലതു വരട്ടെ, മോനേ."

മുത്തച്ഛൻ മീഷയെ ചുംബിച്ചു. സവ്രാസ്ക്കയുടെ ചുമലിൽ മെല്ലെ അടിച്ചു.

ചന്ദ്രികയുള്ള തെളിഞ്ഞ ഒരു രാത്രിയായിരുന്നു അത്. ഇടയ്ക്കിടെ തുമ്മുകയും ചീറുകയും ചെയ്തുകൊണ്ട് സവ്രാസ്ക്ക പതുക്കെ ഓടിപ്പോയി.

ജീനിയിലിരുന്നു പൊങ്ങുകയും താഴുകയും ചെയ്തുകൊണ്ടിരുന്ന സവാരിക്കാരനു തീരെ ഭാരമില്ലാതിരുന്നതിനാൽ കുതിര പലപ്പോഴും ഓട്ടത്തിന്റെ വേഗത കുറച്ചു. അപ്പോൾ മീഷ കടിഞ്ഞാണൊന്നിളക്കുകയോ കുതിരയുടെ കഴുത്തിലടിക്കുകയോ ചെയ്യും.

വിളഞ്ഞുവരുന്ന ധാന്യം പച്ചനിറത്തിൽ തിങ്ങിനിന്നിരുന്ന പാടങ്ങളിൽ കാടപ്പക്ഷികൾ ഉന്മേഷത്തോടെ കൂവിവിളിച്ചു. ചാലിൽനിന്നും വെള്ളത്തിന്റെ മർമ്മരശബ്ദം ഉയർന്നു. കുളിർമയേറിയ ഒരിളം കാറ്റടിച്ചു.

ഈ പുൽപ്രദേശത്ത് ഒറ്റയ്ക്കിങ്ങനെ പോകാൻ മീഷയ്ക്കു ഭയം തോന്നി. അവൻ സവ്രാസ്ക്കയുടെ കഴുത്തിൽ കെട്ടിപ്പിടിച്ചു. കുതിരയുടെ ചൂടു പകരുന്ന ശരീരത്തോടൊട്ടിക്കിടക്കുന്ന വിറയാർന്ന ഒരു മനുഷ്യശകലമായിരുന്നു അവൻ.

വഴി കുന്നിലൂടെ മേലോട്ടും പിന്നീട് അല്പം താഴോട്ടും വീണ്ടും മേലോട്ടും നീണ്ടുകിടന്നിരുന്നു. മീഷ സ്വയം മന്ത്രിച്ചുകൊണ്ടിരുന്നു. പുറകോട്ടു തിരിഞ്ഞുനോക്കാൻ അവനു ധൈര്യമില്ലായിരുന്നു. ചിന്തിക്കാൻപോലും അവൻ ഭയന്നു. അവൻ കണ്ണടച്ചു. ആ നിശ്ശബ്ദത അവന്റെ കാതുകളടച്ചു.

പെട്ടെന്ന് സവ്രാസ്ക്ക തലയാട്ടുകയും ചീറുകയും ചെയ്തുകൊണ്ട് ഓട്ടത്തിന്റെ വേഗത കൂട്ടി. മീഷ കണ്ണു തുറന്നു. അങ്ങു താഴെ, കുന്നിൻചുവട്ടിൽ, വിളക്കുകൾ മങ്ങിക്കത്തുന്നുണ്ട്. പട്ടികൾ കുരയ്ക്കുന്ന ശബ്ദം കാറ്റടിച്ചു ചെവിയിലെത്തി.

ഒരു നിമിഷത്തേക്ക് മീഷയുടെ തണുത്ത ഹൃദയം ആഹ്ലാദംകൊണ്ട് ഊഷ്മളമായി.

"ഓട് വേഗം," ഉപ്പൂറ്റി കുതിരയുടെ പള്ളയ്ക്കമർത്തിക്കൊണ്ട് അവൻ വിളിച്ചുപറഞ്ഞു.

പട്ടികളുടെ കുര അടുത്തടുത്തു വന്നു. കുന്നിൻ ചരിവിൽ ഒരു കാറ്റാടിമില്ലിന്റെ രൂപം ഇരുട്ടിൽ അവ്യക്തമായി കണ്ടു.

"ആരവിടെ?" മില്ലിനകത്തുനിന്ന് ചോദ്യമുയർന്നു.

മീഷ നിശ്ശബ്ദനായി സവ്രാസ്ക്കയെ മുന്നോട്ടു പോകാൻ നിർബ്ബന്ധിച്ചുകൊണ്ടിരുന്നു. കോഴി കൂവി. നിൽക്ക്! ആരവിടെ? നിന്നില്ലെങ്കിൽ വെടിവയ്ക്കും

അതുകേട്ട് മീഷ പേടിച്ചു. അവൻ കടിഞ്ഞാൺ വലിച്ചു. പക്ഷെ മറ്റു കുതിരകളുടെ സാമീപ്യം മണത്തറിഞ്ഞ സവ്രാസ്ക്ക ഉച്ചത്തിൽ ചിനച്ചുകൊണ്ട് മുന്നോട്ടു കുതിച്ചു.

നിൽക്ക്!

കാറ്റാടിമില്ലിനടുത്തെവിടെയോനിന്ന് വെടികൾ മുഴങ്ങി. മീഷയുടെ നിലവിളി കുളമ്പടിശബ്ദത്തിനിടയിൽ പുറത്തു കേട്ടില്ല. സവ്രാസ്ക്ക കിതച്ചുകൊണ്ട് മുൻകാലുകൾ ഉയർത്തി വലതുവശം തിരിഞ്ഞ് നിലത്തേക്ക് ആഞ്ഞുവീണു.

മീഷയുടെ കാലിലൂടെ വേദന തുളച്ചുകയറി. അവനു കരയാൻപോലും കഴിയാത്തവണ്ണം അത്ര ഭയങ്കരമായ, ദുസ്സഹമായ വേദനയായിരുന്നു അത്. സവ്രാസ്ക്കയുടെ ഭാരം അവന്റെ വേദനിക്കുന്ന കാലിൽ അധികമധികം അമർന്നു.

കുളമ്പടി ശബ്ദം അടുത്തടുത്തു വന്നു. രണ്ടു സവാരിക്കാർ പ്രത്യക്ഷപ്പെട്ടു. വാളിളക്കിക്കൊണ്ട് അവർ താഴെയിറങ്ങി മീഷയുടെ നേരെ കുനിഞ്ഞു.

"ദൈവം നമ്മെ രക്ഷിക്കട്ടെ! വെറുമൊരു കൊച്ചു പയ്യനാണിത്!"

"കൊല്ലപ്പെട്ടോ?"

ഒരു കൈ മീഷയുടെ ഷർട്ടിനടിയിലേക്കു തിരുകപ്പെട്ടു. പുകയിലയുടെ മണമുള്ള ചൂടുശ്വാസം അവന്റെ മുഖത്തടിച്ചു.

"ജീവനുണ്ട്," ആദ്യത്തെയാളിന്റെ ശബ്ദം ആശ്വാസത്തോടെ പറഞ്ഞു. കുതിര വീണ് കാലിനു പരിക്കേറ്റിട്ടുണ്ടെന്നാണു തോന്നുന്നത്.

ബോധം പാതി നഷ്ടപ്പെട്ടുകൊണ്ട് മീഷ കഷ്ടിച്ച് ഇത്രയും പറഞ്ഞു: "ഗ്രാമത്തിൽ കൊള്ളക്കാരുണ്ട്. അവർ എന്റെ അച്ഛനെ കൊന്നു. സോവിയറ്റിന്റെ കെട്ടിടം തീവച്ചു നശിപ്പിച്ചു. മുത്തച്ഛൻ പറഞ്ഞു നിങ്ങൾ കഴിയുന്നത്ര വേഗം വരണമെന്ന്."

പിന്നീട് സർവ്വതും മങ്ങിമറഞ്ഞു. നാനാവർണ്ണത്തിലുള്ള വൃത്തങ്ങൾ മീഷയുടെ കൺമുമ്പിൽ ചുറ്റിക്കറങ്ങാൻ തുടങ്ങി.

പൊട്ടിച്ചിരിക്കുകയും ചെമ്പിച്ച മീശ പിരിക്കുകയും ചെയ്തുകൊണ്ട് അച്ഛൻ കടന്നുപോയി. പച്ചനിറത്തിലുള്ള വലിയൊരു ഈച്ച കൃഷ്ണമണിയിൽ ആടിയാടി നിൽക്കുന്നുണ്ട്. അതാ മുത്തച്ഛൻ ശാസനാഭാവത്തിൽ തലയാട്ടിക്കൊണ്ടുപോകുന്നു. അടുത്തത് അമ്മയാണ്. മീഷയുടെ നേർക്കുതന്നെ കൈ ചൂണ്ടിക്കൊണ്ട് ഉയർന്ന നെറ്റിയോടുകൂടിയ ഒരു ചെറിയ മനുഷ്യനാണു പിന്നീടു വന്നത്.

"സഖാവു ലെനിൻ!..." വീർപ്പുമുട്ടിയ സ്വരത്തിൽ മീഷ വിളിച്ചു. വളരെ ആയാസപ്പെട്ടുകൊണ്ട് അവൻ തല ഉയർത്തി നോക്കി പുഞ്ചിരിച്ച് കൈ രണ്ടും നീട്ടി.

അന്യരക്തം

ഫിലിപ്പപുണ്യാളന്റെ സദ്യ കഴിഞ്ഞ് ആഗമനപ്പെരുന്നാൾ കാലത്താണ് ആദ്യത്തെ മഞ്ഞ് പൊഴിഞ്ഞുതുടങ്ങിയത്. സ്റ്റെപ്പിയിലെ ഉണങ്ങിയ ചുവന്ന പുൽക്കൊടികളെ ഉലയ്ക്കുകയും ഹിമാനികളുടെ പരുപരുത്ത വക്കുകളെ മിനുസപ്പെടുത്തുകയും കുണ്ടും കുഴിയും നിറഞ്ഞ പാതകങ്ങളുടെ നട്ടെല്ലുകളെ നക്കിത്തുടയ്ക്കുകയും ചെയ്തുകൊണ്ട് ദോൻനദിയുടെ അക്കരെനിന്നും ശക്തിയായ കാറ്റടിച്ചു. പച്ചകലർന്ന സായംസന്ധ്യയിലെ നിശ്ചലതയാൽ നിശ ഗ്രാമത്തെ ആവരണം ചെയ്തു. പാടങ്ങൾക്ക് അപ്പുറത്ത് ഉഴുതുമറിക്കപ്പെടാത്ത സ്റ്റെപ്പി, പടർന്നു കിടക്കുന്ന കാട്ടുചെടികളുടെ കീഴിൽ കിടന്നു മയങ്ങി.

പാതിരാനേരത്ത് ഇടുക്കിൽനിന്ന് ഒരു ചെന്നായ് ഓരിയിട്ടു തുടങ്ങി. ഗ്രാമത്തിലെ നായ്ക്കൾ അതുകേട്ട് കുരച്ചു. വൃദ്ധനായ ഗവ്രീല ഉണർന്നു. അടുപ്പിന്റെ വക്കിൽ നിന്നും കാലുകൾ തൂക്കിയിട്ട് പുകക്കുഴലിൽ മുറുകെപ്പിടിച്ചുകൊണ്ട് അയാൾ ചുമച്ചുതുടങ്ങി. ചുമ കഴിഞ്ഞ് കാർക്കിച്ചുതുപ്പിയിട്ട് അയാൾ പുകയിലസഞ്ചി തപ്പിയെടുത്തു.

എന്നും രാത്രി പാതിരാക്കോഴി കൂവിയാലുടൻ വൃദ്ധൻ ഉണരും അയാൾ പുകവലിയ്ക്കുകയും ചുമച്ച് കുറുകുറുപ്പോടെ ശ്വാസകോശത്തിലുള്ള കഫം തുപ്പിക്കളയുകയും ചെയ്തുകൊണ്ട് എഴുന്നേറ്റിരിക്കും. ശ്വാസം മുട്ടിക്കുന്ന ആ ചുമകൾക്ക് ഇടയ്ക്കുള്ള സമയത്ത് അയാളുടെ ചിന്ത അതിനു സുപരിചിതമായ പാതയിലൂടെ തലയ്ക്കുള്ളിൽ ചുറ്റിത്തിരിഞ്ഞുകൊണ്ടിരിക്കും. ആ ചിന്തകൾ മുഴുവൻ യുദ്ധത്തിൽ നിന്നും മടങ്ങിയെത്തിയിട്ടില്ലാത്ത

അയാളുടെ പുത്രനെ കുറിച്ചുള്ളവയായിരുന്നു.

അയാളുടെ ഏകസന്താനമായിരുന്ന ആദ്യത്തേതും ഒടുവിലത്തേതു മായ ആ പുത്രൻ. ആ പുത്രനുവേണ്ടിയാണ് ഗവ്രീല ഓരോ നിമിഷവും പണിയെടുത്തിരുന്നത്. ചുവപ്പുഭടന്മാരുമായി പൊരുതുവാൻ പുത്രനെ യുദ്ധമുന്നണിയിലേക്ക് അയക്കേണ്ട സമയമായപ്പോൾ ഗവ്രീല ഒരു ജോടി കാളകളെ ചന്തയിൽ കൊണ്ടുപോയി വിറ്റു. ആ പണം കൊണ്ട് അയാൾ ഒരു പടക്കുതിരയെ വാങ്ങി. അതു വെറുമൊരു കുതിരയായി രുന്നില്ല, സ്റ്റെപ്പിയിലെ ഒരു ചുഴലിക്കാറ്റുതന്നെ ആയിരുന്നു. പിന്നീട് കുടുംബത്തിലെ വിലപിടിപ്പുള്ള സാധനങ്ങൾ സൂക്ഷിക്കുന്ന പെട്ടി തുറന്ന് അയാൾ മുത്തച്ഛന്റെ വകയായിരുന്ന വെള്ളികെട്ടിയ കടിഞ്ഞാൺ പുറത്തെടുത്തു. മകൻ യാത്ര ചോദിച്ചപ്പോൾ അച്ഛൻ പറഞ്ഞു:

“പെത്രോ, ഞാൻ നിനക്ക് വേണ്ടതെല്ലാം തന്നിട്ടുണ്ട്. നിന്റെ വേഷത്തിൽ പ്രത്യക്ഷപ്പെടാൻ ഒരു ഓഫീസർക്കുപോലും ലജ്ജ തോന്നുകയില്ല. നിന്റെ അച്ഛൻ ചെയ്തിട്ടുള്ളതുപോലെ നീയും കൊസാക്ക് സൈന്യത്തെ സേവിക്കുക. ശാന്തയായ ദോൻനദിയ്ക്ക് അപമാനം വരു ത്താതിരിക്കുവാൻ പ്രത്യേകം ശ്രദ്ധിക്കണം. നിന്റെറ മുത്തപ്പന്മാരും മുതു മുത്തപ്പന്മാരും സാർ ചക്രവർത്തിക്കുവേണ്ടി സേവനം അനുഷ്ഠിച്ചിട്ടുണ്ട്. അതുകൊണ്ട് നീയും അതുതന്നെ ചെയ്യണം!”

ഇപ്പോൾ വൃദ്ധനായ ഗവ്രീല നിലാവുതട്ടി പച്ചനിറമായ ജനാല യിലൂടെ പുറത്തേക്കു തുറിച്ചുനോക്കി. മുറ്റത്ത് കാറ്റ് അതിന്റേതല്ലാത്ത എന്തോ തപ്പിനടക്കുന്ന ശബ്ദം ശ്രദ്ധിച്ചുകൊണ്ട്, ഇങ്ങിനിവരാത്തവണ്ണം പൊയ്പ്പോയ ദിനങ്ങളെക്കുറിച്ച് അയാൾ ഓർമ്മിച്ചു.

യാത്രയയപ്പു സൽക്കാരവേളയിൽ കൊസാക്കുകൾ ഗവ്രീലയുടെ ഓടപ്പുല്ലുമേഞ്ഞ പുരയുടെ കഴുക്കോലുകൾ കുലുങ്ങുമാറ് ഒരു പഴയ ഗാനം ഉറക്കെ പാടി:

അടരാടുന്നു നിർഭയർ ഞങ്ങൾ

പോരിനിറങ്ങുന്നു.

ആജ്ഞകൾ കേൾക്കും നിമിഷം ശത്രുവെ

അരിഞ്ഞു വീഴ്ത്തുന്നു.

അമിതമായി മദ്യപാനം ചെയ്ത പെത്രോ മേശയ്ക്കരികിലിരുന്നിരു ന്നു. അവന്റെ മുഖം വിളറി ഏതാണ്ട് നീല നിറമായി. അവസാനത്തെ കോപ്പ മോന്തിക്കഴിഞ്ഞപ്പേഴേയ്ക്കും അവൻ തളർച്ചയോടെ കണ്ണുകൾ അടച്ചു; എങ്കിലും കുതിരപ്പുറത്തു കയറാനും ജീനിയിൽ ഉറച്ചിരിക്കാനും

അവന് എങ്ങിനെയോ സാധിച്ചു. കുറവാൾ അരയിൽ ശരിക്കു വച്ചുക ഴിഞ്ഞപ്പോൾ അവൻ കൂടെ കൊണ്ടുപോകാനായി കുനിഞ്ഞ് പിറന്ന നാട്ടിലെ ഒരുപിടി മണ്ണ് വാരിയെടുത്തു. അവൻ ഇപ്പോൾ എവിടെയാണു കിടക്കുന്നത്? അന്യദേശങ്ങളിൽ തന്റെ നെഞ്ചിന് ചൂടുനല്കുവാൻ ഏതു മണ്ണാണ് അവൻ കണ്ടെത്തിയത്?

വൃദ്ധന്റെ നീണ്ട ചുമ വരണ്ടതായിരുന്നു. നെഞ്ചിനുള്ളിൽ ശ്വാസകോ ശങ്ങൾ ഏങ്ങിവലിച്ചുകൊണ്ടിരുന്നു. ചുമകൾക്ക് ഇടയ്ക്കുള്ള സമയത്ത് തൊണ്ടയിലെ കഫം തുപ്പിക്കളഞ്ഞ് തന്റെ വളഞ്ഞ പുറം പുകക്കുഴലിൽ ചാരിവച്ചുകൊണ്ട് വൃദ്ധൻ ഇരിക്കുമ്പോൾ അയാളുടെ ചിന്ത അതിനു സുപരിചിതമായ പാതയിൽക്കൂടി തലയ്ക്കുള്ളിൽ ചുറ്റിത്തിരിഞ്ഞുകൊ ണ്ടിരിക്കും.

* * *

വൃദ്ധനായ ഗവ്രീല പുത്രനെ യാത്രയാക്കി ഒരു മാസം കഴിഞ്ഞ പ്പോൾ ചുവപ്പുസേന എത്തി. ചിരപ്രതിഷ്ഠിതമായ കൊസാക്ക് പാരമ്പര്യത്തെ, ആക്രമണം നടത്തുന്ന ഒരു ശത്രുസേനയെപ്പോലെ അവർ ലംഘിച്ചു. വൃദ്ധൻ ശീലിച്ചുപോന്നിട്ടുള്ള ജീവിതചര്യയെ ഒഴിഞ്ഞ കീശപോലെ അവർ അകംപുറമാക്കി. ദോൻനദിയുടെ മറുകരയിൽ പെത്രോ വീറോടെ യുദ്ധം ചെയ്ത് സാർജന്റ് സ്ഥാനത്തിന് അർഹനാ യിക്കൊണ്ടിരിക്കുമ്പോൾ ഗ്രാമത്തിൽ വൃദ്ധനായി ഗവ്രീല, പണ്ട് താൻ സ്വർണ്ണമുടിക്കാരനായ പെത്രോയെ ലാളിച്ചുവളർത്തിയതുപോലെ, മോസ്ക്കോവിൽനിന്നു പുതുതായി പൊട്ടിമുളച്ച് ചുവപ്പുസേനയോടുള്ള വിദ്വേഷത്തെ - ഒരു വൃദ്ധഹൃദയത്തിൽ നീറിപ്പുകഞ്ഞുകൊണ്ടിരുന്ന വിദ്വേഷത്തെ- പാലൂട്ടിവളർത്തുകയും തൊട്ടുതലോടുകയും ചെയ്തുകൊ ണ്ടിരുന്നു.

അവരോടുള്ള വൈരാഗ്യംകൊണ്ടുമാത്രം അയാൾ കൊസാക്ക് സ്വാതന്ത്ര്യത്തിന്റെ ചിഹ്നമായ ചുവപ്പുനാട കറുത്ത നൂലുകൊണ്ട് തുന്നിപ്പിടിപ്പിച്ച അയഞ്ഞ കമ്പിളി കാൽച്ചട്ട ധരിച്ചു. അംഗരക്ഷകസേ നയുടെ ഓറഞ്ചുനിറത്തിലുള്ള പട്ട വച്ചുപിടിപ്പിച്ച തന്റെ നീണ്ട കൊസാ ക്കുകുപ്പായവും അയാൾ ധരിച്ചു. ആ കുപ്പായത്തിൽ പണ്ട് സാർജന്റ് മേജറുടെ പട്ടകൾ പിടിപ്പിച്ചു വച്ചിരുന്നതിന്റെ പാടുകൾ അവശേഷിച്ചി ട്ടുണ്ടായിരുന്നു. ചക്രവർത്തിയെ വിശ്വസ്തതയോടെയും സമർത്ഥമായും സേവിച്ചതിനു തനിക്കു ലഭിച്ചിരുന്ന മെഡലുകളും കുരിശുകളും ഗവ്രീല നെഞ്ചിൽ അണിഞ്ഞു. അതെല്ലാവരും കാണുവാൻവേണ്ടി അയാൾ ഞായറാഴ്ചദിവസം കോട്ടിന്റെ കുടുക്കുകൾ തുറന്നിട്ടുകൊണ്ടാണ്

പള്ളിയിൽ പോകാറുള്ളത്.

ആ കൊസാക്ക് ഗ്രാമത്തിൽ ഇപ്പോൾ ഭരണം നടത്തിയിരുന്ന സോവിയറ്റിന്റെ ചെയർമാൻ ഒരു ദിവസം ഗവ്രീലയെ കണ്ടുമുട്ടിയപ്പോൾ പറഞ്ഞു: "അപ്പൂപ്പാ, ഈ ചേങ്കിലകൾ എടുത്തുമാറ്റൂ! ഇക്കാലത്ത് അതാരും ധരിക്കാറില്ല."

വൃദ്ധനായ ഗവ്രീല വെടിമരുന്നുപോലെ പൊട്ടിത്തെറിച്ചു.

"അതു പറയാൻ നിങ്ങളാരാണ്? നിങ്ങളാണോ എനിക്കവ നൽകിയത്?"

"അതു നിങ്ങൾക്കു നല്കിയ ആൾ എത്രയോ നാളായി പുഴുക്കളുടെ തലയെണ്ണിക്കൊണ്ട് മണ്ണിനടിയിൽ കഴിയുകയാണ്."

"ആയിക്കോട്ടെ!... ഞാൻ യാതൊന്നും എടുത്തുമാറ്റാൻ നിശ്ചയിച്ചിട്ടില്ല! എന്റെ ശവത്തിൽനിന്നല്ലാതെ അതെടുത്തുമാറ്റാമെന്ന് നിങ്ങൾ വിചാരിക്കുകയും വേണ്ട."

"അത്രയ്ക്കൊന്നും പറയേണ്ട അപ്പൂപ്പാ. ഞാൻ സ്നേഹത്തിൽ ചിലതു പറഞ്ഞെന്നേയുള്ളൂ. നിങ്ങൾ അവ ഊരിവയ്ക്കാതെ കിടന്ന് ഉറങ്ങിയാൽപ്പോലും എനിക്ക് ഒന്നുമില്ല. പക്ഷെ പട്ടികളുടെ കാര്യത്തിലെന്തു ചെയ്യും? നിങ്ങളുടെ ആ കാലുറകൾ കണ്ടാൽ പട്ടികൾ വെറുതെ വിടുകയില്ല. നിങ്ങളുടെ കൂട്ടരെ കണ്ട കാലം അവ മറന്നുകഴിഞ്ഞു. സ്വന്തം യജമാനന്മാരെപ്പോലും അവ തിരിച്ചറിയുകയില്ല."

ആ പരിഹാസം കാഞ്ഞിരക്കായ്പോലെ കയ്പുള്ളതായിരുന്നു. ഗവ്രീല മെഡലുകൾ എടുത്തുമാറ്റിയെങ്കിലും അമർഷം അയാളുടെ ആത്മാവിൽ ഒരു പാഴ്ച്ചെടിപോലെ തഴച്ചുവളർന്ന് നേരത്തേ അവിടെ സ്ഥാനം പിടിച്ചിരുന്ന വിദ്വേഷവുമായി കെട്ടിപ്പിണഞ്ഞു.

മകൻ പോയതിനാൽ അയാൾക്കിപ്പോൾ പണിയെടുക്കുകയോ സമ്പാദിക്കുകയോ ചെയ്യേണ്ട ആവശ്യമില്ലായിരുന്നു. കളപ്പുര പൊളിഞ്ഞു വീണുതുടങ്ങി. കന്നുകാലികൾ വേലി പൊളിച്ചു. കിടാക്കളെ സൂക്ഷിക്കുന്ന തൊഴുത്തിന്റെ മേൽക്കൂര ജീർണ്ണിച്ചു തുടങ്ങി. ശൂന്യമായ കുതിരലായം ചുണ്ടെലികളുടെ കേളീരംഗമായി മാറി. പുല്ലരിയുന്ന യന്ത്രം പുരയ്ക്കകത്തിരുന്ന് തുരുമ്പു പിടിച്ചു.

മിക്ക കുതിരകളേയും കൊസാക്കുകൾ കൊണ്ടുപോയി. ശേഷിച്ചവയെ ചുവപ്പുസേനക്കാർ സൈനികാവശ്യത്തിന് കൈവശപ്പെടുത്തി. പകരമായി അവർ ഗവ്രീലയ്ക്കു കൊടുത്ത ഒരേയൊരു കിഴട്ടുകുതിരയെ ശരല്ക്കാലത്ത് മഹ്നോ സംഘത്തിൽപ്പെട്ട അരാജകവാദികൾ തട്ടിക്കൊണ്ടുപോയി. അതിന്റെ വിലയായി അവർ ഗവ്രീലയ്ക്കു കൊടുത്തത് ഒരു

ജോടി ബ്രിട്ടീഷ് പട്ടീസുകളായിരുന്നു.

"ഞങ്ങളുടേതൊക്കെ നിങ്ങളുടേതുമാണ്!" മഹോനോ സംഘത്തിന്റെ യന്ത്രത്തോക്കുകാരൻ കണ്ണിറുക്കിക്കൊണ്ട് പറഞ്ഞു. "ഞങ്ങളുടെ പണംകൊണ്ട് നിങ്ങൾ ധനവാനായിക്കോളൂ, അപ്പൂപ്പാ."

അനേകവർഷത്തെ കഠിനപ്രയത്നംകൊണ്ട് അയാൾ സമ്പാദിച്ചു വച്ചതെല്ലാം തട്ടിത്തൂവിപ്പോയി. അതു തടയുന്നതിന് ഒരു ചെറുവിരൽ അനക്കാൻപോലും അയാൾക്ക് കഴിഞ്ഞില്ല. എങ്കിലും വസന്തത്തിൽ തരിശായിക്കിടന്ന സ്റ്റെപ്പി ആലസ്യമാർന്ന വശ്യതയോടെ കാൽച്ചുവട്ടിൽ കിടന്നപ്പോൾ വൃദ്ധൻ മണ്ണിന്റെ പ്രലോഭനത്തിനു വിധേയനായി. രാത്രി മുഴുവൻ അതിന്റെ നിർബ്ബന്ധപൂർവ്വവും നിശ്ശബ്ദവുമായ വിളി അയാളുടെ കാതുകളിൽ മുഴങ്ങി. ചെറുത്തുനിൽക്കാൻ കെല്പില്ലാതെ അയാൾ കാളയെ കലപ്പയിൽ കെട്ടി ഉരുക്കുകൊണ്ട് സ്റ്റെപ്പി ഉഴുതുമറിച്ച് കറുത്ത മണ്ണിന്റെ ആർത്തി തീരാത്ത ഗർഭാശയത്തിൽ ഗോതമ്പുവിത്തു വിതച്ചു.

കടലിൽനിന്നും കടലിനക്കരെനിന്നും കൊസാക്കുകൾ മടങ്ങി വന്നുകൊണ്ടിരുന്നു. പക്ഷെ പെത്രോയ്ക്ക് എന്തുപറ്റിയെന്ന് ആർക്കും അറിവില്ലായിരുന്നു. അവർ പല റെജിമെന്റുകളിലായി രാജ്യത്തിന്റെ പല ഭാഗത്താണ് യുദ്ധം ചെയ്തത് - റഷ്യയാണെങ്കിൽ ഒരു വലിയ രാജ്യവുമാണ്. കുബാൻപ്രദേശത്ത് എവിടെയോ ചുവപ്പുസേനയുമായി നടത്തിയ ഒരു ഏറ്റുമുട്ടലിൽ പെത്രോയുടെ സംഘത്തിൽപ്പെട്ട അവസാനത്തെ ആൾവരെ കൊല്ലപ്പെട്ടുവെന്നാണ് പറഞ്ഞുകേട്ടത്.

ഗവ്രീല പുത്രനെപ്പറ്റി ഭാര്യയോട് ഒരിക്കലും സംസാരിക്കാറില്ല.

രാത്രിയിൽ ഭാര്യ തലയിണയിൽ മുഖമമർത്തി തേങ്ങുകയും കരയുകയും ചെയ്യുന്നത് അയാൾ കേൾക്കാറുണ്ട്.

"മുത്തീ, നിനക്കെന്താണ്?" അയാൾ കണ്ഠശുദ്ധി വരുത്തിക്കൊണ്ട് ചോദിക്കും.

കുറച്ചുകഴിഞ്ഞിട്ടേ അവർ ഉത്തരം പറയുകയുള്ളൂ.

"അടുപ്പിൽനിന്നുള്ള പുകകൊണ്ടായിരിക്കും, എനിക്കു വല്ലാത്ത തലവേദന."

യഥാർത്ഥത്തിൽ അവരെ വേദനിപ്പിക്കുന്നതെന്താണെന്ന് തനിക്ക് അറിയാൻ പാടില്ലെന്ന് അയാളും ഭാവിക്കും.

"കുറച്ചു അച്ചാറുവെള്ളം കുടിച്ചുനോക്കരുതോ? ഞാൻ നിലവറയിൽനിന്നും എടുത്തുകൊണ്ടു വരാം."

"നിങ്ങൾ ഉറങ്ങിക്കോളിൻ. ഇത് താനെ മാറിക്കോളും."

വീണ്ടും മൂകത അതിന്റെ അദൃശ്യമായ വലകൊണ്ട് ആ വീടിനെ ആവരണം ചെയ്യും. മറ്റൊരാളുടെ ദുഃഖത്തിൽ - ഒരു അമ്മയുടെ ഹൃദയത്തെ തകർത്തുകൊണ്ടിരിക്കുന്ന ദുഃഖത്തിൽ - സന്തോഷിച്ചുകൊണ്ട് അമ്പിളി ഔദ്ധത്യത്തോടെ ജനാലയിൽക്കൂടി അകത്തേക്കു നോക്കും.

എങ്കിലും അപ്പോഴും അവർ തങ്ങളുടെ പുത്രൻ തിരിച്ചുവരുമെന്ന് പ്രത്യാശിച്ചു. ഗവ്രീല കുറെ ആട്ടിൻതോൽ നന്നാക്കിയെടുക്കാൻ തീരുമാനിച്ചപ്പോൾ അയാൾ ഭാര്യയോട് പറഞ്ഞു: നമുക്ക് ഉള്ളതുകൊണ്ടൊക്കെ കഴിച്ചുകൂട്ടാം, പക്ഷെ പെത്രോ തിരിച്ചുവരുമ്പോൾ അവൻ എന്തു ധരിക്കും? ശൈത്യകാലം തുടങ്ങാറായി. നമ്മൾ അവനൊരു കോട്ടുണ്ടാക്കിവയ്ക്കണം."

അങ്ങിനെ അവർ പെത്രോയുടെ അളവിൽ ഒരു കോട്ടുണ്ടാക്കി പെട്ടിയിൽ സൂക്ഷിച്ചുവച്ചു. കന്നുകാലിത്തൊഴുത്തു വൃത്തിയാക്കുമ്പോൾ അവനു ധരിക്കാനായി ഒരു ജോടി ബൂട്ട്സും അവർ ഉണ്ടാക്കി. വൃദ്ധൻ സ്വന്തം നീലയൂണിഫോറം ഭദ്രമായി സൂക്ഷിച്ചുവച്ചു. പുച്ചികൾ കരളാതെ അതിൽ അയാൾ പുകയിലപ്പൊടി വിതറി. ഒരു ആട്ടിൻകുട്ടിയെ കൊന്നപ്പോൾ അതിന്റെ തോലുകൊണ്ട് ഒരു നീളൻതൊപ്പി ഉണ്ടാക്കി ആണിയിൽ തൂക്കിവച്ചു. "അച്ഛാ പുറത്തു തണുപ്പുണ്ടോ?" എന്നു ചോദിച്ചുകൊണ്ട് ഒരു പുഞ്ചിരിയോടെ പെത്രോ മുൻവശത്തെ മുറിയിൽനിന്നിറങ്ങി വരുമെന്ന് പ്രതീക്ഷിച്ചിട്ടെന്നപോലെ മുറ്റത്തുനിന്ന് അകത്തേക്കു കയറുമ്പോൾ ആ തൊപ്പി കണ്ട് വൃദ്ധൻ നിന്നിടത്തുതന്നെ നിന്നുപോകും.

രണ്ടു ദിവസം കഴിഞ്ഞ് ഒരു സായാഹ്നത്തിൽ അയാൾ കന്നുകാലിത്തൊഴുത്ത് വൃത്തിയാക്കുകയായിരുന്നു. പുൽക്കൂട്ടിൽ കുറെ കച്ചി വലിച്ചിട്ടിട്ട് അയാൾ വെള്ളം കോരാനായി കിണറ്റിനരികിലേക്കു പോയി. കയ്യുറ എടുക്കാൻ മറന്നുപോയ കാര്യം അപ്പോഴാണ് ഓർത്തത്. അതെടുക്കാനായി അയാൾ വീട്ടിലേക്ക് തിരിച്ചുപോയി. കതകു തുറന്നപ്പോൾ അയാൾ കണ്ടത് തന്റെ വൃദ്ധയായ ഭാര്യ പെത്രോ ഒരിക്കൽപ്പോലും ധരിച്ചിട്ടില്ലാത്ത ആ തൊപ്പി ഒരു കുഞ്ഞിനെയെന്നപോലെ മാറോടു ചേർത്തുപിടിച്ചു താലോലിച്ചുകൊണ്ട് ബഞ്ചിനരികിൽ മുട്ടുകുത്തി നിൽക്കുന്നതാണ്.

അയാളുടെ കണ്ണുകളിൽ ഇരുട്ടു കയറി. ഒരു ഹിംസ്രജന്തുവിനെപ്പോലെ അയാൾ വൃദ്ധയുടെ മേൽ ചാടിവീണ് അവരെ തള്ളി നിലത്തിട്ടു. ചുണ്ടുകൾക്കിടയിൽ പൊടിഞ്ഞു വന്ന നുര വിഴുങ്ങിക്കൊണ്ട് അയാൾ മുറുമുറുത്തു: "നിർത്ത്! മൂതേവി, നിർത്ത്! നീ ഇക്കാണിക്കുന്നതിന്റെ

അർത്ഥമെന്താണ്?"

അയാൾ അവരുടെ കയ്യിൽനിന്ന് തൊപ്പി തട്ടിപ്പറിച്ച് പെട്ടിയിൽ വച്ച് പൂട്ടി. വൃദ്ധയുടെ ഇടത്തെ കണ്ണ് പിടച്ചുകൊണ്ടിരിക്കുന്നതും അവരുടെ വായ് ഒരു വശത്തേക്ക് കോടിയിരിക്കുന്നതും പിന്നീട് ഗവ്രീലയുടെ ശ്രദ്ധയിൽപ്പെട്ടു. ദോൻനദിയിലെ തെളിഞ്ഞ് പച്ചനിറം പൂണ്ട് പാഞ്ഞൊഴുകുന്ന ശരൽക്കാലജലപ്രവാഹത്തെപ്പോലെ ദിവസങ്ങളും ആഴ്ചകളും കടന്നുപോയി.

ഒരു ദിവസം നദിയുടെ ചെറിയ കൈവഴികൾ ഉറഞ്ഞു കട്ടയായി. താമസിച്ചെത്തിയ ഒരു കൂട്ടം കാട്ടുവാത്തകൾ ഗ്രാമത്തിനു മുകളിൽക്കൂടി പറന്നുപോയി. അന്നു വൈകിട്ട് അയൽവീട്ടിലെ പയ്യൻ ഒരു സന്ദേശവുമായി ഗവ്രീലയുടെ വീട്ടിൽ ചെന്നു. അവൻ ദൈവരൂപത്തിന്റെ മുമ്പിൽ ധൃതിയിൽ ഒരു കുരിശു വരച്ചു. വൃദ്ധനെ അഭിവാദനം ചെയ്തിട്ട് അവൻ പറഞ്ഞുതുടങ്ങി:

"അപ്പൂപ്പാ, വിശേഷം അറിഞ്ഞോ? പ്രോഹൊർ ലിഹൊവീദൊവ് ടർക്കിയിൽനിന്നും തിരിച്ചു വന്നിട്ടുണ്ട്. നിങ്ങളുടെ പെത്രോയും അയാളും ഒരു റെജിമെന്റിലായിരുന്നു."

ഗവ്രീല പ്രോഹൊറുടെ വീട്ടിലേക്ക് ഓടുകയായിരുന്നുവെന്നു പറയാം. ചുമകൊണ്ടും ആയാസംകൊണ്ടും അയാൾക്കു ശ്വാസം മുട്ടി. എന്നാൽ പ്രോഹൊർ വീട്ടിലുണ്ടായിരുന്നില്ല. അയാൾ അടുത്തൊരു ഗ്രാമത്തിൽ പാർക്കുന്ന തന്റെ സഹോദരനെ കാണാൻ പോയിരിക്കയായിരുന്നു. പിറ്റേന്നേ മടങ്ങിവരികയുള്ളൂ.

അന്നു രാത്രി ഗവ്രീല ഉറങ്ങിയില്ല. അടുപ്പിന്റെ മുകളിൽ ഉണർന്നു കിടന്നുകൊണ്ട് അയാൾ തിരിയുകയും മറിയുകയും ചെയ്തു.

നേരം വെളുക്കുന്നതിനുമുമ്പുതന്നെ അയാൾ എഴുന്നേറ്റ് ഒരു വിളക്കു കത്തിച്ച് തന്റെ കമ്പിളി ബൂട്ട്സിന്റെ കേടുപാടുകൾ മാറ്റിത്തുടങ്ങി.

വിളറി വിവശയായ പ്രഭാതം ചാരനിറമാർന്ന പൂർവ്വദിക്കിൽനിന്നും മങ്ങിയ പ്രകാശം പരത്തി. പകൽ മുഴുവൻ അഭയം നൽകുവാൻ ചിറകു വിരിച്ചുനിൽക്കുന്ന ഒരു മേഘത്തിനടുത്തെത്താനുള്ള അവസാനത്തെ ചുവടുകൾ വയ്ക്കുവാൻപോലും ശക്തിയില്ലാതെ അമ്പിളി ആകാശത്തിന്റെ മദ്ധ്യത്തിൽ അപ്പോഴും മയങ്ങിക്കിടന്നിരുന്നു.

* * *

പ്രാതലിനു മുമ്പ് ഗവ്രീല ജനാലയിൽക്കൂടി പുറത്തേക്കു നോക്കി.

"പ്രോഹൊർ വരുന്നുണ്ട്!" അയാൾ പറഞ്ഞു. എന്തുകൊണ്ടോ അയാൾ അടക്കിപ്പിടിച്ച സ്വരത്തിലാണ് അതു പറഞ്ഞത്.

മുറിയിൽ കയറിവന്ന മനുഷ്യന് ഒരു കൊസാക്കിന്റെ യാതൊരു ഛായയുമുണ്ടായിരുന്നില്ല. ഒരു അപരിചിതന്റെ വേഷമായിരുന്നു അയാളുടേത്. അറ്റത്ത് ഇരുമ്പുതറച്ച ബ്രിട്ടീഷ് ബൂട്ട്സ് അയാളുടെ കാലുകളിൽ കിടന്ന് ഞെരങ്ങി. പ്രത്യക്ഷത്തിൽതന്നെ മറ്റാരുടേതോ ആണെന്നു തോന്നിക്കുന്ന, വിചിത്രരീതിയിൽ വെട്ടിയ ഒരു ഓവർക്കോട്ട് അയാളുടെ തോളുകളിൽനിന്ന് തൂങ്ങിക്കിടന്നു.

"വന്ദനം, ഗവ്രീല വാസീലിച്ച്!"

"ദൈവം വാഴ്ത്തപ്പെടട്ടെ, പടയാളി! അകത്തു വന്ന് ഇരിക്കൂ."

പ്രോഹൊർ തൊപ്പിയൂരി വൃദ്ധയെ അഭിവാദനം ചെയ്തിട്ട് മുൻവശത്തെ മൂലയിലിട്ടിരുന്ന ഒരു ബഞ്ചിൽ ഇരുന്നു.

"എന്തൊരു കാലാവസ്ഥയാണ്! ഈ കാറ്റ് നമ്മളെ പൊടിമഞ്ഞു കൊണ്ട് മൂടി. ഒരു ദിക്കിലും പോവാൻ സാദ്ധ്യമല്ല."

"അതെ, ഇക്കൊല്ലം മഞ്ഞു നേരത്തേ പെയ്തുതുടങ്ങി. പഴയ കാലത്ത് ഈ സമയത്തൊക്കെ കന്നുകാലികൾ പുൽത്തകിടിയിൽ മേഞ്ഞുകൊണ്ടു നടക്കുമായിരുന്നു."

ദുസ്സഹമായ നിശ്ശബ്ദത വ്യാപിച്ചു.

ഗവ്രീല ഉള്ളിലുള്ള വികാരം പുറത്തു കാട്ടാതെ മനക്കരുത്ത് കാണിച്ചു കൊണ്ട് സംസാരിച്ചുതുടങ്ങി: "വിദേശങ്ങളിൽ പോയിട്ട് നിനക്ക് വളരെ പ്രായക്കൂടുതൽ തോന്നിക്കുന്നു."

പ്രോഹൊർ ചിരിച്ചു. "പ്രായക്കുറവു തോന്നിക്കാൻ തക്ക ഒന്നും തന്നെ അവിടെയെങ്ങും ഇല്ല. ഗവ്രീല വാസീലിച്ച്."

വൃദ്ധ എന്തോ ചോദിക്കാൻ ശ്രമിച്ചു:

"ഞങ്ങളുടെ പെത്രോ...."

"മിണ്ടാതിരിക്ക്, കിഴവി! ഗവ്രീല കയർത്തു. കൊടുംതണുപ്പിൽനിന്നും അകത്തേക്കു കയറിയ ഒരാളെ അല്പം ഒന്ന് വിശ്രമിക്കാൻ അനുവദിക്ക്. നിനക്ക് അറിയേണ്ടതെല്ലാം ചോദിക്കാൻ ധാരാളം സമയമുണ്ട്."

അയാൾ അതിഥിയുടെ നേരെ തിരിഞ്ഞു.

"പ്രോഹൊർ ഇഗ്നാത്തിച്ച്, ജീവിതം എങ്ങിനെയൊക്കെയായിരുന്നു?"

“പ്രശംസനീയമായി ഒന്നുമില്ല. ക്രൂര തളർന്ന ഒരു പട്ടിയെപ്പോലെ മുടന്തിമുടന്തി വീട്ടിലെത്തി. അതുതന്നെ ഭാഗ്യം.”

“അങ്ങിനെയോ.... ടർക്കികളുടെ കൂടെയുള്ള ജീവിതം അത്ര സുഖകരമായിരുന്നില്ല. അല്ലേ?”

“ദേഹിയും ദേഹവും വേർപെടാതെ കഷ്ടിച്ച കഴിഞ്ഞു കൂടിയെന്ന പറഞ്ഞാൽ കഴിഞ്ഞല്ലോ.” പ്രോഹൊർ മേശമേൽ താളം പിടിച്ചു. “ഗവ്രീല വാസീലിച്ച്, നിങ്ങൾക്കും വളരെ പ്രായക്കൂടുതൽ തോന്നിക്കുന്നുണ്ട്. തല മുഴുവൻ നരച്ചുപോയല്ലോ... സോവിയറ്റ് ഭരണത്തിൻകീഴിൽ ജീവിതം എങ്ങിനെയുണ്ട്?”

“ഞാൻ എന്റെ മകൻ വരുന്നതും കാത്തിരിക്കുകയാണ്, അവൻ വന്ന് വൃദ്ധരായ ഞങ്ങളെ താങ്ങുന്നതും കാത്തിരിക്കുകയാണ്.”

ഗവ്രീല വിഷാദത്തോടെ ചിരിച്ചു.

പ്രോഹൊർ പെട്ടെന്ന് ഗവ്രീലയുടെ മുഖത്തുനിന്നും ദൃഷ്ടികൾ പിൻവലിച്ചു. വൃദ്ധൻ അതു കണ്ടു. അയാൾ തുറന്നു ചോദിച്ചു: “പെത്രോ എവിടെയാണ്?”

“നിങ്ങൾ അക്കാര്യം ഇതേവരെ കേട്ടില്ലെന്നോ?”

“ഞങ്ങൾ പലതും കേട്ടു - പല കഥകൾ.” പ്രോഹൊർ മേശവിരിയുടെ മുഷിഞ്ഞ വക്ക് വിരലുകളിൽ ചുറ്റിക്കൊണ്ടിരുന്നു. ഏതാനും മിനിട്ടുകൾ കഴിഞ്ഞാണ് അയാൾ ഉത്തരം പറഞ്ഞത്.

“ജാനുവരിയിലാണെന്നു തോന്നുന്നു... അതെ, ജാനുവരിയിൽത്തന്നെയാണ്. ഞങ്ങളുടെ സ്ക്വാഡ്രൺ നൊവൊറൊസ്സീയ്സ്ക്കിനടുത്ത് താവളമുറപ്പിച്ചത്. അത് കടൽക്കരയിലുള്ള ഒരു പട്ടണമാണ്. ഞങ്ങൾപതിവുപോലെ...”

ഗവ്രീല മുമ്പോട്ടാഞ്ഞ് ശബ്ദമടക്കി ചോദിച്ചു: “അവൻ മരിച്ചുപോയോ?”

പ്രോഹൊർ ഒന്നും മിണ്ടിയില്ല. ആ ചോദ്യം കേൾക്കാത്തതുപോലെ അയാൾ തറയിൽ നോക്കിക്കൊണ്ടിരുന്നു.

“എന്നിട്ട്, ഞങ്ങൾ അവിടെ താമസിക്കുമ്പോൾ ചുവപ്പുസേനക്കാർ അവിടെക്കൂടി കടന്ന് പർവ്വതപ്രദേശത്തേക്കുപോയി അവിടെയുള്ളവരുമായി ബന്ധം പുലർത്താൻ ശ്രമിച്ചുകൊണ്ടിരുന്നു. അതുകൊണ്ട് സ്ക്വാഡ്രൺ കമാൻഡർ അയാളെ, അതായത് നിങ്ങളുടെ പെത്രോയെ, ഒരു നിരീക്ഷകസംഘത്തിന്റെ ചുമതല ഏല്പിച്ചു.... ഞങ്ങളുടെ കമാൻഡർ

ജൂനിയർ ക്യാപ്റ്റൻ സേനിൻ ആയിരുന്നു... അപ്പോഴാണ് അത് സംഭവിച്ചത്...."

അടുപ്പിനടുത്തുനിന്നും ഒരു ലോഹപ്പാത്രം താഴെ വീണ ശബ്ദം കേട്ടു. വൃദ്ധ കൈകൾ രണ്ടും നീട്ടിപ്പിടിച്ച് തപ്പിതപ്പി കട്ടിലിനരികിലേക്ക് പോവുകയായിരുന്നു. പുറത്തുവിടാൻ ധൈര്യമില്ലാതെ തൊണ്ടയിൽ പിടിച്ചുനിർത്തിയ കരച്ചിൽ അവരുടെ ശ്വാസനാളത്തെ ഞെരിച്ചുകൊണ്ടിരുന്നു.

കൂവിവിളിക്കണ്ട! ഗവ്രീല ഭീഷണിപ്പെടുത്തി. അയാൾ കൈമുട്ടുകൾ മേശമേൽ ബലമായി ഊന്നിക്കൊണ്ട് പ്രോഹൊറുടെ കണ്ണുകളിലേക്കു നോക്കി.

"ബാക്കികൂടി പറയൂ, എന്നിട്ട്," തളർന്ന ശബ്ദത്തിൽ സാവധാനം അയാൾ പറഞ്ഞു.

"അവർ അയാളെ വെട്ടിവീഴ്ത്തി!" വിവർണ്ണനായി പ്രോഹൊർ ഇത്രയും പറഞ്ഞിട്ട് എണീറ്റു. ബെഞ്ചിൽ നിന്നും തൊപ്പിയെടുക്കാൻ അയാൾ തപ്പി. "അവർ പെത്രോയെ വെട്ടിവീഴ്ത്തി... കൊന്നു.....ഞങ്ങൾ കുതിരകൾക്ക് വിശ്രമം കൊടുക്കാനായി ഒരു കാട്ടിനടുത്ത് നിന്നു. പെത്രോ ജീനിവാറ് അയച്ചപ്പോഴേയ്ക്കും ചുവപ്പുഭടന്മാർ കാട്ടിൽനിന്നും ഞങ്ങളുടെ നേർക്ക് പാഞ്ഞുവന്നു..." ഈ വാക്കുകൾ ഉച്ചരിക്കുമ്പോൾ പ്രോഹൊർക്ക് ശ്വാസം മുട്ടുന്നതുപോലെ തോന്നി. വിറയ്ക്കുന്ന കൈകൾകൊണ്ട് അയാൾ തൊപ്പി ഞെരിച്ചുകൊണ്ടിരുന്നു. "പെത്രോ ജീനിവില്ലിൽ പിടികൂടി. ജീനി കുതിരയുടെ വയറിനടിയിൽ പെട്ടു... കുതിര വാണംപോലെ പാഞ്ഞു, അയാൾക്ക് അതിനെ പിടിയ്ക്കാൻ കഴിഞ്ഞില്ല... അതുകൊണ്ട് അയാൾ ഒറ്റയ്ക്കായി... അങ്ങിനെയാണ് അതു സംഭവിച്ചത്!"

"പക്ഷെ ഞാനിതു വിശ്വസിച്ചില്ലെങ്കിലോ?" വളരെ സാവധാനത്തിൽ ഗവ്രീല ചോദിച്ചു.

പ്രോഹൊർ ചുറ്റും നോക്കാതെ ധൃതിയിൽ വാതുക്കലേക്കു നടന്നു. "നിങ്ങളുടെ ഇഷ്ടംപോലെ, ഗവ്രീല വാസീലിച്ച്. ഞാൻ സത്യമാണ് നിങ്ങളോടു പറഞ്ഞത്, നഗ്നമായ സത്യം.... ഞാനത് എന്റെ സ്വന്തം കണ്ണുകൊണ്ട് കണ്ടതാണ്."

"പക്ഷെ എനിക്കതു വിശ്വസിക്കണമെന്ന് തോന്നുന്നില്ലെങ്കിലോ?" ഗവ്രീല കിതപ്പോടെ പറഞ്ഞു. അയാളുടെ മുഖം ചുവന്നു. കണ്ണുകൾക്ക് രക്തനിറമായി. അവയിൽ കണ്ണുനീർ നിറഞ്ഞിരുന്നു. അയാൾ ഷർട്ടു വലിച്ചുകീറി രോമം നിറഞ്ഞ നെഞ്ച് പുറത്തു കാട്ടി തല പിന്നാക്കം പിടിച്ച് ഞരങ്ങിക്കൊണ്ട്, ഭയന്നു നിൽക്കുന്ന പ്രോഹൊറുടെ നേരെ

മന്ദം മന്ദം നടന്നടുത്തു. "എന്റെ ഏകപുത്രനെ കൊല്ലുകയോ? ഞങ്ങളുടെ ഒരേ ഒരു താങ്ങ് അവനാണ്! എന്റെ പെത്രോ! എടാ നുണയാ! നീ നുണ പറയുകയാണ്, കേട്ടോ? നുണ! ഞാനിത് വിശ്വസിക്കയില്ല...."

അന്നുരാത്രി കോട്ടെടുത്തു തോളുകളിലിട്ടുകൊണ്ട് ഗവ്രീല മുറ്റത്തിറങ്ങി. കമ്പിളിബൂട്ട്സിനടിയിൽ മഞ്ഞ് ചവിട്ടി പൊട്ടിച്ചുകൊണ്ട് അയാൾ മെതിക്കളത്തിനടുത്തേക്കു നടന്നു. ഒരു തുറുവിനടുത്ത് അയാൾ നിന്നു.

പൊടിമഞ്ഞ് പറത്തിക്കൊണ്ട് സ്റ്റെപ്പിയിൽനിന്നും കാറ്റടിച്ചുകൊണ്ടിരുന്നു; ഇലകളില്ലാത്ത ചെറിമരങ്ങളുടെ കീഴിൽ ഭയാനകമായ കൂരിരുട്ട് കുമിഞ്ഞുകൂടി.

"മകനെ!" ഗവ്രീല മൃദുവായി വിളിച്ചു. കുറച്ചുനേരം കാത്തിട്ട് നിന്നിടത്തുനിന്ന് അനങ്ങുകയോ തല തിരിക്കുകയോ ചെയ്യാതെ അയാൾ വീണ്ടും വിളിച്ചു: "പെത്രോ!.... എന്റെ മോനെ.....!"

തുറുവിനടുത്ത് ചവിട്ടിമെതിക്കപ്പെട്ട മഞ്ഞിൽ മുഖമമർത്തി അയാൾ കമഴ്ന്നു കിടന്നു. ദുഃഖംകൊണ്ട് അയാളുടെ കണ്ണുകൾ അടഞ്ഞു.

* * *

ധാന്യമെടുപ്പിനെപ്പറ്റിയും കവർച്ചസംഘങ്ങൾ ദോൻനദിയുടെ താഴ്ന്ന പ്രദേശങ്ങളിൽ നിന്നും മുകളിലേക്കു നീങ്ങിക്കൊണ്ടിരിക്കുന്നതിനെപ്പറ്റിയുമുള്ള സംസാരം ഗ്രാമത്തിൽ പരന്നു. എക്സിക്യൂട്ടീവ് കമ്മിറ്റി ഓഫീസിൽ കൂടിയ യോഗങ്ങളിൽ വച്ച് ആളുകൾ ആ വാർത്ത തമ്മിൽ തമ്മിൽ സ്വകാര്യമായി പറഞ്ഞു. എന്നാൽ വൃദ്ധനായ ഗവ്രീല ഓഫീസിന്റെ ഞരങ്ങുന്ന പടിക്കകത്ത് ഒരിക്കൽപ്പോലും കയറിയിട്ടില്ല, അതിന്റെ ആവശ്യമുണ്ടെന്ന് അയാൾക്ക് ഒരിക്കൽപ്പോലും തോന്നിയിട്ടില്ല. അതുകൊണ്ട് അയാൾ കേൾക്കുകയോ അറിയുകയോ ചെയ്യാത്തതായി പലതും ഉണ്ടായിരുന്നു. ഇറുകിയ ആട്ടിൻതോൽ കുപ്പായം ധരിച്ച് തോക്കുകൾ കയ്യിൽ പിടിച്ചിട്ടുള്ള മൂന്നു പേരുമൊത്ത് ചെയർമാൻ ഒരു ഞായറാഴ്ച രാവിലെ പ്രഭാതകുർബ്ബാന കഴിഞ്ഞയുടൻ ഗവ്രീലയുടെ വസതിയിലെത്തിയപ്പോൾ വൃദ്ധന് അത് വിശ്വസിക്കാൻ കഴിഞ്ഞില്ല.

ചെയർമാൻ ഗവ്രീലയുടെ കൈ പിടിച്ചുകുലുക്കിയശേഷം പിന്നിൽനിന്നും തലയ്ക്ക് ഒരടി കൊടുക്കുന്നതുപോലെ വെട്ടിത്തുറന്ന് പറഞ്ഞു:

"അപ്പൂപ്പാ, സത്യം തുറന്നു പറയണം! നിങ്ങളുടെ കയ്യിൽ ധാന്യം ഉണ്ടോ?"

"ഞങ്ങൾ വായു ഭക്ഷിച്ചാണ് ജീവിക്കുന്നതെന്നാണോ വിചാരം?"

"ചീറണ്ട! ധാന്യം എവിടെയാണെന്ന പറഞ്ഞാൽ മതി."

"കളപ്പുരയിൽ, അല്ലാണ്ടെവിടെയാ?"

"കാണിച്ചുതരൂ."

"എന്റെ ധാന്യവുമായി നിങ്ങൾക്ക് എന്താണ് ബന്ധമെന്ന് പറയാനുള്ള സന്മനസ്സുണ്ടോ?"

ഒരു ഉയർന്ന ഉദ്യോഗസ്ഥനാണെന്ന കാഴ്ചയിൽ തോന്നിക്കുന്ന സ്വർണ്ണമുടിക്കാരനായ ഒരു കുറ്റൻ, തണുക്കാതിരിക്കാൻ കാലുകൾ നിലത്ത് ആഞ്ഞു ചവിട്ടിക്കൊണ്ട് പറഞ്ഞു: അധികമുള്ള ധാന്യം മുഴുവൻ ഞങ്ങൾ സ്റ്റേറ്റിന്റെ ആവശ്യത്തിന് ശേഖരിക്കുകയാണ്. ധാന്യം എടുപ്പിനെപ്പറ്റി നിങ്ങൾ കേട്ടിട്ടില്ലെ, അപ്പൂപ്പാ?"

"ഞാൻ നിങ്ങൾക്കു തന്നില്ലെങ്കിലോ?" ദേഷ്യത്തോടെ അടഞ്ഞ ശബ്ദത്തിൽ ഗവ്രീല ചോദിച്ചു.

"നിങ്ങളോടു ചോദിക്കാതെ ഞങ്ങൾ എടുത്തുകൊണ്ടുപോകും!"

ചെയർമാനും അനുയായികളും തമ്മിൽ എന്തോ രഹസ്യമായി പറഞ്ഞിട്ട് ധാന്യം ശേഖരിച്ചിട്ടുള്ള അറകളിലേക്ക് കയറി. സ്വർണ്ണനിറമുള്ള നിർമ്മലമായ ഗോതമ്പുമണികൾക്കു മുകളിൽ അവരുടെ ബൂട്ട്സുകൾ മഞ്ഞിന്റെ പാടുകൾ സൃഷ്ടിച്ചു. സ്വർണ്ണമുടിയുള്ള വലിയ മനുഷ്യൻ ഒരു സിഗററ്റ് കൊളുത്തിക്കൊണ്ട് തീരുമാനമെടുത്തു:

"വിതയ്ക്കാനും അവരുടെ വീട്ടാവശ്യത്തിനും വേണ്ടത് നീക്കിവച്ചിട്ട് ബാക്കി എടുത്തോളൂ."

ഒരു നോട്ടം കൊണ്ട് അയാൾ ധാന്യം എത്രയുണ്ടെന്ന് ഉദ്ദേശം തിട്ടപ്പെടുത്തിയിട്ട് ഗവ്രീലയുടെ നേരെ തിരിഞ്ഞ് ഇങ്ങിനെ ചോദിച്ചു: "എത്ര നിലമാണ് നിങ്ങൾ കൃഷിചെയ്യാൻ പോകുന്നത്?"

"ഞാനൊന്നും ചെയ്യാൻ പോകുന്നില്ല!" ഗവ്രീല കാർക്കിച്ചു തുപ്പി. അയാൾ ചുമച്ചുതുടങ്ങിയ മുഖം ശക്തിയായി ഒരു വശത്തേക്ക് കോടിപ്പോയി. "തുലയാനായിട്ട് നിങ്ങളിതു മുഴുവൻ എടുത്തോ! ഞങ്ങൾക്കുള്ളതെല്ലാം പിടിച്ചു പറിച്ചോളിൻ! എല്ലാം നിങ്ങളുടേതാണ്...!"

"ബഹളം കൂട്ടണ്ട! ബഹളം കൂട്ടണ്ട, അപ്പൂപ്പാ! നിങ്ങൾക്കു ഭ്രാന്തുണ്ടോ?" ചെയർമാൻ ഗവ്രീലയുടെ നേരെ കയ്യുറകൾ വീശിക്കൊണ്ട് താക്കീതു ചെയ്തു.

"മറ്റുള്ളവരുടെ വകകൊണ്ട് നിങ്ങൾ തലവരെ മൂടിക്കോളിൻ. വയറു പൊട്ടുന്നതുവരെ തിന്നോളിൻ!"

സ്വർണ്ണമുടിക്കാരൻ മേൽമീശയിൽ പറ്റിപ്പിടിച്ച ഒരു കഷണം മഞ്ഞ് അടർത്തി മാറ്റിക്കൊണ്ട് ഗവ്രീലയെ അർത്ഥവത്തായി ഒന്നു നോക്കി. സ്വച്ഛമായ ഒരു പുഞ്ചിരിയോടെ അയാൾപറഞ്ഞു: "അപ്പൂപ്പാ, കടിഞ്ഞാൺ മുറുക്കിപ്പിടിക്കൂ! ഒച്ചവച്ചതുകൊണ്ട് ഒരു ഫലവുമില്ല. ഈ വഴക്കൊക്കെ എന്തിനാണ്? ആരെങ്കിലും നിങ്ങളുടെ വാലിൽ ചവിട്ടിയോ?" അയാളുടെ പുരികങ്ങൾ കൂട്ടിമുട്ടി. ശബ്ദം പെട്ടെന്ന് കർക്കശമായി: "നാക്കിന് നീളം കൂടുതലുണ്ടെങ്കിൽ പല്ലിൽ കെട്ടിയിടുകയാണു നല്ലത്! പ്രക്ഷോഭണത്തിനുള്ള ശിക്ഷ...." ആ വാചകം പൂർത്തിയാക്കാതെ അയാൾ തന്റെ ബെൽറ്റിൽനിന്നും തൂങ്ങിക്കിടന്ന മഞ്ഞനിറമുള്ള കൈത്തോക്കുറയിൽ തൊട്ടുകാണിച്ചു. പിന്നീട് അയാൾ അല്പംകൂടി മയത്തിൽ പറഞ്ഞു: "ഇന്നുതന്നെ ധാന്യം തരണം."

വൃദ്ധൻ ഇതുകേട്ട് പേടിച്ചുപോയി എന്നു പറയാൻ പാടില്ല, എങ്കിലും ആ സ്വരത്തിലെ ദൃഢനിശ്ചയം അയാളെ ആകെ ഉലച്ചു. ബഹളം കൂട്ടിയതുകൊണ്ട് ഫലമൊന്നുമില്ലെന്ന് അയാൾക്ക് ബോധ്യമായി. താനിതൊന്നും കാര്യമാക്കുന്നില്ല എന്ന മട്ടിൽ ഒരു കൈ വീശിക്കൊണ്ട് അയാൾ പൂമുഖത്തേക്കു നടന്നു. പക്ഷെ ഏതാണ്ട് പകുതിവഴി ചെന്നപ്പോഴേക്കും ആരോ ഉറക്കെ ചോദിക്കുന്നതു കേട്ട് അയാൾ തരിച്ചു നിന്നുപോയി.

"ധാന്യമെടുപ്പുകാർ എവിടെ?" ഗവ്രീല തിരിഞ്ഞു നിന്നു. വേലിയുടെ അപ്പുറത്ത് ഒരു സവാരിക്കാരൻ തന്റെ നൃത്തം ചവിട്ടുന്ന കുതിരയെ പിൻകാലിൽ നിർത്തിയിരിക്കുന്നത് അയാൾ കണ്ടു. അസാധാരണമായ എന്തോ സംഭവിക്കാൻ പോകുന്നു എന്ന വിചാരംകൊണ്ട് ഗവ്രീലയുടെ മുട്ടുകൾ വിറച്ചു. ഗവ്രീല എന്തെങ്കിലും പറയുന്നതിനുമുമ്പുതന്നെ സവാരിക്കാരൻ കളപ്പുരയുടെ മുമ്പിൽ നിൽക്കുന്നവരെ കണ്ടു. കുതിരയെ പെട്ടെന്ന് പിന്നിലേക്കു മാറ്റിക്കൊണ്ടു സവാരിക്കാരൻ അതിവേഗം തോക്ക് തോളിൽനിന്നെടുത്തു.

വെടിപൊട്ടുന്ന ശബ്ദം മുഴങ്ങി. ഒരു നിമിഷനേരത്തേക്ക് മുറ്റത്ത് വ്യാപിച്ച നിശ്ശബ്ദതയിൽ തോക്ക് രണ്ടുപ്രാവശ്യം ശബ്ദിച്ചു. വെടിത്തിരക്കൂട് ഇരമ്പിക്കൊണ്ട് തെറിച്ചുവീണു.

ജാഡ്യത്തിന്റേതായ ആദ്യനിമിഷം കടന്നുപോയി. സ്വർണ്ണമുടിയുള്ള യുവാവ് കട്ടിളക്കാലിൽ ചാരിനിന്നു. അയാളുടെ വിറയ്ക്കുന്ന കൈ പരിതാപകരമാംവണ്ണം സാവധാനത്തിൽ കൈത്തോക്ക് ഉറയിൽനിന്നും വലിച്ചെടുത്തു. ചെയർമാൻ കുനിഞ്ഞ് ഒരു മുയലിനേപ്പോലെ ചാടിച്ചാടി അതിവേഗം മുറ്റം മുറിച്ചുകടന്ന് മെതിക്കളത്തിനടുത്തേക്കു പോയി.

ധാന്യമെട്ടപ്പകാരിൽ ഒരാൾ ഒരു മുട്ടിൽ നിന്നുകൊണ്ട് വേലിയ്ക്കപ്പുറത്തു പൊങ്ങിക്കണ്ട കറുത്ത ആട്ടിൻതോൽ തൊപ്പിയിലേക്ക് തന്റെ തോക്കിൽനിന്നും നിറയൊഴിച്ചു. മുററത്ത് വെടിയുണ്ടകൾ ചീറിനടന്നു. ഗവ്രീല മഞ്ഞിനടിയിൽനിന്നും പാദങ്ങൾ വലിച്ചെടുത്ത് നിലത്താഞ്ഞു ചവിട്ടിക്കൊണ്ട് പൂമുഖത്തേക്കു പോയി. അയാൾ തിരിഞ്ഞുനോക്കിയപ്പോൾ തവിട്ടുനിറമുള്ള കോട്ടുകൾ ധരിച്ച മൂന്നുപേരും മഞ്ഞിനിടയിൽക്കൂടി വേച്ചുവേച്ചു മെതിക്കളത്തിനുനേരെ നടക്കുന്നതും ഒരു സംഘം കുതിരസ്സവാരിക്കാർ തുറന്നുകിടന്ന ഗെയിറ്റിൽക്കൂടി മുറ്റത്തേക്കു കയറിവരുന്നതും കണ്ടു.

കുതിരപ്പുറത്തു വരുന്നവരുടെ നേതാവ് ഒരു കുബാൻതൊപ്പി ധരിച്ചിരുന്നു. അയാൾ തവിട്ടുനിറമുള്ള ഒരു കുതിരയുടെ പുറത്താണ് സഞ്ചരിച്ചിരുന്നത്. അയാൾ ജീൻമുകപ്പിലേക്ക് കുനിഞ്ഞിരുന്ന്, ഒരു കുറുവാൾ തലയ്ക്കു മുകളിൽ ചുഴറ്റിക്കൊണ്ടിരുന്നു. അയാളുടെ വെളുത്ത ശിരോവസ്ത്രത്തിൽനിന്നും തൂങ്ങിക്കിടന്ന പുച്ഛങ്ങൾ ഒരു ഹംസത്തിന്റെ ചിറകുകൾപോലെ ഗവ്രീലയുടെ കൺമുമ്പിൽ മിന്നിമറഞ്ഞു. കുതിരയുടെ കുളമ്പുകളിൽനിന്നും മഞ്ഞ് അയാളുടെ മുഖത്ത് തെറിച്ചുവീണു.

വൃദ്ധൻ തളർന്ന് പൂമുഖത്തെ കൊത്തുപണികളുള്ള തൂണിൽ ചാരിക്കൊണ്ട് ഊർന്നു നിലത്തിരുന്നു. തവിട്ടുനിറമുള്ള കുതിര ഒരു വേലി ചാടിക്കടന്ന് കുറേ ഉപയോഗിച്ചുകഴിഞ്ഞ ഒരു വൈക്കോൽത്തുറുവിനടുത്ത് പിൻകാലിൽ നിൽക്കുന്നതും സവാരിക്കാരൻ ജീനിപ്പുറത്തുനിന്ന് എത്തിവലിഞ്ഞ്, വേദനകൊണ്ടു പുളയുന്ന ഒരു ധാന്യമെട്ടപ്പകാരനെ വിലങ്ങനെ അടിച്ചു പൊട്ടിക്കുന്നതും അവിടെ ഇരുന്നുകൊണ്ട് അയാൾ കണ്ടു.

മെതിക്കളത്തിൽനിന്നും ഏറ്റുമുട്ടലിന്റെ ശബ്ദവും ഒരു നീണ്ട തേങ്ങലും കേട്ടു. ഒരുനിമിഷം കഴിഞ്ഞ് ഒരു വെടി പൊട്ടി. ആദ്യത്തെ വെടി പൊട്ടിയതിനുശേഷം ഇപ്പോൾ മാത്രം കളപ്പുരയുടെ മേൽക്കൂരയിൽ വന്നിരുന്ന പ്രാവുകൾ അവിടെനിന്നും പറന്നുപോയി. മെതിക്കളത്തിലുണ്ടായിരുന്ന കുതിരസ്സവാരിക്കാർ കുതിരപ്പുറത്തുനിന്നിറങ്ങി.

ഇതിനിടെ ഗ്രാമത്തിൽ വലിയ ഒരു കൂട്ടമണി മുഴങ്ങി. പാഷ - ആ ഗ്രാമത്തിലെ വിഡ്ഢി - മണിമേടയിൽ കയറി, എല്ലാ കയറുകളും ഒരുമിച്ച് പിടിച്ചുവലിച്ചുതുടങ്ങിയതിനാൽ ആപത്സൂചകമായ മണിയടിക്കുപകരം ഈസ്റ്റർ കാലത്തെ മണിയടിയാണ് മുഴങ്ങിയത്.

കുബാൻതൊപ്പി ധരിച്ച നേതാവ് ശിരോവസ്ത്രം തോളിലേക്ക് ഊർത്തി ഇട്ടുകൊണ്ട് ഗവ്രീലയുടെ അടുത്തേക്കു ചെന്നു. അയാളുടെ

വിയർത്ത മുഖം പിടഞ്ഞുകൊണ്ടിരുന്നു. വായുടെ കോണുകളിൽനിന്നും തുപ്പൽ ഒലിക്കുന്നുണ്ടായിരുന്നു.

“ഓട്ട്സ് ഉണ്ടോ?”

ഗവ്രീല വളരെ വിഷമിച്ച് എഴുന്നേറ്റു നിന്നു. അവിടെ നടന്നതെല്ലാം കണ്ട് സ്തബ്ധനായിപ്പോയ അയാൾ എന്തെങ്കിലും പറയുവാൻ അശക്തനായിരുന്നു.

“തനിക്കു ചെവി കേൾക്കില്ലേ, മുതുക്കൻ പിശാചേ? തന്റെ കയ്യിൽ ഓട്ട്സ് ഉണ്ടോ എന്നാണു ചോദിച്ചത്. വേഗം ഒരു ചാക്ക് ഓട്ട്സ് കൊണ്ടുവാ!”

എന്നാൽ അവർ കുതിരകളെ തീറ്റി തിന്നാനുള്ള തൊട്ടികളുടെ അടുത്തേക്കു കൊണ്ടുപോകുന്നതിനുമുമ്പുതന്നെ മറ്റൊരു സവാരിക്കാരൻ ഗെയിറ്റു കടന്ന് പാഞ്ഞുവന്നു.

“കുതിരപ്പുറത്തു കയറിൻ! പട്ടാളക്കാർ കുന്നിറങ്ങി വരുന്നുണ്ട്....”

ഒരു പ്രാക്കോടെ നേതാവ് വിയർത്തുകുളിച്ച കുതിരയ്ക്കു കടിഞ്ഞാണിട്ടു. കറുത്ത ചോര പറ്റിപ്പിടിച്ചിരുന്ന വലത്തെ കുപ്പായക്കൈ പൊടിമഞ്ഞു കൊണ്ട് തുടയ്ക്കാൻ മാത്രമാണ് അയാൾ സമയമെടുത്തത്.

അഞ്ചുപേരും മുറ്റത്തുനിന്നു കുതിരയോടിച്ചു പുറത്തു കടന്നപ്പോൾ ഒടുവിൽ പോകുന്ന സവാരിക്കാരന്റെ ജീനിയിൽ സ്വർണ്ണമുടിക്കാരനായ ധാന്യമെടുപ്പുകാരന്റെ കോട്ട് കൊളുത്തി വച്ചിരിക്കുന്നത് ഗവ്രീല കണ്ടു.

* * *

കുന്നിനപ്പുറത്തുള്ള മുൾചെടികൾ നിറഞ്ഞ മലയിടുക്കിൽ വെടി പൊട്ടുന്ന ശബ്ദം വൈകുന്നേരം വരെ നീണ്ടുനിന്നു. അടികൊണ്ട പട്ടിയെപ്പോലെ നിശ്ശബ്ദത ഗ്രാമത്തിൽ പതുങ്ങിനടന്നു. സന്ധ്യയാകാറായപ്പോൾ മാത്രമാണ് മെതിക്കളത്തിൽ ചെന്നു നോക്കാനുള്ള ധൈര്യം ഗവ്രീലയ്ക്കുണ്ടായത്. തുറന്നുകിടന്ന ചെറിയ ഗെയിറ്റിൽക്കൂടി അകത്തു കടന്നയുടനെ അയാൾ കണ്ടത് തട്ടികളിലൊന്നിന്റെ മുകളിലായി വെടിയേറ്റ ചെയർമാൻ വളഞ്ഞുകൂടി ഇരിയ്ക്കുന്നതാണ്. തട്ടിയ്ക്കപ്പുറത്തായി വീണുകിടന്നിരുന്ന തന്റെ തൊപ്പി എടുക്കുവാനെന്നവണ്ണം അദ്ദേഹത്തിന്റെ കൈകൾ തൂങ്ങിക്കിടന്നിരുന്നു.

തുറുവിൽനിന്നും വളരെ അകലെയല്ലാതെ വൈക്കോൽ ചണ്ടി ചിതറിക്കിടന്ന മഞ്ഞിൽ ധാന്യമെടുപ്പുകാർ മൂന്നുപേരും ഒരു വരിയായി കിടന്നിരുന്നു. അവരുടെ അടിയുടുപ്പുകളൊഴികെ മറ്റൊക്കെ അഴിച്ചു

മാറ്റപ്പെട്ടിരുന്നു. കണ്ണിമയ്ക്കാതെ അവരെ നോക്കിക്കൊണ്ടു നിൽക്കെ ഗവ്രീലയുടെ സംഭ്രമം നിറഞ്ഞ ഹൃദയത്തിൽനിന്നും രാവിലെ തോന്നിയ വിദ്വേഷം ഓടിയൊളിച്ചു. അയൽക്കാരന്റെ ആട്ടുകൾ വൈക്കോലിനുവേണ്ടി കൊള്ള നടത്താറുള്ള തന്റെ മെതിക്കളത്തിൽ, ഇതിനകംതന്നെ മരണത്തിന്റേയും അഴുകലിന്റേയും ഗന്ധം വമിച്ചുതുടങ്ങിയ ഈ കശാപ്പു ചെയ്യപ്പെട്ട മനുഷ്യശരീരങ്ങളും പതഞ്ഞു തളം കെട്ടിക്കിടക്കുന്ന പകുതി ഉറഞ്ഞ രക്തവും കിടക്കുന്നത് അയാൾക്ക് വിശ്വസിക്കാൻ കഴിഞ്ഞില്ല. ഇതെല്ലാം ഒരു പേടിസ്വപ്നമാണെന്നാണ് അയാൾക്ക് തോന്നിയത്. സ്വർണ്ണമുടിക്കാരൻ തല ഒരു വശത്തേക്ക് വല്ലാതെ ചരിച്ചുവച്ചുകൊണ്ട് കിടന്നിരുന്നു. അയാൾ കാലിന്മേൽക്കാലുവച്ച് അലക്ഷ്യമായി കിടക്കുന്നതു കണ്ടാൽ വിശ്രമിക്കുകയാണെന്നേ തോന്നുകയുള്ളൂ. മഞ്ഞിൽ പുതഞ്ഞു കിടന്ന ആ തല മാത്രമാണ് മറിച്ചു തോന്നിച്ചത്.

കറുത്ത മീശയുള്ള രണ്ടാമത്തെ ധാന്യമെട്ടപ്പകാരൻ മുതുക് വില്ലുപോലെ മുകളിലേക്കു വളച്ച് തോളുകളിൽ തല അമർത്തി കിടന്നു. അയാളുടെ മുൻവശത്തെ ഏതാനും പല്ലുകൾ അടർന്നുപോയിരുന്നു. അടക്കാൻ വയ്യാത്ത അമർഷം കൊണ്ട് അയാളുടെ ചുണ്ടുകൾ ഉള്ളിലേക്കു വലിഞ്ഞിരുന്നു. വൈക്കോലിലേക്ക് തലകുത്തി വീണ മൂന്നാമൻ മഞ്ഞിൽക്കൂടി നീന്തുകയാണെന്നു തോന്നി. മരണം നിശ്ചലമാക്കിയ അയാളുടെ കൈകൾക്ക് അത്രയേറെ കരുത്ത് തോന്നിച്ചു.

സ്വർണ്ണമുടിക്കാരന്റെയടുത്ത് ഗവ്രീല കുനിഞ്ഞുനിന്നു. അയാളുടെ ചാരനിറമായ മുഖത്തു സൂക്ഷിച്ചുനോക്കിയപ്പോൾ ഗവ്രീലയ്ക്ക് അയാളെപ്പറ്റി ദുഃഖം തോന്നി. ഗവ്രീലയുടെ കണ്ണിനുമുമ്പിൽ കിടന്നത് തുളച്ചുകയറുന്ന കണ്ണുകളുള്ള ഒരു ധാന്യമെട്ടപ്പകമ്മിസാറല്ല, പത്തൊൻപതു വയസ്സുള്ള ഒരു പയ്യനായിരുന്നു. അവന്റെ മഞ്ഞനിറമുള്ള മേൽമീശക്കു താഴെ ചുണ്ടുകൾക്കു ചുറ്റുമായി മഞ്ഞ് പറ്റിപ്പിടിച്ചു. നെറ്റിയിലുണ്ടായിരുന്ന സ്വഭാവദാർഢ്യം ദ്യോതിപ്പിക്കുന്ന ഒരു ആഴമുള്ള ചുളിയല്ലാതെ മറ്റൊരു വരയും ആ മുഖത്ത് ഉണ്ടായിരുന്നില്ല.

ഗവ്രീല വെറുതെ തന്റെ കൈകൾ അവന്റെ നഗ്നമായ മാറിൽ വച്ചു - അത്ഭുതപ്പെട്ട് അയാൾ ഉടൻ അതു പിൻവലിച്ചു. ഐസുപോലെയുള്ള തണുപ്പിനെ ഭേദിച്ച് ഒരു നേരിയ ചൂട്, അയാളുടെ കൈപ്പത്തിയിൽ അനുഭവപ്പെട്ടു...

രക്തം പുരണ്ട കറുത്ത് ചലനമറ്റ ഒരു ജഡവും മുതുകിലേറ്റി ഗവ്രീല ഞരങ്ങിക്കൊണ്ട് വേച്ചുവേച്ച് മുറിയിലേക്കു കയറിയപ്പോൾ അയാളുടെ വൃദ്ധയായ ഭാര്യ ഭയന്ന് അടുപ്പിനടുത്തേക്ക് പിൻവാങ്ങിക്കൊണ്ട്

കരിശ്ശുവരച്ചു.

അയാൾ ആ ചലനമില്ലാത്ത ശരീരം ബഞ്ചിൽ കിടത്തി, തണുത്ത വെള്ളംകൊണ്ട് അത് കഴുകി വെടിപ്പാക്കിയശേഷം നെഞ്ചും കൈകാലുകളും ഒരു പരുക്കൻ കമ്പിളിത്തുണികൊണ്ട് തിരുമ്മിത്തുടങ്ങി. ക്ഷീണിക്കുന്നതുവരെ അയാൾ തിരുമ്മിക്കൊണ്ടിരുന്നു. അയാളുടെ നെറ്റിയിൽ വിയർപ്പു പൊടിച്ചു. തിരുമ്മിക്കഴിഞ്ഞ് അറപ്പുതോന്നിക്കും വിധം തണുത്ത ആ നെഞ്ചിൽ അയാൾ ചെവി വച്ചു നോക്കി. ഹൃദയം അവ്യക്തമായി മുറതെറ്റുന്ന മിടിക്കുന്ന ശബ്ദം അയാൾക്കു കേൾക്കാൻ കഴിഞ്ഞു.

* * *

മൂന്നു പകലും നാലു രാത്രിയും മുഴുവൻ മുൻവശത്തെ മുറിയിൽ ഒരു ശവത്തെപ്പോലെ വിളറി മഞ്ഞളിച്ച് അവൻ കിടന്നു. അവന്റെ നെറ്റി മുതൽ കവിളുവരെ രക്തം ഉണങ്ങിപ്പിടിച്ച ഒരു മുറിവ് ഉണ്ടായിരുന്നു. മുറുകെ കെട്ടിവച്ചിരുന്ന അവന്റെ നെഞ്ച് വിമ്മിഷ്ടപ്പെട്ട് ശ്വസിച്ചുകൊണ്ട് കമ്പിളിപ്പുതപ്പിനു കീഴെ പൊങ്ങുകയും താഴുകയും ചെയ്തുകൊണ്ടിരുന്നു.

തൊലി പൊട്ടിയതും തഴമ്പുള്ളതുമായ കൈവിരലുകൊണ്ട് ഗവ്രീല ദിവസവും അവന്റെ ചുണ്ടുകൾ അകറ്റിയിട്ട് പേനാക്കത്തിയുടെ അറ്റം കൊണ്ട് കൂട്ടിക്കടിച്ച പല്ലുകളെ അകറ്റിപ്പിടിക്കും. അപ്പോൾ അയാളുടെ ഭാര്യ ഇളം ചൂടുള്ള പാലും ആട്ടിൻസൂപ്പും ഒരു കുഴലിൽക്കൂടി അവന്റെ വായിൽ ഒഴിച്ചുകൊടുക്കും.

നാലാം ദിവസം രാവിലെ അവന്റെ കവിളുകളിൽ ഒരു തുടുപ്പു പ്രത്യക്ഷപ്പെട്ടു. ഉച്ചയായപ്പോഴേക്കും അവന്റെ മുഖം ചെമ്പരത്തിപ്പൂ പോലെ ചുവന്നു. ദേഹം മുഴുവൻ ശക്തിയായി വിറച്ചുതുടങ്ങി. തണുത്ത സ്വേദബിന്ദുക്കൾ അവന്റെ ഷർട്ടിനടിയിൽ ഒഴുകി.

ആ നിമിഷം മുതൽ അവൻ പിച്ചുംപേയും പറഞ്ഞുകൊണ്ട് കട്ടിലിൽനിന്ന് എഴുന്നേൽക്കാൻ ശ്രമിച്ചുകൊണ്ടിരുന്നു. ഗവ്രീലയും ഭാര്യയും മാറിമാറി അവന്റെ മെത്തയ്ക്കരികിൽ രാപകൽ കാത്തിരുന്നു.

ദോൻനദിയുടെ അക്കരെനിന്നടിക്കുന്ന കിഴക്കൻകാറ്റ് ആകാശം ഇളക്കിമറിയ്ക്കുകയും തണുത്ത മേഘങ്ങളെ ഗ്രാമത്തിനു മുകളിലേക്ക് ഇറക്കിക്കൊണ്ടു വരികയും ചെയ്യുന്ന നീണ്ട ശൈത്യകാലരാത്രികളിൽ കൈപ്പടങ്ങളിൽ തല താങ്ങിക്കൊണ്ട് ഗവ്രീല മുറിവേറ്റയാളിന്റെ മെത്തയ്ക്കരികിലിരുന്ന് അവൻ പരസ്പരബന്ധമില്ലാതെ എന്തൊക്കെയോ

പുലമ്പുന്നത് കേട്ടുകൊണ്ടിരിക്കും. അവന്റെ നെഞ്ചിൽ ത്രികോണാകൃതിയിലുണ്ടായിരുന്ന വെയിലേറ്റ കറുത്ത പാടിലും അടഞ്ഞുകിടന്ന നീല കൺപോളകളിലും നോക്കിക്കൊണ്ട് അരികിലിരിക്കെ, അവന്റെ വാടിയ ചുണ്ടുകളിൽനിന്നും നീണ്ട ഒരു കരച്ചിലോ അടഞ്ഞ ശബ്ദത്തിലുള്ള ഒരു ആഹ്വാനമോ, ദേഷ്യത്തോടെയുള്ള ചീത്തവിളിയോ, ഉയരുകയും അവന്റെ മുഖം വേദനയും കോപവും കൊണ്ട് പിടയുകയും ചെയ്യുമ്പോൾ ഗവ്രീലയുടെ കണ്ണുകളിൽ ചുടുകണ്ണീർ നിറയും. ആ നിമിഷങ്ങളിൽ അയാളുടെ ഹൃദയത്തിലേക്ക് സഹതാപം ഇരമ്പിക്കയറും.

ഓരോ ദിവസം കഴിയുന്തോറും, രോഗിയുടെ കിടക്കയ്ക്കടുത്ത് ഉറക്കമിളച്ചിരിക്കുന്ന ഓരോ രാത്രി കഴിയുമ്പോഴും, തന്റെ ഭാര്യ കൂടുതൽ വിളറുകയും ശോഷിക്കുകയും ചെയ്യുന്നുണ്ടെന്ന് ഗവ്രീലയ്ക്കു മനസ്സിലായി. അവരുടെ കുഴിഞ്ഞ കവിളുകളിൽ തങ്ങിനിന്ന കണ്ണുനീർ കണ്ടപ്പോൾ അയാൾക്ക് എല്ലാം മനസ്സിലായി, അഥവാ തന്റെ ഹൃദയംകൊണ്ട് അയാൾ എല്ലാം അനുഭവിച്ചറിഞ്ഞു. മരിച്ചുപോയ പുത്രൻ പെത്രോയോടുള്ള വാത്സല്യം - ഒഴുകാനനുവദിക്കപ്പെടാത്ത കണ്ണീരിനോടൊപ്പം വൃദ്ധയുടെ നെഞ്ചിനുള്ളിൽ അണകെട്ടി നിർത്തിയിരുന്ന വാത്സല്യം - മരണത്തിന്റെ ആലിംഗനത്തിലമർന്ന് നിശ്ചലനായി കിടക്കുന്ന ഈ അന്യ യുവാവിന്റെ നേരെ അണമുറിഞ്ഞൊഴുകി.

ഗ്രാമത്തിൽക്കൂടി കടന്നുപോയ ഒരു റെജിമെന്റിന്റെ കമാൻഡർ ഒരു ദിവസം ഗവ്രീലയുടെ വീട്ടിൽ ചെന്നു. അദ്ദേഹം ഗെയിറ്റിൽ വച്ച് കുതിരയെ ഒരു ഓഡർലിയെ ഏല്പിച്ചിട്ട് പൂമുഖത്തേക്ക് ഓടിക്കയറി. മുൻവശത്തെ മുറിയിൽ കയറി തൊപ്പിയൂരിപ്പിടിച്ചുകൊണ്ട്, അദ്ദേഹം കട്ടിലിനരികിൽ ദീർഘനേരം നിശ്ശബ്ദനായി നിന്നു. മുറിവേറ്റ കിടന്ന യുവാവിന്റെ മുഖത്ത് വിളറിയ നിഴലുകൾ ഓടിനടന്നു. പനികൊണ്ട് കരുവാളിച്ച ചുണ്ടുകളിൽ ഒരു തുള്ളി ചോര ഊറിവന്നു. കമാൻഡർ തന്റെ അകാലനരബാധിച്ച തല കുലുക്കിക്കൊണ്ട് നനവുപറ്റിയ കണ്ണുകളോടെ ഗവ്രീല ഇരുന്നതിനപ്പുറത്തെവിടെയോ തുറിച്ചുനോക്കി. വൃദ്ധന്റെ കണ്ണുകളെ നേരിടാൻ അദ്ദേഹം അശക്തനായിരുന്നു.

"ഞങ്ങളുടെ സഖാവിനെ നോക്കിക്കോളണം, അപ്പൂപ്പാ!" അദ്ദേഹം പറഞ്ഞു.

"ഞങ്ങൾ നോക്കിക്കോളാം!" ദൃഢനിശ്ചയത്തോടെ വൃദ്ധൻ മറുപടി പറഞ്ഞു.

ദിവസങ്ങൾ ആഴ്ചകളായി മാറി. വെളിപാടു പെരുന്നാൾ വന്നുപോയി. പതിനാറാമത്തെ ദിവസം ചെറുപ്പക്കാരൻ കണ്ണുതുറന്നു. ചിലന്തിവല

പോലെ നേർത്ത ഒരു പുരുഷശബ്ദം ഇങ്ങിനെ ചോദിക്കുന്നത് ഗവ്രീല കേട്ടു:

"ഇതു നിങ്ങളാണോ, അപ്പൂപ്പാ?"

"ഞാനാണ്."

"അവർ എന്നെ ഒരു പരുവത്തിലാക്കി ഇല്ലേ?"

"ക്രിസ്തു നമ്മളെ രക്ഷിക്കട്ടെ!"

ഹ്രസ്വവും സുതാര്യവുമായ ആ നോട്ടത്തിൽ നിന്ദ തൊട്ടുതേച്ചിട്ടില്ലാത്ത ഹാസ്യരസം കലർന്നിരുന്നുവെന്ന് ഗവ്രീലയ്ക്ക് തോന്നി.

"മറ്റുള്ളവർക്കെന്തു പറ്റി?"

"അവരെ... ഞങ്ങൾ അവരെ മൈതാനത്തു കുഴിച്ചിട്ടു."

യുവാവിന്റെ വിരലുകൾ കമ്പിളിപ്പുതപ്പിന്റെ മുകളിൽ ചലിച്ചുകൊണ്ടിരുന്നു. ഒന്നും പറയാതെ അവൻ പരുപരുത്ത തടിപാകിയ മച്ചിലേക്കു നോക്കി കിടന്നു.

"നിന്റെ പേരെന്താണ്?" ഗവ്രീല ചോദിച്ചു.

നീല ഞരമ്പു പിടച്ചുനിന്ന കൺപോളകൾ ക്ഷീണംകൊണ്ട് താനെ അടഞ്ഞു.

"നിക്കൊലായ്."

"ശരി, ഞങ്ങൾ നിന്നെ പെത്രോ എന്നു വിളിക്കും...ഞങ്ങൾക്ക് പെത്രോ എന്നു പേരുള്ള ഒരു മകനുണ്ടായിരുന്നു." ഗവ്രീല വിശദീകരിച്ചു.

ഗവ്രീല ഒരു നിമിഷം ആലോചിച്ചു നിന്നിട്ട് മറ്റെന്തോകൂടി ചോദിക്കാൻ മുതിർന്നതാണ്. പക്ഷെ അപ്പോൾ മൂക്കിൽക്കൂടി ക്രമത്തിൽ ശ്വാസം വിടുന്ന ശബ്ദം കേട്ടതുകൊണ്ട് അയാൾ ഒച്ച കേൾപ്പിക്കാതെ കട്ടിലിനടുത്തുനിന്നും പോയി.

* * *

ജീവിതം മടിച്ചുമടിച്ച് യുവാവിന്റെയടുത്തേക്ക് തിരിച്ചുവന്നു. പിന്നത്തെ മാസത്തിൽ ആയാസപ്പെട്ട് തലയിണയിൽനിന്നും തലപൊക്കാൻ അവനു കഴിഞ്ഞു. കിടന്നുകിടന്ന് അവന്റെ പുറത്ത് വ്രണങ്ങൾ ഉണ്ടായി. ദിവസം കഴിയുന്തോറും താൻ പുതിയ പെത്രോയുമായി കൂടുതൽ കൂടുതൽ അടുക്കുകയാണെന്നും, തന്റെ വസതിയുടെ അഭ്രജനാലയിൽ പതിച്ച അസ്തമയസൂര്യന്റെ പ്രഭപോലെ ആദ്യത്തെ പെത്രോയുടെ-തന്റെ സ്വന്തം പുത്രന്റെ - രൂപം മങ്ങുകയും അവ്യക്തമാകുകയും ചെയ്യുകയാണെന്നും

ഒരു ഞടുക്കത്തോടെ ഗവ്രീല കണ്ടുപിടിച്ചു. തന്റെ പഴയ ദുഃഖത്തേയും വേദനയേയും തട്ടിയുണർത്താൻ അയാൾ ശ്രമിച്ചു. പക്ഷെ ഒരിക്കൽ തന്നോട് ഏറ്റവും അടുത്തിരുന്നതെല്ലാം അകലത്തേക്കു വഴുതി വഴുതി പോവുകയാണു ചെയ്തത്. അത് അയാളെ അസഹ്യപ്പെടുത്തുകയും ലജ്ജിതനാക്കുകയും ചെയ്തു... അയാൾ മുറ്റത്തിറങ്ങി നിസ്സാരമായ എന്തെങ്കിലും ജോലി ചെയ്തുകൊണ്ട് മണിക്കൂറുകൾ കഴിക്കും. എന്നാൽ ഈ സമയമത്രയും തന്റെ ഭാര്യ പെത്രോയുടെ കിടക്കയ്ക്കരികിൽ തുടർച്ചയായി ഇരിക്കുകയാണെന്ന് ഓർക്കുമ്പോൾ കലശലായ അസൂയ അയാളെ പിടികൂടും. മുറിയ്ക്കുള്ളിലേക്കു കയറിച്ചെന്ന് അയാൾ കട്ടിലിന്റെ തലയ്ക്കൽ നിശ്ശബ്ദനായി നില്ക്കും. തന്റെ വടിപോലെയുള്ള വിരലുകൾകൊണ്ട് അയാൾ കിടക്കവിരി നേരെയിടും. വൃദ്ധ കോപത്തോടെ തന്നെ നോക്കുന്നതു കാണുമ്പോൾ ബഞ്ചിൽ പോയിരുന്ന് മൗനം ഭജിക്കും.

വസന്തകാലത്ത് - മേയ് മാസത്തിൽ - പറിച്ചെടുത്ത ഔഷധച്ചെടികളുടെ നീരും മലയെലിയുടെ നെയ്യും വൃദ്ധ പെത്രോയെ കുടിപ്പിച്ചു. അതിന്റെ ഫലംകൊണ്ടോ, അവന്റെ യുവത്വം അഴുകലിനെ ചെറുത്തു തോല്പിച്ചതുകൊണ്ടോ, എന്തോ അവന്റെ മുറിവുകൾ കരിഞ്ഞുതുടങ്ങി. അവന്റെ കവിളുകൾ തുടുത്തു. പുതുരക്തം അവയ്ക്ക് ശോണിമ നല്കി. എല്ല് ഒടിഞ്ഞിരുന്ന വലത്തെ കൈത്തണ്ടമാത്രം വേണ്ടവണ്ണം സുഖപ്പെട്ടില്ല. ആ കൈകൊണ്ടിനി പണിയെടുക്കാൻ പറ്റുകയില്ലെന്ന് തോന്നി.

നാല്പതു നോയ്മ്പിന്റെ രണ്ടാം വാരത്തിൽ പരസഹായം കൂടാതെ കിടക്കയിൽ എഴുന്നേറ്റിരിക്കാൻ പെത്രോയ്ക്കു കഴിഞ്ഞു. തന്റെ ശക്തിയിൽ അവനുതന്നെ അത്ഭുതം തോന്നി. വിസ്മയം കലർന്ന ഒരു പുഞ്ചിരി അവന്റെ മുഖത്തു പരന്നു.

അന്നു രാത്രി അടുക്കളയിൽ അടുപ്പിന്റെ മുകളിൽനിന്ന് ചുമകൾക്കിടയിൽ വൃദ്ധൻ ഇങ്ങിനെ പറഞ്ഞു:

"നീ ഉറക്കമായോ മുത്തീ?"

"എന്തു വേണം?"

"നമ്മുടെ ചെറുക്കൻ താമസിയാതെ എഴുന്നേറ്റു നടന്നുതുടങ്ങും... നാളെ പെത്രോയുടെ കാലുറ പെട്ടിയിൽനിന്നും പുറത്തെടുത്തു വയ്ക്കുന്നതാണു നല്ലത്... അവനാവശ്യമായ ഉടുപ്പുകൾ എല്ലാം തയ്യാറാക്കിവയ്ക്കണം... അവന് ഇടാൻ ഒന്നുമില്ല."

"എനിക്കറിയാം. ഞാനതെല്ലാം പുറത്തെടുത്തു വച്ചുകഴിഞ്ഞു."

"നീ തക്കസമയത്തു വേണ്ടതുപോലെ ചെയ്തു!....കോട്ടും പുറത്തെടുത്തു

വച്ചോ?"

"പിന്നല്ലാതെ? അവൻ എന്താ പിറന്നപടി നടക്കണോ?"

ഗവ്രീല അടുപ്പിന്റെ മുകളിൽ കിടന്ന് ഒന്നുരണ്ടു പ്രാവശ്യം തിരിഞ്ഞു മറിഞ്ഞു. മയങ്ങിത്തുടങ്ങിയപ്പോഴാണ് മറ്റെന്തോ ഓർമ്മവന്നത്. ഒരു വിജയിയുടെ ഭാവത്തിൽ അയാൾ തല പൊക്കിക്കൊണ്ടു ചോദിച്ചു:

"തൊപ്പിയോ? കിഴവി അക്കാര്യം മറന്നുകാണും."

"ഓ, ഒന്നു മിണ്ടാതിരിക്കിൻ! അതിന്റെ മുമ്പിൽക്കൂടി നൂറുവട്ടം കടന്നു പോയിട്ടും നിങ്ങളതു കണ്ടില്ല. ഇന്നലെ മുതൽ അത് ആ ആണിയിൽ തൂങ്ങിക്കിടക്കുന്നുണ്ട്!

ഗവ്രീല ജാള്യതയോടെ ചുമച്ചുകൊണ്ട് മിണ്ടാതെ കിടന്നു. ചൈതന്യമുറ്റ വസന്തം ദോനിനെ ഇളക്കിമറിച്ചു. നദിയിലെ ഐസ് കറുത്ത് പുഴുക്കുത്തു വീണതുപോലെ കാണപ്പെട്ടു. മലഞ്ചെരിവുകളിൽനിന്നും മഞ്ഞ് ഉരുകി പോയിരുന്നു. സ്റ്റെപ്പിയിൽനിന്നും മഞ്ഞ് മലയിടുക്കുകളിലേക്കും വെള്ളച്ചാലുകളിലേക്കും പിൻവാങ്ങി. അക്കരെയുള്ള നദീതീരം കരകവിഞ്ഞൊഴുകി, വെയിലേറ്റു തിളങ്ങുന്ന വെള്ളത്തിൽ മുങ്ങിക്കിടന്നു. വീണ്ടും തളിരിട്ടുതുടങ്ങിയ കാഞ്ഞിരത്തിന്റെ കയ്പുള്ള ഗന്ധം സ്റ്റെപ്പിയിൽനിന്നടിച്ച കാററ് കൊണ്ടുവന്നു.

മാർച്ചുമാസത്തിന്റെ അവസാനമായിരുന്നു അത്.

* * *

"ഇന്ന് ഞാൻ എണീറ്റു നില്ക്കും, അച്ഛാ!"

ഗവ്രീലയുടെ പടിക്കകത്തു കാലുകുത്തിയിട്ടുള്ള എല്ലാ ചുവപ്പുസേനക്കാരും അയാളുടെ നരച്ച തലയെ ആദരിച്ച് അയാളെ അച്ഛാ എന്നാണ് വിളിച്ചിട്ടുള്ളത്. എങ്കിലും ഇപ്പോൾ കേട്ട ആ വിളിക്ക് ഒരു പ്രത്യേക ഊഷ്മളതയുണ്ടെന്ന് ഗവ്രീലയ്ക്ക് തോന്നി. ഒരുപക്ഷെ അതയാളുടെ തോന്നൽ മാത്രമായരിക്കാം, അല്ലെങ്കിൽ പെത്രോ വാസ്തവത്തിൽ പുത്രോചിതമായ സ്നേഹത്തോടെയാകാം ആ വാക്ക് ഉച്ചരിച്ചത്. രണ്ടായാലും വൃദ്ധന്റെ മുഖം അരുണവർണ്ണമായി; അയാൾ ചുമച്ചുതുടങ്ങി, ലജ്ജ കലർന്ന സന്തോഷം മറച്ചുവച്ചുകൊണ്ട് അയാൾ പിറുപിറുത്തു:

"ഇപ്പോൾ രണ്ടുമാസത്തിൽ അധികമായി... അതേ, എണീറ്റു നടക്കാൻ കാലമായി, പെത്രോ."

വഴങ്ങാത്ത കാലുകളിൽ ഞൊണ്ടിഞൊണ്ടി പെത്രോ പൂമുഖത്തെത്തി. കാറ്റ് നെഞ്ചിലേക്ക് അടിച്ചുകയറ്റിയ വായുവിന്റെ ആധിക്യം

അവനെ വീർപ്പുമുട്ടിച്ചു. ഗവ്രീല അവനെ പിന്നിൽനിന്നും താങ്ങിപ്പിടിച്ചിരുന്നു. അയാളുടെ വൃദ്ധയായ ഭാര്യ അകാരണമായി വന്ന കണ്ണുനീർ തുടച്ചുകൊണ്ട് പൂമുഖത്ത് ചുറ്റിപ്പറ്റിനിന്നു.

ദത്തുപുത്രനായ പെത്രോ ജീർണ്ണിച്ച മേൽക്കൂരയോടുകൂടിയ കളപ്പുരയുടെ അടുത്തുകൂടി ഞൊണ്ടിഞൊണ്ടി നടന്നു പോകുന്നതിനിടയിൽ ഗവ്രീലയോടു ചോദിച്ചു:

"നിങ്ങൾ ധാന്യം ഏല്പിച്ചുവോ?"

"ഉവ്വ്," ഗവ്രീല വൈമുഖ്യത്തോടെ മറുപടി പറഞ്ഞു.

"നിങ്ങൾ ചെയ്തത് ശരിയാണ്, അച്ഛാ!"

അച്ഛൻ എന്ന ആ സംബോധന വീണ്ടും ഗവ്രീലയുടെ ഹൃദയത്തിനു ചൂടുപകർന്നു. ഒരു വടിയൂന്നിക്കൊണ്ട് പെത്രോ എന്നും മുറ്റത്തുകൂടി ഞൊണ്ടി നടക്കും. ഗവ്രീല മെതിക്കളത്തിലോ, കന്നുകാലിത്തൊഴുത്തിലോ എവിടെ നില്ക്കുകയാണെങ്കിലും അവിടെനിന്ന് തന്റെ പുതിയ പുത്രനെ ഉൽക്കണ്ഠനിറഞ്ഞ കണ്ണുകളോടെ നോക്കിക്കൊണ്ടിരിക്കും - അവൻ തട്ടി വീഴുമോ എന്നായിരുന്നു അയാളുടെ ഭയം.

അവർ തമ്മിൽ അപൂർവ്വമായേ സംസാരിക്കാറുണ്ടായിരുന്നുള്ളു. എങ്കിലും സരളമായ ഒരു സ്നേഹശൃംഖല അവരെ കൂട്ടിയിണക്കിക്കഴിഞ്ഞിരുന്നു.

പെത്രോ ആദ്യമായി പുറത്തിറങ്ങി രണ്ടുദിവസം കഴിഞ്ഞ് ഒരു രാത്രി എല്ലാവരും കിടക്കാനൊരുങ്ങിയപ്പോൾ ഗവ്രീല അടുപ്പിന്റെ മുകളിൽ നടുനിവർത്തിക്കൊണ്ട് ചോദിച്ചു:

"സ്വദേശം എവിടെയാണ്, മകനെ?"

"ഉറാൾ പ്രദേശം."

"കൃഷിക്കാരുടെ കൂട്ടത്തിൽപ്പെട്ടവനാണോ?"

"അല്ല, തൊഴിലാളിവർഗ്ഗത്തിൽപ്പെട്ടതാണ്."

"അതെങ്ങിനെയാണ്? നീ എന്തെങ്കിലും തൊഴിൽ ചെയ്തിരുന്നോ? നീ ആരായിരുന്നു? ഒരു ചെരുപ്പുകുത്തിയായിരുന്നോ? അതോ ഒരു തച്ചനാണോ?"

"അല്ല, അച്ഛാ, ഞാൻ ഒരു ഫാക്ടറിയിൽ പണിയെടുക്കുകയായിരുന്നു, ഒരു ഇരുമ്പുവാർപ്പുശാലയിൽ. ഞാൻ അവിടെയാണ് വളർന്നത്."

"എന്നാൽ പിന്നെ ധാന്യസംഭരണത്തിന് നീ വന്നതെങ്ങിനെയാണ്?"

"പട്ടാളത്തിൽനിന്നും നിയോഗിക്കപ്പെട്ടതാണ്."

"അപ്പോൾ നീ ആരായിരുന്നു? അവരുടെ ഒരു കമാൻഡറോ?"

"അതെ, അച്ഛാ."

അടുത്ത ചോദ്യം ചോദിക്കാൻ അയാൾക്കു മടിയുണ്ടായിരുന്നു, പക്ഷെ അതു ചോദിക്കാൻവേണ്ടിയാണ് അയാൾ മറ്റു ചോദ്യങ്ങൾ ചോദിച്ചത്.

"അപ്പോൾ നീ പാർട്ടിയുടെ ആളായിരിക്കണമല്ലോ?"

"ഞാനൊരു കമ്മ്യൂണിസ്റ്റുകാരനാണ്," ഹൃദ്യമായ ഒരു പുഞ്ചിരി യോടെ പെത്രോ പറഞ്ഞു.

അപരിചിതമായ ഒരു വാക്കിനോട് ഗവ്രീലയ്ക്കുണ്ടായിരുന്ന ഭയത്തെ ഹൃദ്യമായ ആ പുഞ്ചിരി തുടച്ചു മാറ്റി.

സംസാരിക്കാൻ ഒരു അവസരം കാത്തിരുന്നിരുന്ന വൃദ്ധ ധൃതിയിൽ ചോദിച്ചു: "നിനക്ക് വീട്ടുകാർ ആരെങ്കിലുമുണ്ടോ, മോനെ?"

"ഒരു ജീവിപോലുമില്ല. മാനത്തെ ചന്ദ്രനെപ്പോലെ ഞാൻ ഏകനാണ്!"

"അച്ഛനമ്മമാർ മരിച്ചുപോയോ?"

"ഞാൻ ഏഴുവയസ്സുള്ള ഒരു കുട്ടിയായിരിക്കുമ്പോൾ...

അച്ഛൻ മദ്യക്കുത്തിനെ തുടർന്നുണ്ടായ ലഹളയിൽ കൊല്ലപ്പെട്ടു. അമ്മ തെരുവികളിലെവിടെയോ ജീവിതം പോക്കുകയാണ്...."

"വേശ്യ! നീ ഒരു നിസ്സഹായനായ ബാലനായിരുന്നപ്പോൾതന്നെ അവൾ നിന്നെ ഉപേക്ഷിച്ചുപോയി, അല്ലേ?"

"അവർ ഒരു ലേബർ കോൺട്രാക്ടറുടെ കൂടെ ഓടിപ്പോയി. ഞാൻ ഫാക്ടറിയിൽ വളർന്നു."

ഗവ്രീല അടുപ്പിന്റെ മുകളിൽനിന്നും കാലുകൾ തൂക്കിയിട്ടുകൊണ്ട് ദീർഘനേരം മൗനമായിരുന്നു. പിന്നീട് വളരെ വ്യക്തമായും സാവധാനത്തിലും അയാൾ സംസാരിച്ചുതുടങ്ങി:

"ശരി, മകനെ,നിനക്ക് വീട്ടുകാർ ആരുമില്ലെങ്കിൽ നീ ഞങ്ങളുടെ കൂടെ താമസിച്ചോളൂ.... ഞങ്ങൾക്ക് പണ്ട് ഒരു മകനുണ്ടായിരുന്നു, അവന്റെ പേരാണ് ഞങ്ങൾ നിനക്കിട്ടിരിക്കുന്നത്- പെത്രോ... പക്ഷെ അതു വളരെ കാലം മുമ്പാണ്. ഇപ്പോൾ വയസ്സായ ഞങ്ങൾ രണ്ടുപേരും തനിച്ചാണ്... നീ ജീവിക്കുമോയെന്ന് ഇത്രനാളും ഞങ്ങൾക്ക് ആശങ്ക യായിരുന്നു; അതുകൊണ്ടാണ് ഞങ്ങൾ നിന്നോട് ഇത്ര അടുത്തതെന്ന്

എനിക്കു തോന്നുന്നു. അന്യരക്തമാണ് നിന്റെ സിരകളിൽക്കൂടി ഒഴുകുന്നതെങ്കിലും ഞങ്ങളുടെ ഹൃദയം നിനക്കുവേണ്ടി വേദനിക്കുന്നു - നീ ഞങ്ങളുടെ സ്വന്തമാണെന്നതുപോലെ.... നീ ഞങ്ങളുടെ കൂടെ താമസിക്കു, കുട്ടി! നമുക്ക് ഈ മണ്ണിൽ ഒരുമിച്ചു ജീവിക്കാം, ദോൻനദീതീരത്തെ ഈ മണ്ണ് നല്ലതാണ്, ഫലപുഷ്ടിയുള്ളതും കരുണയുള്ളതുമാണ്... നിന്നെ ഒരു ചുവടുപിടിപ്പിച്ച് ഞങ്ങൾ നിനക്കൊരു പെണ്ണിനെ കണ്ടുപിടിക്കാം. എന്റെ കാലമൊക്കെ കഴിഞ്ഞു, വയലുകൾ നീ തന്നെ നോക്കിക്കോളൂ. എനിക്ക് ഒരേയൊരു അപേക്ഷയുള്ളത് ഇതാണ് - ഞങ്ങളുടെ പ്രായത്തെ ബഹുമാനിക്കുകയും ഞങ്ങൾ മരിക്കുന്നതുവരെ നിന്റെ മേശയ്ക്കരികിൽനിന്നും ഞങ്ങളെ ആട്ടിയോടിക്കാതിരിക്കുകയും ചെയ്യുക.... വൃദ്ധരായ ഞങ്ങളെ വിട്ടുപോകരുത്, പെത്രോ....."

അടുപ്പിന്റെ പിന്നിൽ ഒരു ചീവീട് വിരസമായി ശബ്ദിച്ചുകൊണ്ടിരുന്നു.

കാറ്റടിച്ച് കതകുകൾ ഞരങ്ങി.

"ഞങ്ങൾ, വൃദ്ധയും ഞാനും, നിനക്കു ഒരു ഭാര്യയെ അന്വേഷിച്ചു കൊണ്ടിരിക്കയാണ്!" പ്രസന്നത ക്ഷണിച്ചു വരുത്തിക്കൊണ്ട് ഗവ്രീല കണ്ണിറുക്കിക്കാണിച്ചു, പക്ഷെ അയാളുടെ ചുണ്ടുകൾ വിറയ്ക്കുകയും സഹതാപാർഹമാംവണ്ണം വക്രിച്ച ഒരു പുഞ്ചിരി അവിടെ സ്ഥാനം പിടിക്കുകയും ചെയ്തു.

പെത്രോ പൊട്ടിപ്പൊളിഞ്ഞ തറയിൽ നോക്കിക്കൊണ്ടിരിക്കുകയായിരുന്നു. അവന്റെ ഇടത്തെ കൈ ബഞ്ചിൽ താളം പിടിച്ചുകൊണ്ടിരുന്നു. ഇടയ്ക്കിടെ ആ ശബ്ദം കേട്ടു, ഉൽക്കണ്ഠനിറഞ്ഞ താണ ശബ്ദം. തപ്പ് - തപ്പ്-തപ്പ്! തപ്പ് -തപ്പ്-തപ്പ്! തപ്പ്-തപ്പ്-തപ്പ്!

എന്തു മറുപടി പറയണമെന്ന് അവൻ ആലോചിക്കുകയായിരുന്നുവെന്ന് സ്പഷ്ടമായിരുന്നു. ഒരു തീരുമാനത്തിലെത്തിച്ചേർന്ന ഉടൻ അവൻ കൊട്ട് നിർത്തി, പെട്ടെന്ന് തല പൊക്കി.

"ഞാൻ സന്തോഷത്തോടെ നിങ്ങളുടെ കൂടെ താമസിക്കാം, അച്ഛാ, പക്ഷെ ശരിക്കു വേലയെടുക്കാൻ എന്നെക്കൊണ്ടു കഴിയുമെന്നു തോന്നുന്നില്ല. നാശം, എന്റെ വലത്തുകൈ നേരെയാകുന്നില്ല! എങ്കിലും എന്നാൽ ആവതു ഞാൻ ചെയ്യാം. വേനല്ക്കാലം മുഴുവൻ ഞാനിവിടെ താമസിക്കാം, പിന്നത്തെ കാര്യം അന്ന് തീരുമാനിക്കാം."

"അതു കഴിയുമ്പോൾ നീ സ്ഥിരമായി ഇവിടെ താമസിച്ചെന്നും വരാം!" ഗവ്രീല പറഞ്ഞ് അവസാനിപ്പിച്ചു.

വൃദ്ധയുടെ ചവിട്ടിനൊത്ത് ഒരു ആഹ്ലാദഭരിതമായ മൂളിപ്പാട്ടു

പാടിക്കൊണ്ട് റാട്ട തിരിഞ്ഞു. മാർദ്ദവമേറിയ കമ്പിളിരോമം റാട്ടസൂചിയിൽ ചുറ്റിക്കൊണ്ട് റാട്ട് സന്തോഷത്തോടെ കറുങ്ങിക്കൊണ്ടിരുന്നു.

ഒരുപക്ഷെ അത് ഒരു താരാട്ടു പാട്ടുകയായിരുന്നിരിക്കാം. അല്ലെങ്കിൽ ഉറക്കം തൂങ്ങിയ, താളത്തിനൊത്ത ആ ചെണ്ടകൊട്ടൽ സമൃദ്ധിയുടെ ദിനങ്ങളെ വാഗ്ദാനം ചെയ്യുകയായിരുന്നിരിക്കാം - ആർക്കു പറയാൻ കഴിയും?

* * *

വസന്തം കഴിഞ്ഞ് കൊട്ടുംവെയിലുള്ള ദിവസങ്ങൾ വന്നുചേർന്നു. സ്റ്റെപ്പിപ്രദേശത്തെ ഫലപുഷ്ടിയുള്ള പൊടി ആ ദിവസങ്ങൾക്ക് ചാരനിറം പകർന്നു. എന്നത്തേയും പോലെ വാശിയോടെ ഒഴുകുന്ന ദോൻനദി അലയടിക്കുന്ന ഓളങ്ങളുമായി കുതിച്ചുയർന്നു. ഇരുവശങ്ങളിലുമുള്ള പാടശേഖരങ്ങളെ വെള്ളപ്പൊക്കം ജലസേചനം ചെയ്തു. പച്ചയോ ചാരനിറം കലർന്ന വെള്ളയോ ആയി കാണപ്പെട്ട മറുകരയിൽനിന്നും പൂത്തുലഞ്ഞ പോപ്ലാർമരങ്ങളുടെ സുഗന്ധം വായുവിൽ കലർന്നു. പുൽത്തകിടിയിൽ ഒരു തടാകം ആപ്പിൾപ്പൂക്കളുടെ ദലങ്ങൾ വീണ് പുലരിപോലെ ഇളംചുവപ്പുനിറത്തിൽ തിളങ്ങി. രാത്രിയിൽ വേനല്ക്കാലത്തെ മിന്നൽക്കൊടി ഒരു പെൺകുട്ടിയെപ്പോലെ ആകാശത്തിൽ ഒളികണ്ണിട്ടുനോക്കിക്കൊണ്ടിരുന്നു. രാത്രി മിന്നൽ വെളിച്ചംപോലെ ഹ്രസ്വമായിരുന്നു. ദീർഘമായ അദ്ധ്വാനത്തിനുശേഷം ശക്തി വീണ്ടെടുക്കുവാൻ കാളകൾക്ക് സമയം കിട്ടിയില്ല. പൊതുമേച്ചിൽസ്ഥലത്തു മേഞ്ഞുകൊണ്ടിരുന്ന കന്നുകാലികളുടെ രോമം കൊഴിഞ്ഞു. അതിന്റെ പാട്ടുകളുള്ള തൊലിയ്ക്കടിയിൽ അവയുടെ വാരിയെല്ലുകൾ തെളിഞ്ഞു കാണപ്പെട്ടു.

ഗവ്രീലയും പെത്രോയും സ്റ്റെപ്പിയിൽ ഒരാഴ്ച താമസിച്ചു. അവർ നിലമുഴുകയും കട്ട തല്ലുകയും വിത്തു വിതയ്ക്കുകയും ചെയ്തു. അവർ വണ്ടിയുടെ അടിയിലാണ് രാത്രി ഉറങ്ങിയത്. ഒരേ ആട്ടിൻതോലാണ് പുതച്ചത്. എന്നാൽ തന്റെ പുതിയ മകനോട് താൻ അദൃശ്യമായ ഒരു ചങ്ങലയാലെന്നവണ്ണം ഗാഢമായി ബന്ധിക്കപ്പെട്ടുവെന്നുള്ള വസ്തുത ഗവ്രീല പുറത്തുപറഞ്ഞില്ല. വെള്ളത്തലമുടിയുള്ള ഉന്മേഷവാനും കഠിനാദ്ധ്വാനിയുമായ പുതിയ പെത്രോ മരിച്ചുപോയ മറ്റേ പെത്രോയുടെ ചിത്രത്തെ മറച്ചു. ഗവ്രീലയ്ക്കു മറ്റേ പെത്രോയെപ്പറ്റി ഉണ്ടായിരുന്ന വിചാരം കുറഞ്ഞു കുറഞ്ഞുവന്നു. ജോലിയിൽ മുഴുകിയ അയാൾക്ക് കഴിഞ്ഞ കാലത്തെക്കുറിച്ച് ഓർമ്മിക്കാൻ സമയമുണ്ടായിരുന്നില്ല.

ദിവസങ്ങൾ ആരുമറിയാതെ കള്ളനെപ്പോലെ കടന്നുപോയി. പുല്ലുവെട്ടേണ്ട സമയമായി.

ഒരു ദിവസം രാവിലെ പെത്രോ പുല്ലരിയുന്ന യന്ത്രം നന്നാക്കുന്നതിൽ വ്യാപൃതനായി. അതിലെ കത്തി മൂർച്ചപ്പെടുത്തുന്നതിലും പൊട്ടിപ്പോയ തിരിക്കൽയന്ത്രത്തിനു പകരം മറ്റൊന്ന് ഉണ്ടാക്കുന്നതിലും അവൻ പ്രകടിപ്പിച്ച സാമർത്ഥ്യം ഗവ്രീലയെ അത്ഭുതപ്പെടുത്തി. പകൽ മുഴുവൻ പെത്രോ ജോലി ചെയ്തിട്ട്, സന്ധ്യയാകാറായപ്പോൾ ഒരു യോഗത്തിൽ പങ്കെടുക്കാനായി എക്സിക്യൂട്ടീവ് കമ്മറ്റി ഓഫീസിലേക്കു പോയി. അവൻ വീട്ടിലില്ലായിരുന്ന സമയത്ത്, വെള്ളം കൊണ്ടുവരാൻ പോയിരുന്ന ഗവ്രീലയുടെ ഭാര്യ ഒരു കത്തുമായി തിരിച്ചുവന്നു. മെഴുക്കു പുരണ്ട ഒരു പഴയ കവറായിരുന്നു അത്. കേറോഫ് ഗവ്രീല, സഖാവ് കൊസീഹ് നിക്കൊലായ്, എന്നായിരുന്നു അതിൽ മേൽവിലാസമെഴുതിയിരുന്നത്.

അവ്യക്തമായ ഒരു ഭീതി ഗവ്രീലയെ പിടികൂടി. വൃത്തികെട്ട അക്ഷരത്തിൽ പെൻസിൽകൊണ്ട് കുത്തിക്കുറിച്ചിട്ടുള്ള ആ കവറിലൂടെ അയാൾ വിരലോടിച്ചുകൊണ്ടിരുന്നു.

അയാൾ അത് വെളിച്ചത്തിനു നേരെ പിടിച്ച് അതിലേയ്ക്ക് ഉറ്റുനോക്കി. പക്ഷെ ആ കവർ അതിനുള്ളിലെ രഹസ്യം വിട്ടുകൊടുത്തില്ല. പതിവുള്ള തന്റെ മനശ്ശാന്തിയെ താറുമാറാക്കിയ ആ കത്തിന്റെ നേർക്ക് അറിയാതെതന്നെ അയാളുടെ ഉള്ളിൽ കോപം ഇരമ്പി വന്നു.

അതു പിച്ചിച്ചീന്തിക്കളയണമെന്ന് അയാൾക്കു തോന്നി. എന്നാൽ അല്പനേരത്തെ ആലോചനയ്ക്കുശേഷം അത് പെത്രോയ്ക്കു കൊടുക്കാൻതന്നെ അയാൾ തീരുമാനിച്ചു. ഗെയിററിൽവച്ചുതന്നെ ആ വാർത്ത വൃദ്ധൻ പെത്രോയെ അറിയിച്ചു.

“നിനക്ക് ഒരെഴുത്തുണ്ട്, മോനെ.”

“എനിക്കോ?”

“അതെ, അകത്തു ചെന്ന് വായിച്ചുനോക്ക്.”

മുറിയിൽ ചെന്നു ഗവ്രീല വിളക്കു കൊളുത്തി. പെത്രോ കത്തു വായിച്ചുകൊണ്ടിരുന്നപ്പോൾ അവന്റെ സന്തോഷംകൊണ്ടു വികസിച്ച മുഖത്തേക്ക് വൃദ്ധന്റെ കണ്ണുകൾ ചുഴിഞ്ഞുനോക്കി. ഒടുവിൽ അയാൾക്ക് ക്ഷമ അടക്കാനാവാതായി.

“എവിടുന്നാണ്?”

“ഉറാൾ പ്രദേശത്തുനിന്ന്.”

"എഴുതിയിരിക്കുന്നത് ആരാണ്"

"വാർപ്പുശാലയിലെ സുഹൃത്തുക്കൾ."

ഗവ്രീല പെട്ടെന്ന് ജാഗരൂകനായി.

"അവർ എന്തിനെപ്പറ്റിയാണ് എഴുതിയിരിക്കുന്നത്."

പെത്രോയുടെ കണ്ണുകളിലെ പ്രകാശം മങ്ങി. അവൻ വൈമനസ്യത്തോടെ പറഞ്ഞു: "വാർപ്പുശാലയിലേക്ക് എന്നെ ആവശ്യമുണ്ടെന്ന്. അവർ അതു പ്രവർത്തിപ്പിക്കുവാൻ പോകയാണ്. 1917 മുതൽ അത് വെറുതെ കിടക്കുകയാണ്."

"പക്ഷെ.... നീ പോകുമോ?" ഗവ്രീല നിരുത്സാഹനായി ചോദിച്ചു.

"എനിക്കറിയില്ല...."

* * *

പെത്രോയുടെ ദേഹം ശോഷിക്കുകയും വിളറുകയും ചെയ്തു. രാത്രിയിൽ അവൻ കിടക്കയിൽ തിരിഞ്ഞും മറിഞ്ഞും കിടക്കുകയും നെടുവീർപ്പിടുകയും ചെയ്യുന്നത് ഗവ്രീല കേട്ടു. ഗ്രാമജീവിതം പെത്രോയ്ക്കു അനുയോജ്യമല്ലെന്നും സ്റ്റെപ്പിയിലെ കറുത്ത മണ്ണ് കലപ്പകൊണ്ട് ഇളക്കിമറിക്കുക എന്നത് അവന്റെ ജോലിയല്ലെന്നും ദീർഘനേരത്തെ ആത്മപരിശോധനയ്ക്കുശേഷം ഗവ്രീലക്കു ബോധ്യമായി. അവനെ പോറ്റി വളർത്തിയ വാർപ്പുശാല ഇന്നല്ലെങ്കിൽ നാളെ അവനെ കൈവശപ്പെടുത്തുമെന്നും ആനന്ദമില്ലാത്ത വിരസങ്ങളായ ദിവസങ്ങളുടെ കറുത്ത ഘോഷയാത്ര തുടങ്ങുമെന്നും അയാൾക്കുതോന്നി. ആ വെറുക്കപ്പെട്ട വാർപ്പുശാല ഇടിച്ചുനിരത്തി അവിടെ കാട്ടുചെടികളും ചൊറിയണവും വളരാനനുവദിക്കണമെന്ന് ഗവ്രീല അതിയായി ആഗ്രഹിച്ചു.

പുല്ലുവെട്ടിന്റെ മൂന്നാം ദിവസം അവർ വെള്ളം കുടിക്കാനായി ക്യാമ്പിലേക്ക് തിരിച്ചുവന്നപ്പോൾ പെത്രോയാണ് ആദ്യം സംസാരിച്ചത്.

"എനിക്ക് ഇവിടെ നില്ക്കാൻ നിവൃത്തിയില്ല, അച്ഛാ! എനിക്ക് വാർപ്പുശാലയിലേക്കു തിരിച്ചുപോകണം. അത് എന്നെ പിടിച്ചുവലിക്കുകയാണ്, എന്റെ ഹൃദയതന്ത്രികളെ വലിച്ചൊടിക്കുകയാണ്..."

"ഇവിടുത്തെ ജീവിതം എനിക്കിഷ്ടമാകുന്നില്ലേ?"

"അതുകൊണ്ടല്ല... ആ വാർപ്പുശാല ഞങ്ങളുടേതാണ്. കൊൽച്ചാക്കിന്റെ ആക്രമണത്തെ ഞങ്ങൾ പത്തു ദിവസം ചെറുത്തുനിന്നു. അവർ അതു പിടിച്ചെടുത്ത ഉടനെ ഞങ്ങളുടെ കൂട്ടത്തിലുള്ള ഒൻപതുപേരെ

കൊൽച്ചാക്കിന്റെ അനുയായികൾ കൊന്നു. ഇപ്പോൾ പട്ടാളത്തിൽനിന്നും തിരിച്ചെത്തിയ തൊഴിലാളികൾ ആ വാർപ്പുശാല പ്രവർത്തിപ്പിക്കാനൊരുങ്ങുകയാണ്. അവരും അവരുടെ കുടുംബങ്ങളും പട്ടിണിയുടെ വക്കത്താണ്. എന്നിട്ടും അവരാൽ കഴിവത് അവർ ചെയ്യുന്നു.... ഞാനെങ്ങിനെ ഇവിടെ താമസിക്കും? എന്റെ മനസ്സാക്ഷി അതനുവദിക്കുമോ?"

"നിന്നെക്കൊണ്ട് അവർക്ക് എന്തു ഉപകാരമാണുണ്ടാകുന്നത്? നിന്റെ വലത്തു കൈകൊണ്ട് ഒന്നും ചെയ്യാനാവില്ല."

"നിങ്ങളുടെ സംസാരം വളരെ വിചിത്രമായിരിക്കുന്നു, അച്ഛാ. അവർക്ക് കിട്ടുന്നവരെയെല്ലാം ആവശ്യമാണ്."

"ശരി, ഞാൻ തടസ്സം പറയുന്നില്ല. പോകണമെങ്കിൽ പൊയ്ക്കോളൂ! പ്രസന്നത ഭാവിച്ചുകൊണ്ട് ഗവ്രീല പറഞ്ഞു. പോയിട്ട് തിരിച്ചുവരുമെന്നു പറഞ്ഞാൽ മതി, വൃദ്ധയോട്. അവിടെ കുറച്ചുനാൾ താമസിച്ചിട്ട് ഞങ്ങളുടെ അടുത്തേക്കു തിരിച്ചുവരുമെന്ന് അവളോടു പറയണം. അല്ലെങ്കിൽ അവൾക്ക് സഹിക്കാൻ കഴിയുകയില്ല. അവളുടെ അവസാനമായിരിക്കും അത്... ഞങ്ങൾക്ക് നീ മാത്രമേയുള്ളൂവെന്ന് നിനക്കറിയാമല്ലോ..."

അപ്പോഴും ആശ കൈവിടാതെ കിതച്ചുകൊണ്ട് അടഞ്ഞ ശബ്ദത്തിൽ അയാൾ പതുക്കെ പറഞ്ഞു: "ഒരുപക്ഷെ നീ വാസ്തവത്തിൽ തിരിച്ചുവരുമായിരിക്കും, ഇല്ലേ? ഞങ്ങളുടെ വാർദ്ധക്യത്തോട് നിനക്ക് കരുണയില്ലേ?... ഇല്ലേ?...."

* * *

വണ്ടി ഞരങ്ങി. വണ്ടി വലിക്കുന്ന കാളകൾ മുമ്പോട്ടു പൊയ്ക്കൊണ്ടിരുന്നു. പൊടിഞ്ഞുപോകുന്ന ചുണ്ണാമ്പുകല്ലുകൾ മൃദുവായ ശബ്ദത്തോടെ വണ്ടിച്ചക്രത്തിനടിയിൽനിന്നും തെറിച്ചുവീണുകൊണ്ടിരുന്നു. റോഡരികിലുള്ള ഒരു കുരിശിനടുത്തുവച്ച് ദോൻനദിയുടെ കരയിലൂടെ നീണ്ടുകിടന്ന നടപ്പാത ഇടതുവശത്തേക്കു തിരിഞ്ഞു. ആ തിരിവിൽനിന്നു നോക്കിയാൽ ജില്ലാകേന്ദ്രത്തിലെ പള്ളികളുടേയും, പഴത്തോട്ടങ്ങളുടേയും മലക്കറിത്തോട്ടങ്ങളുടേയും കൗതുകകരമായ പച്ചനിറം കാണാം.

വഴിനീളെ ഗവ്രീല സംസാരിച്ചുകൊണ്ടിരുന്നു. മുഖത്തു ഒരു പുഞ്ചിരി പരത്താൻ അയാൾ ശ്രമിച്ചുകൊണ്ടിരുന്നു.

"മൂന്നുവർഷം മുമ്പ് ഈ സ്ഥലത്ത് കുറെ പെൺകുട്ടികൾ ദോൻനദിയിൽ മുങ്ങിമരിച്ചു. അതുകൊണ്ടാണ് ആ കുരിശ് അവിടെ

ഉയർത്തിയിരിക്കുന്നത്." അയാൾ കുരിശിനു മുകളിൽ ഏകാന്തമായി നിൽക്കുന്ന ചെറിയ മേൽക്കൂരയിലേക്ക് ചാട്ടപ്പിടി ചൂണ്ടിക്കാണിച്ചു. ഇവിടെ വച്ചാണ് നമ്മൾ യാത്ര പറഞ്ഞു പിരിയുന്നത്. വണ്ടി ഇവിടം വരെയേ പോകയുള്ളൂ. മലയിൽ ഒരു ഉരുൾ പൊട്ടലുണ്ടായിട്ടുണ്ട്. ഇവിടെനിന്നും ഗ്രാമത്തിലേക്ക് ഒരു നാഴിക ദൂരമുണ്ട്. നിനക്ക് കാൽന ടയായി അവിടെയെത്താം.

പെത്രോ തന്റെ ബെൽററിൽനിന്നും തൂക്കിയിട്ടിരുന്ന ആഹാരസാ ധനങ്ങൾ നിറച്ച സഞ്ചി ഒതുക്കിവച്ചുകൊണ്ട് വണ്ടിയിൽനിന്നിറങ്ങി. വളരെ പണിപ്പെട്ട് തേങ്ങൽ അടക്കിക്കൊണ്ട് ഗവ്രീല ചാട്ട താഴെയിട്ടിട്ട് വിറയ്ക്കുന്ന കൈകൾ നീട്ടിപ്പിടിച്ചു.

"പോകൂ, കുട്ടി! നീയില്ലാതെ ഞങ്ങൾക്ക് സൂര്യനുദിക്കുകയില്ല..." അയാളുടെ കണ്ണീരിൽ കുതിർന്ന മുഖം വേദനകൊണ്ടു പിടഞ്ഞു. അയാൾ പെട്ടെന്ന് ശബ്ദമുയർത്തി പറഞ്ഞു: "നീ ആ അപ്പം എടുക്കാൻ മറന്നില്ലെ ന്നു തീർച്ചയാണോ, മകനേ? വൃദ്ധ നിനക്കുവേണ്ടി ഉണ്ടാക്കിയ അപ്പം... എടുത്തിട്ടുണ്ട്, അല്ലേ? ശരി, പോയി വരൂ! പോയി വരൂ! കുട്ടി!....."

പെത്രോ ധൃതിയിൽ ഏതാണ്ട് ഓടുന്നതുപോലെ റോഡിന്റെ അരി കിൽക്കൂടി നടന്നു.

"മടങ്ങിവരണേ!" വണ്ടിയുടെ വശത്ത് അള്ളിപ്പിടിച്ചുകൊണ്ട് വൃദ്ധൻ വിളിച്ചു പറഞ്ഞു.

"അവൻ ഒരിക്കലും മടങ്ങിവരില്ല!" ഹൃദയത്തിലിരുന്ന് ഒരു മൂകശബ്ദം തേങ്ങി.

സ്വർണ്ണമുടിയോടുകൂടിയ ആ പ്രിയപ്പെട്ട ശിരസ്സ് വളവുതിരിഞ്ഞ് ഒരിക്കൽക്കൂടി പ്രത്യക്ഷപ്പെട്ടു. അവസാനമായി പെത്രോ തൊപ്പി വീശി. അവന്റെ കാലടികൾ പതിഞ്ഞിടത്തെല്ലാം കാറ്റ് പുകപോലെ വെളുത്ത പൊടി പറത്തി.

കുതിരക്കുട്ടി

കട്ടുംപച്ചനിറമുള്ള ഈച്ചകൾ പറന്നുനടക്കുന്ന ഒരു ചാണകക്കൂനയുടെ അടുത്തുവച്ച് ആദ്യം തലയും പിന്നീട് നീട്ടിപ്പിടിച്ച കാലുകളുമായി അമ്മയുടെ വയറ്റിൽനിന്നും കുതിരക്കുട്ടി പകൽവെളിച്ചംകൊണ്ട് പ്രകാശമാനമായ ഒരു ലോകത്തിലേക്ക് കടന്നുവന്നു. ഈ ലോകത്തിലെ അതിന്റെ ആദ്യത്തെ അനുഭൂതി ഭയമായിരുന്നു. പൊട്ടിത്തെറിക്കുന്ന ഒരു വെടിയുണ്ട, മൃദുവും, പെട്ടെന്ന് അലിഞ്ഞു പോകുന്നതുമായ ഒരു നീലമേഘശകലം സൃഷ്ടിച്ചുകൊണ്ട് തലയ്ക്കുമുകളിൽ ചിന്നിച്ചിതറി. പൊട്ടിത്തെറിയുടെ ഭയങ്കരമായ ചിനയ്ക്കൽ കേട്ട് നനവുമാറാത്ത ആ ചോരക്കുഞ്ഞ് മുട്ടുകുത്തി അമ്മയുടെ കാലുകളുടെ ഇടയിലേക്ക് ഇഴഞ്ഞുചെന്നു. കുതിരലായത്തിന്റെ ഓടുമേഞ്ഞ മേൽക്കൂരയിലേക്ക് നാറുന്ന വെടിയുണ്ടകൾ ആലിപ്പഴംപോലെ ചറപറ വീണു. കുതിരക്കുട്ടിയുടെ അമ്മ - ത്രൊഫീമിന്റെ ചെമ്പൻപെൺകുതിര - ചാടിയെഴുന്നേറ്റെങ്കിലും ഉടൻതന്നെ ഒരു ഹ്രസ്വമായ കരച്ചിലോടെ നിലംപതിച്ചു. വിയർപ്പൊലിക്കുന്ന പള്ള താങ്ങായിനില്ക്കുന്ന ചാണകക്കൂനയിൽ അമർത്തിക്കൊണ്ട് അതവിടെ കിടന്നു.

തുടർന്നുണ്ടായ ശ്വാസം മുട്ടിക്കുന്ന നിശ്ശബ്ദതയിൽ ഈച്ചകൾ മുമ്പത്തേക്കാൾ ഉറക്കെ മൂളിക്കൊണ്ട് പറന്നുനടന്നു. വേലിയിൽക്കയറിയിരുന്ന് പീരങ്കിവെടിയെ നേരിടാൻ ധൈര്യമില്ലാതിരുന്ന ഒരു പൂവങ്കോഴി കുറ്റിച്ചെടികളുടെ മറവിലിരുന്നുകൊണ്ട് ഒന്നുരണ്ടു പ്രാവശ്യം ചിറകിട്ടടിച്ചു. ഏതാണ്ട് പതിഞ്ഞ ശബ്ദത്തിലാണെങ്കിലും അത് തൊള്ള തുറന്ന്

നീട്ടി കൂവി. കെട്ടിടത്തിനുള്ളിൽ പരുക്കേറ്റ ഒരു യന്ത്രത്തോക്കുകാരൻ വേദനയോടെ ഞരങ്ങിക്കൊണ്ടിരുന്നു. ഇടയ്ക്കിടെ അയാൾ അടഞ്ഞ ശബ്ദത്തിൽ കൂക്കിവിളിക്കുകയോ, കോപത്തോടെ പ്രാകുകയോ ചെയ്തു. മുൻവശത്തുള്ള ചെറിയ പൂന്തോട്ടത്തിൽ വളർന്ന പട്ടുപോലെ ലോലമായ ചുവന്ന പോപ്പികളിൽ തേനീച്ചകൾ മുരണ്ടു നടന്നു. ഗ്രാമത്തിനപ്പുറത്ത് പുൽത്തകിടിയിൽ ഒരു യന്ത്രത്തോക്ക് ശബ്ദിച്ചുകൊണ്ടിരുന്നു. അതിന്റെ ചുറുചുറുക്കോടെയുള്ള ടക്-ടക്-ടക്ക് ശബ്ദത്തിന്റെ പശ്ചാത്തലത്തിൽ, രണ്ടു പൊട്ടിത്തെറികളുടെ ഇടയിലുള്ള സമയം പാഴാക്കാതെ ചെമ്പൻപെൺകുതിര തന്റെ പ്രഥമസന്താനത്തെ സ്നേഹവായ്പോടെ നക്കിത്തുടച്ചു. ഇതിനിടയ്ക്ക് അമ്മയുടെ നിറഞ്ഞ അകിടു തപ്പിപ്പിടിച്ച് നുണഞ്ഞുതുടങ്ങിയ കുതിരക്കുട്ടിക്ക് ആദ്യമായി ജീവിതത്തിന്റെ പൂർണ്ണതയും മാതൃവാത്സല്യത്തിന്റെ അപരിമേയമായ മാധുര്യവും അനുഭവപ്പെട്ടു.

മെതിക്കളത്തിനപ്പുറത്തായി രണ്ടാമത്തെ ഉണ്ട പൊട്ടിത്തെറിച്ചപ്പോൾ, ത്രൊഫീം കെട്ടിട്ടത്തിനുള്ളിൽ നിന്നും പുറത്തിറങ്ങി, അതിന്റെ വാതിലടച്ചശേഷം കുതിരലായത്തിലേക്കു നടന്നു. ചാണകക്കൂനയെ ചുറ്റിനടക്കുന്നതിനിടയിൽ അയാൾ വെയിൽ കണ്ണിലടിക്കാതെ കൈകൊണ്ടു മറച്ചുപിടിച്ചു. ചെമ്പൻകുതിരയുടെ അകിട്ടിൽനിന്നും പാൽ കുടിച്ചുകൊണ്ട് വിറയാർന്നു നിൽക്കുന്ന കുതിരക്കുട്ടി അപ്പോൾ അയാളുടെ ദൃഷ്ടിയിൽപ്പെട്ടു. എന്തു ചെയ്യണമെന്നറിയാതെ അയാൾ പുകയിലസഞ്ചി പുറത്തെടുക്കാൻ പോക്കറ്റിൽ കയ്യിട്ടു. വിറയ്ക്കുന്ന വിരലുകൾകൊണ്ട് അയാൾ ഒരു സിഗററ്റ് ചുരുട്ടിയെടുത്തു.

മനസ്സാന്നിദ്ധ്യം വീണ്ടുകിട്ടിയപ്പോൾ അയാൾ പറഞ്ഞു: അങ്ങിനെ നീ പ്രസവിച്ചു. അല്ലേ? നീ അതിനു കണ്ട സമയം നല്ലതാണെന്നു പറയാതെ തരമില്ല!

ക്ഷതമേറ്റ ഒരു ഹൃദയത്തിന്റെ വേദന അയാളുടെ ശബ്ദത്തിൽ മുഴങ്ങി.

പെൺകുതിര പരിഹാസ്യമാംവണ്ണം മെലിഞ്ഞും ക്ഷീണിച്ചും ഇരുന്നിരുന്നു. അതിന്റെ കട്ടകെട്ടിയ രോമങ്ങളിൽ പുല്ലും ചാണകവും ഉണങ്ങിപ്പിടിച്ചിരുന്നെങ്കിലും ക്ഷീണിച്ച കണ്ണുകൾ അഭിമാനവും ആനന്ദവും കൊണ്ട് തിളങ്ങി. അതിന്റെ മിനുമിനുത്ത മേൽച്ചുണ്ട് ഒന്നു പുഞ്ചിരിക്കുവാൻ ശ്രമിക്കുന്നുണ്ടെന്ന് ത്രൊഫീമിനു തോന്നി. അയാൾ അതിനെ ലായത്തിലേക്കു കൊണ്ടുപോയി. തലകുലുക്കി ശബ്ദത്തോടെ ഉച്ഛ്വസിച്ചുകൊണ്ട് അത് ചാക്കിൽനിന്നും തീറ്റ തിന്നു തുടങ്ങിയപ്പോൾ

അയാൾ കട്ടിലക്കാലിൽ ചാരിനിന്ന് കുതിരക്കുട്ടിയെ പകയോടെ നോക്കിക്കൊണ്ട് തണുപ്പൻ മട്ടിൽ ചോദിച്ചു:

"നീ തോന്നിയതുപോലെ നടന്നതിന്റെ ഫലം ഇതാണ്, അല്ലേ?"

പെൺകുതിര അതിനു മറുപടി പറഞ്ഞില്ല.

"ഇഗ്നാത്തിന്റെ വിത്തുകുതിരയുടെയടുത്തു പോകാനുള്ള വിവേകമെങ്കിലും നീ കാണിക്കേണ്ടിയിരുന്നു, ഇതിപ്പോൾ ആരുടേതാണെന്ന് ആർക്കറിയാം. ഈ കുതിരക്കുട്ടിയേയുംകൊണ്ട് ഞാനെന്തു ചെയ്യണമെന്നാണു നീ പറയുന്നത്?

ഇരുണ്ട ലായത്തിലെ നിശ്ശബ്ദതയിൽ ധാന്യം കടിച്ചുപൊട്ടിക്കുന്ന ശബ്ദം കേട്ടു. തൊടുന്നതെല്ലാം പൊന്നാക്കിക്കൊണ്ട് ഒരു സൂര്യകിരണം കതകിലുള്ള വിടവിലൂടെ അകത്തു കടന്നു. ത്രൊഫീമിന്റെ ഇടത്തെ കവിൾ തഴുകിക്കൊണ്ട് അത് അയാളുടെ ചുവന്ന മേൽമീശയ്ക്കും കുറ്റിരോമങ്ങളുള്ള താടിക്കും തിളങ്ങുന്ന ചെമ്പിന്റെ നിറം പകരുകയും വായക്കു ചുറ്റുമുള്ള കറുത്ത ചുളികളുടെ ആഴം കൂട്ടുകയും ചെയ്തു. ഒരു കുട്ടിയുടെ മരംകൊണ്ടുണ്ടാക്കിയ കളിപ്പാവപോലെ കുതിരക്കുട്ടി തന്റെ നീണ്ടു മെലിഞ്ഞ കാലുകളിൽ അവിടെ നിന്നിരുന്നു.

"കൊല്ലട്ടേ, ഞാനിതിനെ?" കുതിരക്കുട്ടിയുടെ നേരെ പുകയിലക്കറ പിടിച്ച വളഞ്ഞ ഒരു വിരൽ ചൂണ്ടിക്കൊണ്ട് ത്രൊഫീം ചോദിച്ചു.

പെൺകുതിര അതിന്റെ ചുവന്ന കണ്ണുകളുരുട്ടുകയും കണ്ണിമയ്ക്കുകയും ചെയ്തിട്ട് യജമാനനെ പരിഹാസപൂർവ്വം ഒന്നു നോക്കി.

അന്നു വൈകുന്നേരം ത്രൊഫീം സ്ക്വാഡ്രൺ കമാണ്ടറോട് സംസാരിച്ചു.

"എന്റെ ആ പെൺകുതിര ഉണ്ടല്ലോ, അത് കരുതലോടെ പെരുമാറിത്തുടങ്ങി. ഓടുകയോ കുതിച്ചുചാടുകയോ ചെയ്യുകയില്ല. എപ്പോഴും കിതയ്ക്കും. അതുകൊണ്ട് ഞാനതിനെ ഒന്നു ശരിക്കു പരിശോധിച്ചു നോക്കി. എന്നിട്ടെന്തായെന്നോ? അതിന് ചനയുണ്ടെന്ന് കണ്ടുപിടിച്ചു. മറ്റെന്തായാലും അത് ഇത്ര കരുതലോടെ പെരുമാറുകയില്ല! അതിന്റെ - കുതിരക്കുട്ടിയുടെ നിറം ചുവപ്പാണ്. കാര്യങ്ങൾ ഇങ്ങിനെയിരിക്കുന്നു," ത്രൊഫീം പറഞ്ഞു നിർത്തി.

കമാണ്ടർ ആക്രമണത്തിനു പോകുമ്പോൾ വാളിന്റെ പിടി പിടിക്കുന്നതുപോലെ ചായ നിറച്ച ഒരു ചെമ്പുപാത്രം കൈയിൽ പിടിച്ചിരുന്നു. ഉറക്കം തൂങ്ങുന്ന കണ്ണുകളോടെ ചുറ്റും ശലഭങ്ങൾ നൃത്തം ചെയ്യുന്ന ദീപത്തിലേക്ക് അയാൾ നോക്കിക്കൊണ്ടിരുന്നു. തുറന്നുകിടന്ന

ജനാലയിലൂടെ അവ അകത്തു കടന്ന് വിളക്കിനു മുമ്പിൽ കുറേ നേരം തത്തിക്കളിക്കും. ഒടുവിൽ ചൂടുപിടിച്ച ചിമ്മിനിയിൽ ചെന്നു മുട്ടി മരിച്ചുവീഴുന്നു. അപ്പോഴേക്കും അവയുടെ സ്ഥാനത്തേയ്ക്കു പുറത്തുനിന്നും വേറെ ശലഭങ്ങൾ എത്തിക്കഴിയും.

ചുവന്നതായാലെന്താ, കറുത്തതായാലെന്താ? സ്ക്വാഡ്രൺകമാൻഡർ പറഞ്ഞു. ഏതായാലും അതിനെ വെടിവച്ചുകൊല്ലേണ്ടി വരും. പോകുന്നിടത്തൊക്കെ ഒരു കുതിരക്കുട്ടിയേയും കെട്ടിവലിച്ചുകൊണ്ടു പോകാൻ നമ്മൾ ജിപ്സികളാണോ? കമാൻഡർ റജിമെന്റ് പരിശോധനയ്ക്കു വരുമ്പോൾ നിങ്ങളുടെ ഈ കുതിരക്കുട്ടി കൂത്താടി വ്യൂഹം ശിഥിലമാക്കിയാലോ? അതിന്റെ അനന്തരഫലം എന്തായിരിക്കും? മുഴുവൻ ചുവപ്പുസേനയുടേയും മുമ്പിൽ നാം അപമാനിതരാകും! ത്രൊഫീം, നിങ്ങൾ എങ്ങിനെ ഇതനുവദിച്ചു എന്നാണ് എനിക്കു മനസ്സിലാകാത്തത്. ആഭ്യന്തരയുദ്ധത്തിന്റെ ഒത്തനടുക്കുവച്ചാണ് ഈ അഴിഞ്ഞാട്ടം! നിങ്ങൾക്ക് ഇക്കാര്യത്തിൽ ലജ്ജ തോന്നേണ്ടതാണ്. വിത്തുകുതിരകളെ മാറ്റിനിർത്തണമെന്ന് കുതിരസൂക്ഷിപ്പുകാർക്ക് കർശനമായ ഉത്തരവ് നൽകിയിട്ടുണ്ട്.

അടുത്ത പ്രഭാതത്തിൽ തോക്കുമെടുത്തുകൊണ്ട് ത്രൊഫീം പുറത്തിറങ്ങിയപ്പോൾ സൂര്യൻ ഉദിച്ചുകഴിഞ്ഞിരുന്നില്ല. പുൽക്കൊടികളിൽ മഞ്ഞുതുള്ളികൾ ഇളംചുവപ്പുനിറമാർന്നു തിളങ്ങി. പട്ടാളബൂട്ട്സിനടിയിൽ ഞെരിഞ്ഞ്, അനേകം കിടങ്ങുകൾകൊണ്ട് പോലലേറ്റു കിടക്കുന്ന പുൽപ്പരപ്പിന് ഒരു ബാലികയുടെ കണ്ണീരൊലിക്കുന്നതും ദുഃഖംകൊണ്ട് ഇതിനകം തന്നെ ചുളിവീണതുമായ മുഖത്തിന്റെ മട്ടുണ്ടായിരുന്നു. മുറ്റത്ത് അടുക്കളജോലിക്കാർ പ്രാതൽ തയ്യാറാക്കിക്കൊണ്ടിരുന്നു. വിയർപ്പിൽ കുതിർന്ന അടിക്കുപ്പായവുമിട്ടുകൊണ്ട് സ്ക്വാഡ്രൺകമാൻഡർ വാതിൽപ്പടിയിൽ ഇരുന്ന് കമ്പുകൾകൊണ്ട് ഒരു തവി മെടഞ്ഞെടുക്കുകയായിരുന്നു. ഒരിക്കൽ അനായാസമായി ഇത്തരം ഗൃഹജോലികൾ ചെയ്തിരുന്ന അയാളുടെ കൈകൾക്ക് തോക്കിന്റെ വീര്യമുള്ള തണുപ്പുമായിട്ടാണ് ഇപ്പോൾ കൂടുതൽ പരിചയം. അതിനാൽ ആ കൈകൾ അവിദഗ്ധമായിട്ടാണ് ആ ജോലി ചെയ്തുകൊണ്ടിരുന്നത്.

"എന്താണ് ഉണ്ടാക്കുന്നത് - ഒരു തവിയോ?" അതിലേ കടന്നുപോയ ത്രൊഫീം ചോദിച്ചു.

"അതേ. ഇവിടുത്തെ വീട്ടുകാരി എന്നെ കിടത്തിപ്പൊറുപ്പിക്കുന്നില്ല," പിടിയിൽ ഒരു കമ്പു പിണച്ചുവച്ചുകൊണ്ട് സ്ക്വാഡ്രൺകമാൻഡർ പറഞ്ഞു. പണ്ടു ഞാൻ ഇതുണ്ടാക്കുന്നതിലൊരു വിദഗ്ധനായിരുന്നു;

പക്ഷേ ഇപ്പോൾ അതൊക്കെ പോയിരിക്കുന്നു."

"തകരാറൊന്നുമില്ലെന്നാണ് എനിക്കു തോന്നുന്നത്."

സ്ക്വാഡ്രൺകമാൻഡർ ബാക്കിവന്ന കമ്പുകൾ മടിയിൽ നിന്നും തുത്തുമാറ്റി.

"ആ കുതിരക്കുട്ടിയെ വെടിവയ്ക്കാൻ പോകുകയാണോ?" അദ്ദേഹം അന്വേഷിച്ചു.

ത്രൊഫീം നിശ്ശബ്ദനായി തോൾ ചലിപ്പിച്ചിട്ട് കുതിരലായത്തിനടുത്തേക്കു നടന്നു.

വെടിപൊട്ടുന്ന ശബ്ദവും പ്രതീക്ഷിച്ച് സ്ക്വാഡ്രൺ കമാൻഡർ തല കുനിച്ചിരുന്നു. എന്നാൽ മിനിട്ടുകൾ പലതു കഴിഞ്ഞിട്ടും വെടിയുടെ ശബ്ദം കേട്ടില്ല. അപ്പോൾ ലായത്തിന്റെ പിന്നിൽനിന്ന് ത്രൊഫീം പുറത്തുവന്നു. അയാൾ ആകെ ഒന്നു പരുങ്ങുന്നതുപോലെ തോന്നി.

"എന്താണു സംഗതി?"

"തോക്കിനെന്തോ തകരാറുണ്ടെന്നു തോന്നുന്നു. വെടിയുണ്ട പുറത്തു വരുന്നില്ല."

"ഞാൻ ആ തോക്കൊന്നു നോക്കട്ടെ."

ത്രൊഫീം മനസ്സില്ലാമനസ്സോടെ തോക്ക് സ്ക്വാഡ്രൺ കമാൻഡറുടെ കയ്യിൽ കൊടുത്തു. അദ്ദേഹം അതു തുറന്നു നോക്കി.

"ഇതു നിറച്ചിട്ടില്ല," അദ്ദേഹം പറഞ്ഞു.

"വാസ്തവമോ?" ത്രൊഫീം ആവശ്യത്തിൽ കൂടുതൽ ആശ്ചര്യം പ്രകടിപ്പിച്ചു.

"ഇത് നിറച്ചിട്ടില്ലെന്നുതന്നെയാണ് ഞാൻ പറഞ്ഞത്."

"ഓ! ശരി, ഞാൻ സത്യം പറയാം - ലായത്തിന്റെ പിന്നിൽവച്ച് ഞാനതിലെ ഉണ്ടകൾ എടുത്തുമാറ്റി."

സ്ക്വാഡ്രൺകമാൻഡർ തോക്കു താഴെയിട്ടു. കുറേ നേരത്തേക്ക് അദ്ദേഹം ഒന്നും പറയാതെ താൻ മെടഞ്ഞെടുത്ത തവിയിൽ യാന്ത്രികമായി വിരലോടിച്ചുകൊണ്ടിരുന്നു. അതിലെ കമ്പുകൾ പശയുള്ളതും സുഗന്ധം പരത്തുന്നതുമായിരുന്നു. പൂത്തലഞ്ഞുനിൽക്കുന്ന വില്ലോച്ചെടികളുടേയും പുതുതായി ഉഴുതിട്ട മണ്ണിന്റേയും സുഗന്ധം - യുദ്ധത്തിന്റെ ആളിപ്പിടിക്കുന്ന തീജ്വാലയ്ക്കിടയിൽ വളരെക്കാലമായി മറന്നുകിടന്ന സുഗന്ധം - അവയിൽനിന്നുയർന്ന് അദ്ദേഹത്തിന്റെ ഘ്രാണേന്ദ്രിയങ്ങളെ കിക്കിളിപ്പെടുത്തി.

"എല്ലാം തുലയട്ടെ!" അദ്ദേഹം പറഞ്ഞു. "ആ കുതിരക്കുട്ടി ജീവിച്ചോട്ടെ - തൽക്കാലത്തേക്കെങ്കിലും. എന്നെങ്കിലും, ഒരുപക്ഷെ യുദ്ധം കഴിഞ്ഞിട്ട് അത് ആരുടെയെങ്കിലും കലപ്പ വലിക്കും. കമാൻഡർ വരുമ്പോൾ - അദ്ദേഹം എല്ലാം കാണട്ടെ. മുലകുടിമാറാത്ത ഒരു ശിശു മുലകുടിക്കയല്ലാതെ മറ്റെന്താണ ചെയ്യേണ്ടത്? നമ്മളൊക്കെ അങ്ങിനെയാണ വളർന്നത്, കമാൻഡർപോലും. അതാണ കാര്യം. നിങ്ങളുടെ തോക്കിന് യാതൊരു തകരാറുമില്ല."

ഏതാണ്ട് ഒരു മാസം കഴിഞ്ഞ് ത്രൊഫീമിന്റെ സ്ക്വാഡ്രൺ ഉസ്റ്റ്-ഹൊപേർസ്ക്കയ എന്ന ഗ്രാമത്തിനടുത്തുവച്ച് ഒരു കൊസാക്ക് സംഘത്തോട് യുദ്ധം ചെയ്തു. സായാഹ്നമാകാറായപ്പോഴാണ് ഏറ്റുമുട്ടൽ തുടങ്ങിയത്. സന്ധ്യയ്ക്കാണ് ത്രൊഫീമിന്റെ സംഘം അങ്ങോട്ട് ആക്രമണമാരംഭിച്ചത്. ത്രൊഫീം തന്റെ പ്ലറ്റൂണിൽനിന്ന് വളരെ പിന്നിലായിപ്പോയി. ചുണ്ടുകളിൽനിന്നും രക്തമൊലിക്കുന്നതുവരെ വലിഞ്ഞു മുറുകിയ കടിവാളത്തിനോ ചാട്ടയ്ക്കോ ത്രൊഫീമിന്റെ പെൺകുതിരയെ മറ്റുള്ളവയോടൊപ്പം ആക്രമണത്തിൽ പങ്കെടുപ്പിക്കുവാൻ കഴിഞ്ഞില്ല. തല പിന്നോക്കം പിടിച്ച് അടഞ്ഞ ശബ്ദത്തിൽ ചിനച്ചുകൊണ്ട് അത് പരിഭ്രമത്തോടെ കാലുകൾ നിലത്ത് ആഞ്ഞുചവിട്ട് ഒരിടത്തു നിൽക്കും. കാറ്റടിച്ചു പറക്കുന്ന വാലുമായി കുതിരക്കുട്ടി ഒപ്പം ഓടിയെത്തുന്നതുവരെ അതു അവിടെനിന്നും മാറുകയില്ല. കോപംകൊണ്ട് വികൃതമായ മുഖവുമായി ത്രൊഫീം കുതിരപ്പുറത്തുനിന്ന് ഇറങ്ങി. അയാൾ വാൾ ഉറയിലിട്ടിട്ട്, തോളിൽ തൂക്കിയിരുന്ന തോക്ക് കയ്യിലെടുത്തു. ഇടുക്കിനടുത്ത് സ്ക്വാഡ്രണിന്റെ വലതുവശത്തു നിന്നവർ ശത്രുവുമായി ഏറ്റുമുട്ടിക്കഴിഞ്ഞു. കാറ്റിന്റെ കൈകൾ തൊട്ടിലാട്ടിയിട്ടെന്നപോലെ കുതിരപ്പടയാളികളുടെ ആ സംഘം കുതിരകളുടെ കുളമ്പടികൾ മാത്രം ഭേദിച്ചുകൊണ്ടിരുന്ന ഭയാനകമായ നിശ്ശബ്ദതയിൽ വാൾ വീശിക്കൊണ്ട് മുമ്പോട്ടും പിറകോട്ടും ചലിച്ചുകൊണ്ടിരുന്നു. ത്രൊഫീം പൊരുതിക്കൊണ്ടിരിക്കുന്ന ആളുകളെ പെട്ടെന്ന് ഒന്നു നോക്കിയിട്ട് തിരിഞ്ഞ് കുതിരക്കുട്ടിയുടെ വടിവൊത്ത തലയ്ക്കു നേരെ തോക്ക് ചൂണ്ടി. എന്നാൽ കാഞ്ചി വലിച്ചപ്പോൾ അയാളുടെ കൈ ഇളകിയതുകൊണ്ടോ മറ്റേതോ കാരണംകൊണ്ടോ വെടി ലക്ഷ്യത്തിൽ കൊണ്ടില്ല. കുതിരക്കുട്ടി കളിയായി കാലുകൾ ഇളക്കിക്കൊണ്ട് ഉറക്കെ ചിനയ്ക്കുകയും ചാരനിറത്തിലുള്ള പൊടിപടലം ഉയർത്തിക്കൊണ്ട് വട്ടത്തിൽ ഓടുകയുമല്ലാതെ മറ്റൊന്നും ചെയ്തില്ല. പിന്നീട് കുറേ ദൂരം ഓടിയിട്ട് അത് പെട്ടെന്നു അനങ്ങാതെ നിന്നു. ത്രൊഫീം ആ കൊച്ചു വികൃതിയുടെ

നേർക്ക് പല പ്രാവശ്യം വെടിവച്ചു - അതും ഇരുമ്പിലൂടെ തറച്ചുക യറുന്ന, ചുവന്ന വെടിയുണ്ടകൾ ഉപയോഗിച്ച് ഉണ്ടകൾ ഇട്ടിരുന്ന സഞ്ചിയിൽനിന്നും ആദ്യം കൈയിൽ കിട്ടിയത് അവയാണ്. പക്ഷെ വെടിയുണ്ടകൾ കുതിരക്കുട്ടിക്ക് യാതൊരു ദ്രോഹവും ചെയ്തില്ല. അയാൾ കോപത്തോടെ പ്രാകിക്കൊണ്ട് കുതിരപ്പുറത്തു കയറി ഓടിച്ചു പോയി. പെൺകുതിരയെ ആകാവുന്നത്ര വേഗത്തിൽ ഓടിക്കുവാൻ ശ്രമിച്ചുകൊണ്ട് അയാൾ പോയത് സ്ക്വാഡ്രൺ കമാൻഡറുടെയടുത്തേക്കാണ്. അദ്ദേഹവും മൂന്ന് പടയാളികളും, ചുവന്ന മുഖവും ദീക്ഷയുമുള്ള പഴയ വിശ്വാസക്കാരായ കൊസാക്കുകളുടെ രൂക്ഷമായ ആക്രമണത്തെ ചെറുത്തു നില്ക്കുകയായിരുന്നു.

സ്റ്റെപ്പിയിലുള്ള ആഴംകുറഞ്ഞ ഒരു നീർച്ചാലിനടുത്ത് അന്നു രാത്രി ത്രൊഫീമിന്റെ സംഘം താവളമടിച്ചു. ആരും പുകവലിച്ചില്ല. കുതിരകളുടെ ജീനികൾ അഴിച്ചുമാറ്റിയിരുന്നില്ല. നദീതടത്തിലേക്കു പോയ ഒരു നിരീക്ഷണസംഘം തിരിച്ചെത്തി. കടത്തിനടുത്ത് ശത്രുസൈന്യം വൻതോതിൽ സംഘടിച്ചിട്ടുണ്ടെന്ന് അവർ റിപ്പോർട്ടു ചെയ്തു.

നഗ്നമായ പാദങ്ങൾ കോട്ടിന്റെ മടക്കുകൾക്കിടയിൽ തിരുകിവച്ചുകൊണ്ട് ഏതാണ്ട് പകുതി ഉറക്കത്തിൽ ത്രൊഫീമിന്റെ മനസ്സ് അന്നത്തെ സംഭവങ്ങളിലേക്ക് തിരിഞ്ഞുനോക്കി. ഇടുക്കിലൂടെ സ്ക്വാഡ്രൺകമാൻഡർ താഴത്തേക്ക് ചാടുന്നതും വസൂരിക്കുത്തുള്ള ഒരു പഴയ വിശ്വാസി കമ്മിസാറുടെ നേരെ വിലങ്ങനെ വാൾ വീശുന്നതും, മെലിഞ്ഞ ഒരു കൊസാക്കു പയ്യൻ വെട്ടിമുറിക്കപ്പെട്ട നിലയിൽ നിലത്തു കിടന്നതും ആരുടേയോ ജീനി രക്തംകൊണ്ട് കറുത്തുപോയതും അയാൾ ഒരിക്കൽക്കൂടി കണ്ടു. അതെ, പിന്നീട് ആ കുതിരക്കുട്ടി....

നേരം വെളുക്കാറായപ്പോൾ സ്ക്വാഡ്രൺ കമാൻഡർ ത്രൊഫീമിന്റെയടുത്ത് വന്ന് ഇരുന്നു.

“ഉറക്കമാണോ, ത്രൊഫീം?”

“ഒന്നു മയങ്ങുകയാണ്.”

മങ്ങിവരുന്ന നക്ഷത്രങ്ങളെ നോക്കിക്കൊണ്ട് സ്ക്വാഡ്രൺകമാൻഡർ പറഞ്ഞു:

“നിങ്ങളുടെ ആ കുതിരക്കുട്ടിയെ വെടിവച്ചുകൊല്ലണം. അതിന്റെ സാന്നിദ്ധ്യം മനോവീര്യം കെടുത്തുന്നു. അതിനെ കണ്ടാൽ പിന്നെ എനിക്ക് എന്റെ വാൾ വീശിവെട്ടാൻ കഴിയുന്നില്ല, എന്റെ ഹൃദയം അലിഞ്ഞുപോകുന്നു. അതിനെ കാണുമ്പോൾ വീടിനെപ്പറ്റിയുള്ള ഓർമ്മയാണ്

മനസ്സിൽ വരുന്നത്. യുദ്ധം ചെയ്യുമ്പോൾ അതു നല്ലതല്ലെന്ന് അറിയാമല്ലോ. കരിങ്കല്ലുപോലുള്ള ഹൃദയം വെണ്ണ നെയ്പോലെ മൃദുവാകുന്നു. ആ വികൃതി യുദ്ധത്തിന്റെ ഒത്ത നടുക്കായിരുന്നു, എന്നിട്ടും അതിനൊരു പോറൽപോലും ഏറ്റിട്ടില്ലെന്നുള്ള കാര്യം നിങ്ങൾ ശ്രദ്ധിച്ചോ?"

അദ്ദേഹം ഒരു നിമിഷം നിശ്ശബ്ദനായിരുന്നു. എന്തോ സ്വപ്നം കണ്ടുകൊണ്ട് അദ്ദേഹത്തിന്റെ ചുണ്ടുകൾ പുഞ്ചിരിച്ചു. പക്ഷെ ത്രൊഫീം അതു കണ്ടില്ല.

"ത്രൊഫീം, അതിന്റെ വാലു കണ്ടില്ലേ! പൊക്കിപ്പിടിച്ച വാൽ കാറ്റിൽ പറത്തിക്കൊണ്ട് അതു തുള്ളിച്ചാടി നടക്കുന്നത് കാണേണ്ടതാണ്. ഒരു കുറുക്കന്റെ വാലുപോലെയാണതെന്ന് ഞാൻ ഉറപ്പുതരാം. എന്തൊരു ഭംഗിയാണ് ആ വാലിന്!"

ത്രൊഫീം മറുപടി പറഞ്ഞില്ല. അയാൾ കോട്ട് വലിച്ച് തല മൂടി, മഞ്ഞുതുള്ളികളുടെ തണുപ്പേറ്റ് വിറച്ചുകൊണ്ട് ഉറങ്ങുകയും ചെയ്തു.

* * *

പുരാതനമായ ഒരു മഠത്തിന്റെ എതിർവശത്ത് ദോൻ നദിയുടെ വലത്തെ കരയിൽനിന്നും ഒരു കുന്ന് ഉന്തിനിന്നിരുന്നതിനാൽ അവിടെ നദിക്ക് വീതി കുറവായിരുന്നു. ആ ഇടുക്കിലൂടെ ദോൻനദി രോഷാകുലമായി കുതിച്ചു പാഞ്ഞുകൊണ്ടിരുന്നു. തിരിവിൽവച്ച് വെള്ളം നുരഞ്ഞു പതഞ്ഞു.... വെള്ളക്കിരീടമണിഞ്ഞ പച്ചത്തിരമാലകൾ വസന്തത്തിൽ ഉരുൾപൊട്ടലുണ്ടായ സ്ഥാനത്തു സ്ഥിതി ചെയ്തിരുന്ന വെള്ളാരമ്പാറകളിൽ ചെന്നുമുട്ടി.

സാധാരണഗതിയിൽ സ്ക്വാഡ്രൺകമാൻഡർ മഠത്തിനെതിർവശത്ത് നദി തരണം ചെയ്യുവാൻ കല്പന കൊടുക്കുകയില്ല; എന്നാൽ നദിയുടെ കൂടുതൽ വിശാലവും ശാന്തവും ഒഴുക്കു കുറഞ്ഞതുമായ ഭാഗത്ത് നദീതീരം കൊസാക്കുകളുടെ കൈവശമായിരുന്നു. കുന്നിന്റെ നേരെ വെടിയുണ്ടകൾ വർഷിച്ചുകൊണ്ടിരുന്നു.

ഉച്ചയ്ക്കാണ് നദിയുടെ മറുകരയിലേക്കുള്ള പ്രയാണം തുടങ്ങിയത്. തൽക്കാലാവശ്യത്തിനുണ്ടാക്കിയ ഒരു ചങ്ങാടത്തിൽ ഒരു യന്ത്രത്തോക്കു ഘടിപ്പിച്ച വണ്ടിയും അതു പ്രവർത്തിപ്പിക്കുവാനാവശ്യമായ ആളുകളും വണ്ടി വലിക്കുന്ന കുതിരകളും മറുകരയിലേക്കു പുറപ്പെട്ടു. പുഴയുടെ നടുക്കെത്തിയപ്പോൾ ചങ്ങാടം പെട്ടെന്ന് ഒഴുക്കിനെതിരായി ഒന്നു തിരിയുകയും ഒരു വശത്തേക്ക് അല്പം ചരിയുകയും ചെയ്തു. നദി

കടന്ന് പരിചയമില്ലാതിരുന്നതിനാൽ വണ്ടിയുടെ ഇടത്തുവശത്തു കെട്ടിയിരുന്ന കുതിര വിരണ്ടു. കുന്നിന്റെ മറവിൽ നിന്ന് കുതിരകളുടെ ജീനിയഴിച്ചുകൊണ്ടിരുന്ന പടയാളികൾ ആ കുതിര അസ്വസ്ഥമായി മുക്രയിടുന്നതിന്റേയും ചങ്ങാടത്തിൽ കാലിട്ടടിക്കുന്നതിന്റേയും ശബ്ദം വ്യക്തമായി കേട്ടു.

"ആ ജന്തു ചങ്ങാടം മുക്കും!" ത്രൊഫീം വിഷണ്ണനായി പറഞ്ഞു. പെൺകുതിരയുടെ വിയർപ്പണിഞ്ഞ പുറത്തേക്ക് പകുതി ഉയർത്തിയ അയാളുടെ കൈ താനെ താണു. ഭയങ്കരമായ ഒരു ചിനയ്ക്കലോടെ ചങ്ങാടത്തിലുണ്ടായിരുന്ന വിരണ്ട കുതിര പിന്നോക്കം തിരിയുകയും മുൻകാലുകളുയർത്തി നില്ക്കുകയും ചെയ്തു.

"വെടിവയ്ക്കു!" സ്ക്വാഡ്രൺകമാൻഡർ അലറി.

ത്രൊഫീം നോക്കിക്കൊണ്ടു നിൽക്കുമ്പോൾ, ഒരു പട്ടാളക്കാരൻ മുൻകാലുയർത്തി നിൽക്കുന്ന കുതിരയുടെ കഴുത്തിൽ ചാടിക്കയറി അതിന്റെ ചെവിയിലേക്ക് ഒരു കൈത്തോക്ക് തിരുകി. വെടിപൊട്ടിയത് വളരെ പതിഞ്ഞ ശബ്ദത്തിലാണ് കരയിലുള്ളവർ കേട്ടത്. അതു ഒരു കുട്ടിയുടെ കളിത്തോക്കിൽനിന്നുള്ള ശബ്ദം പോലെയിരുന്നു. മറ്റു രണ്ടു കുതിരകൾ പരസ്പരം കൂടുതൽ അടുത്തു നിന്നു. ചങ്ങാടം മറിയാതിരിക്കുവാൻ യന്ത്രത്തോക്കു പ്രവർത്തിപ്പിക്കുന്നവർ ചത്ത കുതിരയെ വണ്ടിയുടെ പുറകിലേക്ക് തള്ളി നീക്കി. സാവധാനത്തിൽ അതിന്റെ മുൻകാലുകൾ മടങ്ങുകയും തല താഴുകയും ചെയ്തു.

ഏകദേശം പത്തുമിനിട്ടു കഴിഞ്ഞ് സ്ക്വാഡ്രൺകമാൻഡർ തന്റെ ഇരുണ്ട നിറമുള്ള കുതിരപ്പുറത്തു കയറി അതിനെ വെള്ളത്തിലേക്ക് ഇറക്കി. ഭയങ്കരമായി വെള്ളം തെറിപ്പിച്ചുകൊണ്ട് അർദ്ധനഗ്നരായ നൂറ്റിഎട്ട് മനുഷ്യരും വിവിധ വർണ്ണത്തിലുള്ള അത്രയും കുതിരകളും അദ്ദേഹത്തെ പിൻതുടർന്നു. ജീനികൾ മൂന്ന് ചെറിയ വഞ്ചികളിൽ കയറ്റിയിരുന്നു. തന്റെ പെൺകുതിരയെ പ്ലറ്റൂൺകമാൻഡറായ നെച്ചെപ്പുരേൻകൊയെ ഏല്പിച്ചിട്ട് ത്രൊഫീം ആ വഞ്ചികളിലൊന്ന് ഊന്നുകയായിരുന്നു. മുമ്പിൽ നടന്നിരുന്ന കുതിരകൾ മുട്ടറ്റം വെള്ളത്തിൽ എത്തിക്കഴിഞ്ഞതും വെള്ളം കുടിക്കാൻ വൈമുഖ്യത്തോടെ തല കുനിക്കുന്നതും, പകുതിവഴി ചെന്നിട്ട് തിരിഞ്ഞുനോക്കിയപ്പോൾ ത്രൊഫീം കണ്ടു. അടക്കിയ ശബ്ദത്തിൽ ആളുകൾ അവരുടെ കുതിരകളെ മുന്നോട്ടു പോകാൻ പ്രേരിപ്പിച്ചുകൊണ്ടിരുന്നു. കരയിൽനിന്നും ഏതാനും വാര അകലെയായി നദിയിൽ മുക്രയിട്ടുകൊണ്ടിരിക്കുന്ന അനേകം കുതിരകളുടെ തലകൾ പ്രത്യക്ഷപ്പെട്ടു. ആളുകൾ അവരവരുടെ കുതിരകളുടെ

കുഞ്ചിരോമത്തിൽ മുറുകെ പിടിച്ചുകൊണ്ട് നീന്തുകയായിരുന്നു. അവർ തോക്കുകൾ തലയ്ക്കു മുകളിൽ പൊക്കിപ്പിടിച്ചിരുന്നു. അവരുടെ വസ്ത്ര ങ്ങളും വെടിയുണ്ട നിറച്ച സഞ്ചികളും തോക്കുകളിലാണ് ബന്ധിച്ചു വച്ചിരുന്നത്.

ത്രൊഫീം തുഴ താഴെയിട്ടിട്ട് വഞ്ചിയിൽ എഴുന്നേറ്റു നിന്നു. സൂര്യപ്ര കാശം കണ്ണിലടിച്ചതിനാൽ കണ്ണുകൾ ചെറുതാക്കിക്കൊണ്ട് അയാൾ നീന്തിപ്പോകുന്ന കുതിരകളുടെയിടയിൽ തന്റെ ചെമ്പൻപെൺകു തിരയെ ഉൽക്കണ്ഠയോടെ തിരഞ്ഞു. പെട്ടെന്നുള്ള ഒരു വെടിയുടെ ഫലമായി ആകാശത്തിൽ ചിതറിപ്പോയ ഒരു കാട്ടുവാത്തക്കൂട്ടത്തോട് സ്ക്വാഡ്രണ് സാമ്യം ഉണ്ടെന്ന് അയാൾക്ക് തോന്നി. സ്ക്വാഡ്രൺക മാൻഡറുടെ ഇരുണ്ട കുതിരയാണ് മറ്റുള്ളവയെ നയിച്ചത്. അതിന്റെ തിളങ്ങുന്ന മുതുക് ജലപ്പരപ്പിനു മുകളിൽ പൊങ്ങി നിന്നിരുന്നു. അതിന്റെ വാലിനു പിന്നിലായി കാണപ്പെട്ട വെള്ളിനിറത്തിലുള്ള രണ്ടു പൊട്ടുകൾ കമ്മിസാറിന്റേതായിരുന്ന കുതിരയുടെ ചെവികളാണ്. മറ്റു കുതിരകൾ അതിനു പിന്നിൽ കറുത്തു വിശാലമായ ഒരു വസ്തുപോലെ ഒരുമിച്ച് നീന്തിക്കൊണ്ടിരുന്നു. ഏറ്റവും ഒടുവിലായി നിമിഷംതോറും മറ്റുള്ളവരി ൽനിന്നും കൂടുതൽ പിന്നിലായിക്കൊണ്ട് പ്ലറ്റൂൺകമാൻഡർ നെച്ചെപ്പൂരേ ൻകൊയുടെ ചിടകെട്ടിയ തല വെള്ളത്തിൽ പ്രത്യക്ഷപ്പെട്ടു. അയാളുടെ ഇടതുവശത്തായി ത്രൊഫീമിന്റെ പെൺകുതിരയുടെ ചെവികൾ ജലപ്പ രപ്പിനു മുകളിൽ കാണാമായിരുന്നു. വളരെ സൂക്ഷിച്ചുനോക്കിയപ്പോൾ അതിനും പിന്നിലായി കുതിരക്കുട്ടി നീന്തിവരുന്നുണ്ടെന്ന് ത്രൊഫീമിനു മനസ്സിലായി. ഇടയ്ക്കിടെ വെള്ളത്തിനു മുകളിലേക്ക് പകുതി പൊന്തിവ രികയും ഇടയ്ക്കിടയ്ക്ക് മൂക്കറ്റം വെള്ളത്തിൽ ആണ്ടുപോകയും ചെയ്തുകൊ ണ്ടാണ് അതു നീന്തിയത്.

ആ സമയത്ത് നദിയിൽക്കൂടി അടിച്ച കാറ്റ്, കുതിരക്കുട്ടിയുടെ ക്ഷീണിച്ച് ചിലന്തിവലപോലെ നേർത്ത ശബ്ദത്തിലുള്ള സഹായാഭ്യ ർത്ഥന ത്രൊഫീമിന്റെ കാതുകളിലെത്തിച്ചു: “ഈ ഓാാ!”

ഒരു വാൾമുനയുടെ മൂർച്ചയോടെ ആ വിളി ത്രൊഫീമിന്റെ ഹൃദയ ത്തിലേക്ക് തറച്ചുകയറി. അത് അയാളിലുളവാക്കിയ മനോവികാരം ഞെട്ടിപ്പിക്കുന്നതായിരുന്നു. അഞ്ചുവർഷത്തെ യുദ്ധം അതിജീവിച്ചവ നാണ് അയാൾ. പല പ്രാവശ്യം അയാൾ മരണവുമായി ഇടഞ്ഞിട്ടുണ്ട്. പക്ഷെ ഒരിക്കലും അയാൾക്ക് ആത്മനിയന്ത്രണം നഷ്ടപ്പെട്ടിട്ടില്ല. എന്നിട്ടും ഇപ്പോൾ ചുവന്ന നിറമുള്ള താടിരോമങ്ങളുടെ പിന്നിൽ അയാളുടെ മുഖം വിളറിവെളുത്തു. തുഴ വലിച്ചെടുത്തുകൊണ്ട് അയാൾ

വഞ്ചി ഒഴുക്കിനെതിരെ തിരിച്ച് അവശനായ കുതിരക്കുട്ടി ജീവനുവേണ്ടി സമരം ചെയ്തുകൊണ്ടിരുന്ന ഒരു ചുഴിയുടെയടുത്തേക്ക് തുഴഞ്ഞുപോയി. പരുക്കൻ ശബ്ദത്തിൽ ചിനച്ചുകൊണ്ട് പെൺകുതിരയും തന്റെ കുട്ടിയെ രക്ഷിക്കുവാനായി അങ്ങോട്ടു നീന്തിത്തുടങ്ങി. നെച്ചെപ്പരേൻകൊ വളരെ പണിപ്പെട്ടിട്ടും അയാൾക്ക് ആ പെൺകുതിരയെ തടയാൻ കഴിഞ്ഞില്ല.

“വിഡ്ഢിത്തം കാണിക്കരുത്” ത്രൊഫീമിന്റെ സുഹൃത്തായ സ്തേഷ്ക്ക യെഫ്രേമൊവ് വഞ്ചിയിൽ ജീനികൾ കെട്ടിവച്ചിരുന്നതിന്റെ മീതെ ഇരുന്നുകൊണ്ട് പറഞ്ഞു.

“കരയിലേക്കു തുഴയൂ. കൊസാക്കുകളെ കണ്ടുതുടങ്ങി!”

“നാവടക്ക്!” എന്നു പറഞ്ഞുകൊണ്ട് ത്രൊഫീം തോക്കെടുക്കുവാൻ കൈനീട്ടി.

ഇതിനകം കുതിരക്കുട്ടി ഒഴുക്കിൽപ്പെട്ട് വളരെ ദൂരം പൊയ്ക്കഴിഞ്ഞിരുന്നു. അത് ഒരു ചെറിയ ചുഴിയിലകപ്പെട്ട് വട്ടം കറങ്ങിക്കൊണ്ടിരുന്നു. പച്ച നിറമുള്ള തിരമാലകൾ കുതിക്കുട്ടിയെ തഴുകിക്കൊണ്ടിരുന്നു. ത്രൊഫീം സർവ്വശക്തിയുമെടുത്ത് വഞ്ചി തുഴഞ്ഞു. വഞ്ചി അങ്ങോട്ടുമിങ്ങോട്ടും ചരിഞ്ഞു. പുഴയുടെ വലത്തെ കരയിൽ കുന്നിനു പിറകിലുള്ള മറയിൽനിന്ന് കൊസാക്കുകൾ പുറത്തു വന്നു. ഒരു യന്ത്രത്തോക്ക് ശബ്ദിച്ചു തുടങ്ങി. വെടിയുണ്ടകൾ ഹൂൽക്കാരശബ്ദത്തോടെ വെള്ളത്തിൽ പതിച്ചു. കീറിയ ക്യാൻവാസ് ഷർട്ട് ധരിച്ച ഒരു ഓഫീസർ കൈത്തോക്കു വീശിക്കൊണ്ട് എന്തോ വിളിച്ചുപറഞ്ഞു.

കുതിരക്കുട്ടിയുടെ കരച്ചിൽ ഇപ്പോൾ ഇടവിട്ടിടവിട്ടാണ് കേട്ടുകൊണ്ടിരുന്നത്. അതു കൂടുതൽ തളർന്ന ശബ്ദത്തിലായിരുന്നു. ഒരു മനുഷ്യശിശുവിന്റെ കരച്ചിലിനോട് അതിന് വളരെ സാദൃശ്യമുണ്ടായിരുന്നു. നെച്ചെപ്പരേൻകൊ പെൺകുതിരയെ ഉപേക്ഷിച്ചിട്ട് ഇടത്തെ കരയിലേക്ക് വേഗം നീന്തിപ്പോയി. ത്രൊഫീം ഒരു ഞെട്ടലോടെ തോക്ക് ഉയർത്തി. കുതിരക്കുട്ടിയുടെ തലയ്ക്ക് അല്പം അടിയിൽ, ചുഴിയിലേക്ക് വെടിവച്ചു. പിന്നീട് വേദനനിറഞ്ഞ ഒരു കരച്ചിലോടെ അയാൾ ബൂട്ട്സ് അഴിച്ചുമാറ്റി വെള്ളത്തിലേക്കു ചാടി.

വലത്തെ കരയിൽ കീറിയ ക്യാൻവാസ് ഷർട്ടിട്ട ഓഫീസർ വിളിച്ചുപറഞ്ഞു:

വെടി നിർത്തൂ!

അഞ്ചുമിനിട്ടുകൾക്കുള്ളിൽ ത്രൊഫീം കുതിരക്കുട്ടിയുടെ അടുത്തെത്തി. അയാൾ തന്റെ ഇടത്തെ കൈ കുതിരക്കുട്ടിയുടെ തണുത്ത

വയറിനടിയിലേക്കു നീട്ടി അതിനെ താങ്ങിപ്പിടിച്ചു. കിതച്ചുകൊണ്ട് പതറലോടെ അയാൾ ഇടത്തെ കരയിലേക്ക് നീന്തി. ശത്രുവിന്റെ ഭാഗത്തുനിന്ന് ഒരൊറ്റ തോക്കുപോലും ശബ്ദിച്ചില്ല.

ആകാശം, കാട്, മണൽ - എല്ലാം ഹരിതവർണ്ണം കൈക്കൊണ്ടു, എല്ലാം നിഴൽ പതിഞ്ഞവയായിരുന്നു. അവസാനശക്തി - ഏതാണ്ട് അമാനുഷമായ ശക്തി - ഉപയോഗിച്ച് ത്രൊഫീം കരയിലെത്തി നനഞ്ഞൊലിക്കുന്ന കുതിരക്കുട്ടിയെ വെള്ളത്തിൽനിന്നും വലിച്ചു കരയ്ക്കു കയറ്റി. കുറേനേരം അയാൾ മണലിൽ മാന്തിക്കൊണ്ട് അവിടെ കിടന്നു. അയാളുടെ സഖാക്കളുടെ ശബ്ദം മരക്കൂട്ടങ്ങളുടെ ഇടയിൽനിന്നും പുറത്തു കേട്ടു. തിരിവിനപ്പുറത്ത് അങ്ങു ദൂരെ പീരങ്കിവെടിയുടെ ശബ്ദം ഉയർന്നു. ചെമ്പൻപെൺകുതിര നീന്തിക്കയറി ത്രൊഫീമിന്റെ സമീപത്തു ചെന്നു നിന്നുകൊണ്ട് ദേഹത്തെ വെള്ളം കുടഞ്ഞുകളയുകയും കുതിരക്കുട്ടിയെ നക്കിത്തുടയ്ക്കുകയും ചെയ്തുകൊണ്ടിരുന്നു. അതിന്റെ തൂങ്ങിക്കിടക്കുന്ന വാലിൽനിന്നും തിളങ്ങുന്ന ജലകണികകൾ മണലിലേക്ക് ഇറ്റിറ്റു വീണു.

ത്രൊഫീം വേച്ചുപോകുന്ന കാലുകളുമായി എഴുന്നേറ്റ് മണൽപ്പുറത്തുകൂടി നടന്നുതുടങ്ങി. എന്നാൽ അയാൾ ഒന്നോ രണ്ടോ ചുവടുകൾ വച്ചിട്ട് കുഴഞ്ഞു വീണു. പൊള്ളുന്ന എന്തോ ഒന്ന് അയാളുടെ നെഞ്ചിൽ തറച്ചു. വീഴുമ്പോൾ അയാൾ വെടിയുടെ ശബ്ദം കേട്ടു. വലത്തെ കരയിൽനിന്നും ഒരു വെടിയുണ്ട പുറത്തു തറച്ചു. വലത്തെ കരയിൽ കീറിയ ക്യാൻവാസ് ഷർട്ടിട്ട ഓഫീസർ അക്ഷോഭ്യനായി പുകയുന്ന വെടിത്തിര തന്റെ തോക്കിൽനിന്നും തെറിപ്പിച്ചു. കുതിരക്കുട്ടി കിടന്നതിന് ഒന്നോ രണ്ടോ ചുവടകലെ കിടന്ന് ത്രൊഫീം മരിക്കുകയായിരുന്നു. വായിൽനിന്നു പുറത്തു വന്ന രക്തം കലർന്ന നുര, മുട്ടിപ്പിടിച്ച നീലനിറമായ അയാളുടെ ചുണ്ടുകൾക്ക് ഒരു നേരിയ പുഞ്ചിരിയുടെ ഛായ നല്കി. ആ ചുണ്ടുകൾ അയാളുടെ കുട്ടികളെ ചുംബിച്ചിട്ട് നീണ്ട അഞ്ചുവർഷങ്ങൾ കഴിഞ്ഞിരുന്നു.

മേച്ചിൽക്കാരൻ

I

കിഴക്ക് വെയിൽകൊണ്ടു പൊരിഞ്ഞ് കരുവാളിച്ച തവിട്ടുനിറമാർന്ന സ്റ്റെപ്പിയിൽനിന്നും, വിണ്ടുകീറി വെളുത്ത് ഉപ്പുമൂടിക്കിടക്കുന്ന മണ്ണിൽനിന്നും ഒരു പൊള്ളുന്ന കാറ്റടിച്ചു തുടങ്ങിയിട്ട് പതിനാറു ദിവസങ്ങളായി.

മണ്ണ് കരിപോലെ കറുത്തു, പുല്ലുകൾ ചുരുണ്ടുപോയി. അവയ്ക്ക് മഞ്ഞനിറമായി. പ്രധാനറോഡിനരികെ ഉണ്ടായിരുന്ന കിണറുകൾ വറ്റിവരണ്ടു. അവയിലൊന്നിലെങ്കിലും ഒരു തുള്ളി വെള്ളം ഉണ്ടായിരുന്നില്ല. ഇലകൾക്കുള്ളിൽ നിന്നും ഇതുവരെ പുറത്തെത്താത്ത ഗോതമ്പുകതിരുകൾ വാടി, കൂനുള്ള വൃദ്ധന്മാരെപ്പോലെ വളഞ്ഞുനിന്നു.

ഉറക്കം തൂങ്ങിനിന്ന ചെറിയ ഗ്രാമത്തിൽ ഒരു മണിയുടെ ചിലമ്പിച്ച ശബ്ദം മുഴങ്ങി.

കഠിനമായ ചൂടാണ്. വേലികൾക്കരികിൽക്കൂടി പൊടിയുയർത്തിക്കൊണ്ട് കടന്നുപോകുന്ന കാലടിശബ്ദവും റോഡിൽക്കൂടി തപ്പിത്തടഞ്ഞ് മുന്നോട്ടുപോവുന്ന വൃദ്ധന്മാർ വടികൾ നിലത്തൂന്നുന്നതിന്റെ ശബ്ദവുമൊഴിച്ചാൽ അവിടെ സർവ്വത്ര നിശ്ശബ്ദമാണ്.

ഗ്രാമത്തിലെ ഒരു യോഗത്തിനുള്ള ക്ഷണമായിരുന്നു ആ മണിയടി. ഒരു മേച്ചിൽക്കാരനെ ജോലിക്കെടുക്കുന്നതിനെപ്പറ്റിയായിരുന്നു അന്നത്തെ ചർച്ച.

എക്സിക്യൂട്ടീവ് കമ്മിറ്റി ഓഫീസ് ശബ്ദമുഖരിതമായി. അതിനുള്ളിൽ പുകയിലപ്പുക നിറഞ്ഞു.

ഒരു പെൻസിൽക്കുറ്റികൊണ്ട് ചെയർമാൻ മേശമേൽ കൊട്ടി.

"പൗരന്മാരെ! കന്നുകാലികളെ സൂക്ഷിക്കാൻ ഇനി തന്നെക്കൊണ്ടാവില്ലെന്ന് നമ്മുടെ പഴയ മേച്ചിൽക്കാരൻ പറയുന്നു. ശമ്പളം മോശമാണെന്നതാണ് അയാൾ പറയുന്ന കാരണം. അതുകൊണ്ട് ഞങ്ങൾ, അതായത് എക്സിക്യൂട്ടീവ് കമ്മിറ്റി, ഫ്രൊലോവ് ഗ്രിഗോരിയെ തൽസ്ഥാനത്തു നിയമിക്കണമെന്ന് നിർദ്ദേശിക്കുന്നു. അയാൾ ഒരു അനാഥനും യുവകമ്മ്യൂണിസ്റ്റുമാണ്... അയാളുടെ അച്ഛൻ ഒരു ചെരിപ്പുകുത്തിയായിരുന്നുവെന്ന് നിങ്ങൾക്കൊക്കെ അറിയാമല്ലൊ. അയാൾ ഇപ്പോൾ സഹോദിയുമൊന്നിച്ച് ഇവിടെ താമസിക്കുകയാണ്. അവർക്കു ചെലവു കഴിക്കാൻ യാതൊരു മാർഗ്ഗവുമില്ല. അതുകൊണ്ട്, പൗരന്മാരെ, നിങ്ങൾ കനിഞ്ഞ് മേച്ചിൽക്കാരന്റെ ജോലി അയാൾക്കു കൊടുക്കുമെന്നു ഞാൻ പ്രത്യാശിക്കുന്നു."

വൃദ്ധനായ നേസ്തെറൊവിന് ഇത് സഹിക്കാൻ കഴിഞ്ഞില്ല. അയാൾ തന്റെ ഇരിപ്പിടത്തിൽ ഇരുന്നു ഞുളച്ചു തുടങ്ങി. അയാൾ പറഞ്ഞു:

"ഞങ്ങളുടെ ജോലിക്ക് അയാൾ പോരാ. ഒരു വലിയ പറ്റം കന്നുകാലികളാണു ഞങ്ങളുടേത്. അയാൾ അതിന്റെ സൂക്ഷിപ്പുകാരനാകുന്നതെങ്ങിനെയാണ്? കന്നുകാലികളെ ദൂരെയുള്ള പുൽമേടുകളിൽ മേയ്ക്കാൻ കൊണ്ടുപോകണം. ഇവിടെയെങ്ങും പുല്ലില്ല. അയാളാണെങ്കിൽ ഈ ജോലി ഇതിനുമുമ്പു ചെയ്തിട്ടില്ല. ശരൽക്കാലമാകുമ്പോഴേക്കും കിടാക്കളിൽ പകുതിയെണ്ണം കാണുകയില്ല."

ചക്കാട്ടുകാരനായ ഇഗ്നാത് നേർത്ത ശബ്ദത്തിൽ മൂക്കിൽക്കൂടി പറഞ്ഞുതുടങ്ങി. കൗശലക്കാരനായ ആ വൃദ്ധന്റെ പഞ്ചാരവാക്കുകളിൽ അമർഷം കലർന്നിരുന്നു.

"എക്സിക്യൂട്ടീവിന്റെ സഹായം കൂടാതെതന്നെ ഞങ്ങൾ ഒരു മേച്ചിൽക്കാരനെ കണ്ടുപിടിച്ചുകൊള്ളാം. ഇതു ഞങ്ങളുടെ കാര്യമാണ്. വിശ്വസ്തനും, കന്നുകാലികളുമായി ഇണങ്ങിക്കഴിയുന്നവനുമായ ഒരു പ്രായമായ മനുഷ്യനെയാണ് ഞങ്ങൾക്കാവശ്യം."

"അതു ശരിയാണ്, അപ്പൂപ്പാ!"

ഒരു വൃദ്ധനെ നിങ്ങൾ ജോലിക്കാക്കിയാൽ നിങ്ങളുടെ കിടാക്കൾ നഷ്ടപ്പെടാനാണ് കൂടുതൽ സാദ്ധ്യത. കാലം മാറിയിരിക്കുന്നു; മോഷണം

എല്ലായിടത്തും ധാരാളമുള്ള കാലമാണിത്."

ചെയർമാനാണ് ഇങ്ങിനെ ഉറപ്പിച്ചുപറഞ്ഞത്. അദ്ദേഹം എന്തോ പ്രതീക്ഷിക്കുന്നതുപോലെ തോന്നി. പെട്ടെന്ന് മുറിയുടെ പിന്നിൽ നിന്ന ആരോ അദ്ദേഹത്തെ പിൻതാങ്ങി.

"ഇല്ല, ഒരു വയസ്സന് ഈ ജോലി ചെയ്യാൻ പറ്റില്ല. മേയ്ക്കാനുള്ളത് പശുക്കളെയല്ല, കേവലം ഒരു വയസ്സ് മാത്രമുള്ള കിടാക്കളെയാണ്. അവയുടെ ഒപ്പമെത്തണമെങ്കിൽ ഒരാൾ പട്ടിയെപ്പോലെ ഓടിനടക്കണം. പറ്റം വിരണ്ടോടുകയാണെങ്കിൽ അവയെ തടുത്തുകൂട്ടുന്നതിനു മുമ്പ് നിങ്ങളുടെ കിളവന്റെ കുടലുവരെ പുറത്തു ചാടും!"

മുറിയിലാകെ കൂട്ടച്ചിരി മുഴങ്ങി. പക്ഷേ വൃദ്ധനായ ചക്കാട്ടുകാരൻ വിട്ടുകൊടുത്തില്ല. അയാൾ പിന്നിൽ ഇരുന്ന് പിറുപിറുത്തു:

"കമ്മ്യൂണിസ്റ്റുകൾക്ക് ഇതിൽ കാര്യമൊന്നുമില്ല... ഇത് പ്രാർത്ഥന കൊണ്ട് സാധിക്കേണ്ട കാര്യമാണ്, എങ്ങിനെയെങ്കിലും ഒപ്പിക്കേണ്ട കാര്യമല്ല..." ആ സൊല്ലതന്റെ കഷണ്ടിത്തല തടവി.

ചെയർമാന്റെ പ്രതികരണം കർശനമായിരുന്നു:

പൗരന്മാരേ, ഇങ്ങിനെ കൂക്കിവിളിക്കാൻ പാടില്ല. ഇതിനു നിങ്ങളെ ഞാൻ യോഗത്തിൽനിന്നു പുറത്താക്കും.

പ്രഭാതത്തിൽ, പുകക്കുഴലുകളിൽനിന്നും അഴുക്കു പുരണ്ട പഞ്ഞിച്ചുരുളുകൾപോലെ കട്ടിയായി ഉയർന്ന പുക പൊതുനിരത്തിനു മുകളിൽ അധികം ഉയരത്തിലല്ലാതെ ഒഴുകിനടക്കുമ്പോൾ ഗ്രിഗോരിയ് 150 കന്നുകാലികളുള്ള പററത്തെ തടുത്തുകൂട്ടി ഗ്രാമം കടന്ന് ചാരനിറം പൂണ്ട വിഷാദമൂകമായി നിന്നിരുന്ന കുന്നിൻപുറത്തുകൂടി മേച്ചിൽസ്ഥലത്തേക്കു കൊണ്ടുപോയി.

സ്റ്റെപ്പിയിൽ അവിടവിടെയായി ചാരനിറമാർന്ന മലയെലികളുടെ മാളങ്ങളുണ്ടായിരുന്നു. മലയെലികൾ മുന്നറിയിപ്പു കൊടുക്കുന്ന തങ്ങളുടെ പ്രത്യേകശബ്ദം പുറപ്പെടുവിച്ചുകൊണ്ടിരുന്നു. മലയിടുക്കുകളിൽ മുരടിച്ചുനിന്നിരുന്ന പുല്ലുകൾക്കിടയിൽനിന്നും കാട്ടുപക്ഷികൾ പുറത്തുവന്നു. അവയുടെ തൂവലുകൾ തിളങ്ങി.

കന്നുകാലിപ്പറ്റം നിശ്ശബ്ദമായിരുന്നു. കിടാക്കളുടെ ഇരട്ടക്കുളമ്പുകൾ മണ്ണിന്റെ ചുളിവീണ മുഖത്ത് മഴത്തുള്ളികൾപോലെ പതിച്ചു.

ഗ്രിഗോരിയെ സഹായിക്കാൻ അവന്റെ സഹോദരി ദൂന്യയും കൂടെയുണ്ടായിരുന്നു. അവളുടെ പുള്ളിക്കുത്തുകളുള്ള തുടുത്ത കവിളുകളും, ചുണ്ടുകളും കണ്ണുകളും സദാ ചിരിച്ചുകൊണ്ടിരുന്നു. അവളുടെ

ശരീരമാകെത്തന്നെ പൊട്ടിച്ചിരിക്കുകയായിരുന്നു. കാരണം, അവൾ പതിനേഴ് വസന്തങ്ങളേ കണ്ടിട്ടുള്ളൂ. നിങ്ങളുടെ സഹോദരന്റെ മ്ലാനമായ വദനവും, ചെവിയിളക്കിക്കൊണ്ട് ഓടിപ്പോകുന്നതിനിടയിൽ കാട്ടുചെടികളെ കടിച്ചെടുക്കുന്ന പശുക്കിടാങ്ങളും, നിങ്ങൾക്ക് രണ്ടു ദിവസമായി തിന്നാൻ യാതൊന്നും ഉണ്ടായിരുന്നില്ല എന്ന വസ്തുതപോലും, പതിനേഴാമത്തെ വയസ്സിൽ ഒരു വലിയ തമാശയായിട്ടായിരിക്കും നിങ്ങൾ കാണുക.

എന്നാൽ ഗ്രിഗോരിയ് ചിരിക്കുകയായിരുന്നില്ല. ഒരു വൃത്തികെട്ട തൊപ്പിയുടെ അടിയിൽ പ്രത്യക്ഷപ്പെട്ട അവന്റെ നെറ്റിത്തടം ചരിഞ്ഞതും ചുളിവീണതുമായിരുന്നു. കണ്ണുകൾ തളർന്നിരുന്നു. ആ പത്തൊൻപതുകാരന് ഉള്ളതിലും വളരെ കൂടുതൽ പ്രായം തോന്നിച്ചു.

കന്നുകാലിപ്പറ്റം സ്വച്ഛമായി മുമ്പോട്ടു പോയി. മുറിച്ചിട്ട വിവിധ വർണ്ണത്തിലുള്ള പുൽക്കറ്റകളെപ്പോലെ കിടാക്കൾ റോഡിന്റെ വശങ്ങളിൽ നിരയായിനിന്നു. പിന്നിലായപ്പോയ കിടാക്കളെ നോക്കി ചൂളം വിളിച്ചുകൊണ്ട് ഗ്രിഗോരിയ് സഹോദരിയുടെ നേരെ തിരിഞ്ഞ് പറഞ്ഞുതുടങ്ങി:

“ദ്യൂന്യാ, ശരൽക്കാലമാകുമ്പോഴേക്കും നമുക്ക് പട്ടണത്തിലേക്കു പോകാൻ വേണ്ടത്ര ധാന്യം സമ്പാദിക്കാം. ഞാൻ അവിടെ തൊഴിലാളികളുടെ പാഠശാലയിൽ ചേരും. നിന്നെയും വിദ്യാഭ്യാസസൗകര്യമുള്ള എവിടെയെങ്കിലും ഏല്പിക്കാമെന്നാണ് എന്റെ പ്രതീക്ഷ. പട്ടണത്തിൽ നമുക്ക് ഇഷ്ടംപോലെ പുസ്തകങ്ങൾ കിട്ടും. ദ്യൂന്യാ, അവിടെ ആളുകൾ തിന്നുന്നത് ശരിക്കുള്ള റൊട്ടിയായിരിക്കും, നമ്മെപ്പോലെ പുല്ലും ധാന്യവും കലർന്ന എന്തെങ്കിലുമൊന്നായിരിക്കുകയില്ല.”

“അവിടെ പോകാനുള്ള പണം എവിടെനിന്നുണ്ടാകും?”

“പൊട്ടിപ്പെണ്ണേ! അവർ നമുക്ക് ഇരുപത് പൂദ്*(*16 കിലോഗ്രാം) ധാന്യം തരും. അതു പണമല്ലേ? ഒരു പൂദിന് ഒരു റൂബിൾ വച്ച് നാമതു വില്ക്കും. കൂടാതെ തിനയും ചാണകവരളികളും നമുക്ക് വിൽക്കാൻ കാണും.”

ഗ്രിഗോരിയ് വഴിയുടെ മദ്ധ്യത്തിൽ നിന്നു. ചാട്ടയുടെ പിടികൊണ്ട് അവൻ നിലത്തുള്ള പൊടിയിൽ ഏതാനും അക്കങ്ങൾ കുറിച്ചിട്ട് അവ കൂട്ടിനോക്കി.

“പക്ഷേ ഇപ്പോൾ നമ്മൾ എന്തു തിന്നും, ഗ്രീഷാ? നമ്മുടെ കയ്യിൽ റൊട്ടി ഒരു തരിപോലുമില്ലല്ലോ.

“എന്റെ സഞ്ചിയിൽ ഉണങ്ങിയ ബണ്ണിന്റെ ഒരു ചെറിയ കഷണം

ബാക്കിയുണ്ട്."

"അതിന്ന് തിന്നാൽപ്പിന്നെ നാളെ എന്തു തിന്നും?"

"നാളെ ഗ്രാമത്തിൽനിന്നും ആരെങ്കിലും നമുക്ക് ഗോതമ്പുമാവു കൊണ്ടുവന്നു തരും. ചെയർമാൻ വാഗ്ദാനം ചെയ്തതാണ്....."

ഉച്ചവെയിൽ തീജ്വാലയുടെ ചൂടോടെ ഭൂമിയിൽ പതിച്ചു. ചാക്കുകൊണ്ടുണ്ടാക്കിയ ഗ്രിഗോരിയുടെ ഷർട്ട് വിയർപ്പിൽ കുതിർന്ന്, തോളെല്ലുകളിൽ ഒട്ടിപ്പിടിച്ചു.

കന്നുകാലിപ്പറ്റം അസ്വസ്ഥമായി സാവധാനം മുമ്പോട്ടു നീങ്ങി. കാട്ടീച്ചകൾ പശുകിടാക്കളെ ഉപദ്രവിച്ചുകൊണ്ടിരുന്നു. ചൂടുപിടിച്ച വായുവിൽ കിടാക്കളുടെ കരച്ചിലും ഈച്ചകളുടെ മൂളലും മുഴങ്ങിക്കേട്ടു. സൂര്യൻ അസ്തമിക്കുന്നതിനു കുറച്ചുമുമ്പ് അവർ പറ്റത്തെ കന്നുകാലികളെ രാത്രി സൂക്ഷിക്കുന്ന വളപ്പിനടുത്തേക്കു കൊണ്ടുവന്നു. അതിനടുത്ത് ഒരു കുളവും മഴകൊണ്ട് ജീർണ്ണിച്ച വൈക്കോൽ മേഞ്ഞ ഒരു കുടിലും ഉണ്ടായിരുന്നു.

ഗ്രിഗോരിയ് ഓടിനടന്ന് കന്നുകാലികളെ തടുത്തുകൂട്ടിയിട്ട്, വളപ്പിന്റെ വാതിൽ തള്ളിത്തുറന്നു. ചതുരാകൃതിയിലുള്ള കറുത്ത വാതിലിൽക്കൂടി അവൻ കന്നുകാലികളെ ഓരോന്നിനെ എണ്ണി അകത്തേക്കു കടത്തി.

II

കുളത്തിന്റെ മറുകരയിൽ ഒരു കുറ്റൻ പയറിന്റെ ആകൃതിയിൽ ഉയർന്നുനിന്നിരുന്ന കുനയുടെ മുകളിൽ അവർ ഒരു പുതിയ കുടിൽ കെട്ടിയുണ്ടാക്കി. ഗ്രിഗോരിയും ദൂന്യയും കൂടി അതിന്റെ ഭിത്തികളിൽ ചാണകം മെഴുകി. ഗ്രിഗോരിയ് കുറേ കാട്ടുചെടികൾ മുറിച്ചു മേൽക്കൂര മേഞ്ഞു.

പിറ്റെ ദിവസം ചെയർമാൻ കുതിരപ്പുറത്തു കയറി അവിടെ വന്നു. അദ്ദേഹം അര പൂദ് ചോളമാവും ഒരു സഞ്ചി തിനയും കൊണ്ടുവന്നിട്ടുണ്ടായിരുന്നു.

കുളിർമയുള്ള കുടിലിനുള്ളിൽ പ്രവേശിച്ച അദ്ദേഹം നിലത്ത് പടിഞ്ഞിരുന്നുകൊണ്ട് ഒരു സിഗററ്റ് കത്തിച്ചു.

"നീയൊരു നല്ല പയ്യനാണ്, ഗ്രിഗോരിയ്. പറ്റം മേച്ചിൽക്കാരനായി നീ കുറച്ചു നാൾ പണിയെടുത്തുകഴിഞ്ഞ് ശരത്കാലത്ത് നമുക്ക് ജില്ലാകേന്ദ്രത്തിലേക്കു പോകാം. അവിടുന്ന് നിനക്ക് പഠിക്കാൻ എവിടെയെങ്കിലും പോകാൻ കഴിഞ്ഞേക്കും. വിദ്യാഭ്യാസവകുപ്പിൽ എനിക്കു പരിചയമുള്ള

ഒരാൾ ജോലി ചെയ്യുന്നുണ്ട്. അയാൾ നിന്നെ സഹായിക്കും...."

സന്തോഷംകൊണ്ട് ഗ്രിഗോരിയുടെ മുഖം തുടുത്തു. ചെയർമാൻ യാത്രയായപ്പോൾ അവൻ അങ്കപടി പിടിച്ച് അദ്ദേഹത്തെ കുതിരപ്പുറത്തു കയറാൻ സഹായിക്കുകയും അദ്ദേഹത്തിന്റെ കരം ഗ്രഹിച്ച് സസ്നേഹം അമർത്തുകയും ചെയ്തു. കുതിരയുടെ കുളമ്പുകൾ ഉയർത്തിയ പൊടിപടലം നോക്കിക്കൊണ്ട് അവൻ വളരെനേരം അവിടെത്തന്നെ നിന്നു.

സൂര്യോദയത്തിലും അസ്തമനത്തിലും ജ്വരബാധയാൽ ചുവന്നുതുടുക്കുന്ന വിളറിയ സ്റ്റെപ്പി മദ്ധ്യാഹ്നസൂര്യന്റെ ഉഗ്രമായ ചൂടേറ്റ് ഊർദ്ധ്വശ്വാസം വലിച്ചു. സുതാര്യമായിക്കൊണ്ടിരിക്കുന്ന മൂടൽമഞ്ഞിന്റെ നീലിമയണിഞ്ഞ കുന്നിൻമുകളിലേക്കു നോക്കിക്കൊണ്ട് ഗ്രിഗോരിയ് മലർന്നു കിടന്നു. സ്റ്റെപ്പിക്കു ജീവനുണ്ടെന്നും എണ്ണമറ്റ ഗ്രാമങ്ങളുടേയും പട്ടണങ്ങളുടേയും ഭാരത്താൽ അതു വിമ്മിഷ്ടപ്പെടുന്നുണ്ടെന്നും അവനു തോന്നി. ശ്വാസം കഴിക്കുവാൻവേണ്ടി മണ്ണ് ആയാസപ്പെടുകയും കിതയ്ക്കുകയും ചെയ്യുന്നില്ലേ? പാറകളുടെ കനത്ത പാളികൾക്കടിയിൽ ഭൂഗർഭത്തിലെവിടെയോ തന്റെ ബോധമണ്ഡലത്തിനപ്പുറത്ത് തികച്ചും വ്യത്യസ്തമായ മറ്റൊരു ജീവൻ തുടിക്കുന്നുണ്ടെന്ന് അവനപ്പോൾ തോന്നി.

ആ പകൽവെളിച്ചത്തിലും അത്ഭുതവും ഭയവും അവനെ കീഴടക്കി.

അളക്കപ്പെട്ടിട്ടില്ലാത്ത കുന്നുകളെ അവൻ തന്റെ ദൃഷ്ടികൾകൊണ്ട് അളന്നുനോക്കി, വിറകൊള്ളുന്ന മൂടൽമഞ്ഞിലേക്കും തവിട്ടുനിറമുള്ള പുല്പരപ്പിനു മീതെ പൊട്ടുകൾപോലെ പ്രത്യക്ഷപ്പെട്ട കന്നുകാലിപ്പറ്റത്തിലേക്കും നോക്കിക്കൊണ്ടിരിക്കുമ്പോൾ അവനു തോന്നി റൊട്ടിയിൽനിന്നും മുറിച്ചുമാറ്റപ്പെട്ട ഒരു കഷണം പോലെ പൂർണ്ണമായി താൻ ലോകത്തിൽനിന്നും അടർത്തിമാറ്റപ്പെട്ടിരിക്കുകയാണെന്ന്.

ഒരു ശനിയാഴ്ച വൈകുന്നേരം ഗ്രിഗോരിയ് പതിവുപോലെ കന്നുകാലിപ്പറ്റത്തെ വളപ്പിനുള്ളിലേക്കു കയറ്റി. ദൂന്യ കുടിലിനടുത്ത് തീകൂട്ടി കുറച്ചു തിനയും സുഗന്ധം പകരുന്ന ഇലകളും തിളപ്പിക്കുകയായിരുന്നു.

ഗ്രിഗോരിയ് തീയ്ക്കടുത്തിരുന്ന് ചാട്ടപ്പിടികൊണ്ട് രൂക്ഷഗന്ധമുള്ള ചാണകവരളികൾ ഇളക്കി.

"ഗ്രിഷാത്ക്കയുടെ കിടാവിന് സുഖക്കേടു പിടിച്ചു. നമുക്ക് ആ വിവരം അയാളെ അറിയിക്കണം."

"ഞാൻ ഗ്രാമത്തിലേക്കു പോകണോ?" തനിക്ക് പോവാൻ പ്രത്യേകിച്ചു താല്പര്യമൊന്നുമില്ലെന്ന മട്ടിൽ ദൂന്യ പറഞ്ഞു.

“നീ പോകണ്ട. പറ്റത്തെ നോക്കാൻ എനിക്ക് ഒറ്റയ്ക്ക് പ്രയാസമാണ്. ഗ്രിഗോറിയ് ഒരു പുഞ്ചിരിയോടെ കൂട്ടിച്ചേർത്തു: ഒറ്റയ്ക്കിരുന്നു മുഷിഞ്ഞു, അല്ലേ?”

“അതു വാസ്തവമാണ്, ഗ്രീഷ. ഒരു മാസമായി നമ്മൾ ഈ സ്റ്റെപ്പി യിൽ താമസമാക്കിയിട്ട്. ഇതിനിടെ നമ്മൾ കണ്ടിട്ടുള്ളത് ആകെക്കൂടി ഒരു മനുഷ്യനെയാണ്. ഈ വേനല്ക്കാലം മുഴുവൻ ഇവിടെ താമസിച്ചാൽ, വർത്തമാനം പറയുന്നതെങ്ങിനെയാണെന്ന് ഞാൻ മറന്നുപോകും.”

“പിടിച്ചുനില്ക്കു, ദൂന്യ. ശരല്ക്കാലത്ത് നമ്മൾ രണ്ടുപേരും പട്ടണത്തി ലേക്കു പോവും - നമ്മൾക്ക് അവിടെ സ്കൂളിൽ ചേർന്ന് പഠിക്കണം. പഠിത്തം പൂർത്തിയാക്കി ഇങ്ങോട്ടു തിരിച്ചുവന്ന് ശാസ്ത്രീയമായി നമുക്ക് കൃഷി ചെയ്യണം. ഇവിടെ അജ്ഞതയല്ലാതെ മറ്റൊന്നും കാണാനില്ല. ജനങ്ങൾ ഉറങ്ങിക്കിടക്കുകയാണ്. വായിക്കാനോ എഴുതാനോ ഒരാ ൾക്കുപ്പോലും അറിയില്ല. ഒരൊറ്റ പുസ്തകം പോലും കിട്ടാനില്ല....”

“പക്ഷേ നമ്മളെ ആരും സ്കൂളിൽ ചേർക്കുകയില്ല. നമ്മളും ഇവിടെ യുള്ള മറ്റുള്ളവരെപ്പോലെതന്നെ അജ്ഞന്മാരാണ്.”

“തീർച്ചയായും നമ്മളെ സ്കൂളിൽ ചേർക്കും. ഗ്രാമത്തിൽ വച്ച് ഒരിക്കൽ ഞാൻ ഗ്രൂപ്പുസെക്രട്ടറിയുടെ കയ്യിലുണ്ടായിരുന്ന ലെനിന്റെ ഒരു പുസ്തകം വായിച്ചിട്ടുണ്ട്. തൊഴിലാളിവർഗ്ഗം ഭരണം നടത്തണമെന്ന് അതിൽ പറഞ്ഞിട്ടുണ്ട്. നിർദ്ധനരായ ആളുകൾക്ക് വിദ്യാഭ്യാസസൗ കര്യം നല്കണമെന്നും അതിൽ പറഞ്ഞിട്ടുണ്ട്.”

ഗ്രിഗോറിയ് മുട്ടിന്മേൽ എഴുന്നേറ്റുനിന്നു. അസ്തമനസൂര്യന്റെ സുവർണ്ണ പ്രഭ അവന്റെ കവിളുകളെ തലോടി.

“നമ്മുടെ റിപ്പബ്ലിക്കു ഭരിക്കാനുള്ള കഴിവു നേടുവാൻ നാം പഠിച്ചേ തീരൂ. പട്ടണങ്ങളിൽ തൊഴിലാളികളുടെ കയ്യിലാണ് അധികാരം സ്ഥിതിചെയ്യുന്നത്. എന്നാൽ നമ്മുടെ ഗ്രാമത്തിലെ ചെയർമാൻ ഒരു ധനികകൃഷിക്കാരനാണ്. ചെറിയ ഗ്രാമങ്ങളിലും അധികാരസ്ഥാനത്തി രിക്കുന്നത് ധനികന്മാരാണ്.”

“ഗ്രീഷ പഠിക്കുമ്പോൾ ഞാൻ നിലം തുടയ്ക്കുക, തുണി നനയ്ക്കുക മുതലായ ജോലികൾ ചെയ്ത് പണമുണ്ടാക്കാം.”

ചാണകവരളികൾ പുകഞ്ഞുകൊണ്ടിരുന്നു. ഇടയ്ക്കിടെ അത് ഒരു ചീറലോടെ ആളിക്കത്തുന്നുണ്ട്. സ്റ്റെപ്പി നിശ്ശബ്ദമായി അർദ്ധനിദ്രയി ലാണ്ടു കിടന്നു.

III

ഗ്രിഗോരിയ് ഗ്രാമത്തിൽ ചെന്ന് പാർട്ടിഗ്രൂപ്പിന്റെ സെക്രട്ടറിയായ പൊലിത്തോവിനെ കാണണമെന്ന് അദ്ദേഹം ആവശ്യപ്പെട്ടിരിക്കുന്ന തായി ജില്ലാതലസ്ഥാനത്തേക്കുള്ള യാത്രയിൽ ആ വഴി ചെന്ന ഒരു മിലിഷ്യാക്കാരൻ ഗ്രിഗോരിയെ അറിയിച്ചു.

ഗ്രിഗോരിയ് നേരം വെളുക്കുന്നതിനുമുമ്പുതന്നെ ഗ്രാമത്തിലേക്കു പുറപ്പെട്ടു. ഉച്ചയായപ്പോഴേക്കും ഒരു കുന്നിന്റെ മുകളിൽനിന്നും ഗ്രാമത്തിലെ മണിമേടയും അതിനു ചുറ്റും നിരന്നു നില്ക്കുന്ന ഇരുമ്പുതകിടടിച്ചതോ വൈക്കോൽ മേഞ്ഞതോ ആയ ചെറുഭവനങ്ങളും അവനു കാണാറായി.

വേദനിക്കുന്ന കാലുകളോടെ അവൻ ഗ്രാമത്തിന്റെ മദ്ധ്യത്തിലുള്ള കവലയെ ലക്ഷ്യമാക്കി സാവധാനം നടന്നു.

പുരോഹിതന്റെ വീട്ടിലായിരുന്നു ക്ലബ്. വിരിച്ചിട്ടിരിക്കുന്ന പുതിയ വൈക്കോൽ പാകളുടെ മീതേക്കൂടി നടന്ന് അവൻ ഒരു വിശാലമായ മുറിയിലെത്തി.

ആ മുറിയിലെ ജനവാതിലുകളെല്ലാം അടച്ചിട്ടിരുന്നതിനാൽ മുറിയിൽ ഇരുട്ടായിരുന്നു. പൊലിത്തോവ് ജനലിനടുത്തിരുന്ന് ഒരു ചട്ടമുണ്ടാക്കുവാൻ തടി ചിന്തേരിടുകയായിരുന്നു.

“അതെ, ഞാൻ കാര്യങ്ങളെല്ലാം അറിഞ്ഞു,” വിയർപ്പൊലിക്കുന്ന കൈ ഗ്രിഗോരിയുടെ നേരെ നീട്ടിക്കൊണ്ട് ഒരു പുഞ്ചിരിയോടെ അയാൾ പറഞ്ഞു. “സാരമില്ല. ഞാൻ ജില്ലാതലസ്ഥാനത്ത് അന്വേഷിച്ചു. അവിടെ ഒരു എണ്ണമില്ലിൽ കുറെ ചെറുപ്പക്കാരെ ആവശ്യമുണ്ടായിരുന്നു. പക്ഷേ ഇതിനകം തന്നെ അവർക്ക് ആവശ്യത്തിൽ കൂടുതൽ ആളുകളെ കിട്ടിക്കഴിഞ്ഞു. ശരല്ക്കാലം വരെ നീ കന്നുകാലികളെ മേയ്ക്കേണ്ടി വരും. അതു കഴിഞ്ഞ് ഞങ്ങൾ നിന്നെ പഠിക്കാൻ പട്ടണത്തിലേക്കയയ്ക്കാം.”

“എനിക്ക് ഈ ജോലി തന്നെ നഷ്ടപ്പെടാനിടയുണ്ട്. ഞങ്ങളുടെ കുഗ്രാമത്തിലുള്ള ധനികകൃഷിക്കാർക്ക് എന്നെ മേച്ചിൽക്കാരനായെടുക്കാൻ തീരെ സമ്മതമുണ്ടായിരുന്നില്ല. ഞാൻ യുവകമ്മ്യൂണിസ്റ്റുകളിൽ ഒരുവനാണ്, ദൈവവിരോധിയായ അവിശ്വാസിയാണ്, എന്നൊക്കെ അവർ പറഞ്ഞു. ഞാൻ കന്നുകാലികളെ മേച്ചുകൊണ്ടു നടക്കുമ്പോൾ ദൈവത്തെ പ്രാർത്ഥിക്കയില്ലത്രെ....” ഗ്രിഗോരിയ് ഒരു തളർന്ന ചിരി ചിരിച്ചു.

ജന്നൽപ്പടിയിലുള്ള മരച്ചീളുകൾ കുപ്പായക്കൈകൊണ്ടു തുടച്ചു മാറ്റിയിട്ട് പൊലിത്തോവ് അവിടെ ഇരുന്നു. നനഞ്ഞ് കട്ടപിടിച്ച

പുരികങ്ങൾക്കടിയിൽനിന്ന് അയാളുടെ കണ്ണുകൾ ഗ്രിഗോരിയെ സൂക്ഷിച്ചുനോക്കുകയായിരുന്നു.

"നീ ഒരു കമ്പുപോലെ മെലിഞ്ഞിരിക്കുന്നല്ലോ, ഗ്രിഗോരിയ്. അവിടെ നിന്റെ ശാപ്പാട്ടുകാര്യം എങ്ങിനെയാണ്?"

"എനിക്ക് വേണ്ടത്ര കിട്ടുന്നുണ്ട്."

കുറേസമയത്തേക്ക് ആരും ഒന്നും സംസാരിച്ചില്ല.

"ശരി, നമുക്ക് എന്റെ താമസസ്ഥലത്തേക്കു പോകാം. ഞാൻ നിനക്ക് പുതിയ ചില പുസ്തകങ്ങൾ തരാം. ജില്ലാകേന്ദ്രത്തിൽ നിന്നും കുറെ പുസ്തകങ്ങളും പത്രങ്ങളും കിട്ടിയിട്ടുണ്ട്."

ശ്മശാനത്തിലേക്കു നയിക്കുന്ന തെരുവിൽക്കൂടി അവർ കുറേ ദൂരം നടന്നു. ചാരക്കൂനകളിൽ കോഴികൾ തൂവലുകൾ വൃത്തിയാക്കിക്കൊണ്ടിരുന്നു. എവിടെയോ ഒരു തേവുകാൽ ഞരങ്ങി. ശ്വാസം മുട്ടിക്കുന്ന നിശ്ചലത കാതിൽ മുഴങ്ങി.

"നിനക്കു കുറച്ചുകഴിഞ്ഞ് പോയാൽ പോരെ? ഞങ്ങൾ ഒരു യോഗം നടത്താൻ പോവുകയാണ്. മറ്റുള്ളവർ നിന്നെപ്പറ്റി തിരക്കാറുണ്ട്. ഗ്രീഷ എവിടെ? അവൻ ഈയിടെ എന്തു ചെയ്യുകയാണ്? അവർ ചോദിക്കാറുണ്ട്. നിനക്ക് അവരെയൊക്കെ ഇന്നു കാണാൻ സാധിക്കും. മാത്രവുമല്ല, ഞാൻ ഇന്ന് സാർവ്വദേശീയസ്ഥിതിയെപ്പറ്റി ഒരു പ്രസംഗം നടത്തുന്നുണ്ട്. രാത്രി എന്റെ കൂടെ താമസിച്ചിട്ട് നാളെ രാവിലെ പോയാൽപ്പോരേ?"

"രാത്രി താമസിക്കാൻ പറ്റില്ല. ദൂന്യയ്ക്ക് ഒറ്റയ്ക്ക് അവിടുത്തെ കാര്യങ്ങൾ നോക്കാനാവില്ല. ഞാൻ യോഗം കഴിയുന്നതുവരെ ഇവിടെ നില്ക്കാം. അതു കഴിഞ്ഞ് രാത്രിയിൽത്തന്നെ തിരിച്ചു പൊയ്ക്കൊള്ളാം."

പൊലിത്തോവിന്റെ വീട്ടിലെ പൂമുഖം കുളിർമയുള്ളതായിരുന്നു. ഉണക്കിയ ആപ്പിളിന്റെ സുഖകരമായ ഗന്ധത്തോടൊപ്പം ഭിത്തിയിൽ തൂക്കിയിട്ടിരുന്ന കുതിരക്കോപ്പിൽനിന്നുയർന്ന കുതിര വിയർപ്പിന്റെ രൂക്ഷമായ ഗന്ധം വായുവിൽ കലർന്നിരുന്നു.

ഒരു മൂലയിൽ ഒരു വീപ്പയിൽ കുറെ ക്വാസ്*(* റഷ്യാക്കാർക്ക് പ്രിയങ്കരമായ ഒരു ശീതളപാനീയം) ഇരിപ്പുണ്ട്. അതിനടുത്ത് ഒഴിഞ്ഞ ഒരു കട്ടിൽ കിടന്നിരുന്നു.

"എന്റെ കൊച്ചുമൂലയാണിത്. വീട്ടിനുള്ളിൽ എനിക്ക് ദുസ്സഹമായ ചൂടു തോന്നും."

പൊലിത്തോവ് കുനിഞ്ഞ് ലിനൻ വിരിപ്പിനടിയിൽ നിന്നും വളരെ സൂക്ഷ്മതയോടെ പ്രാവ്ദയുടെ ഏതാനും പഴയ ലക്കങ്ങളും രണ്ടു പുസ്തകങ്ങളും വലിച്ചെടുത്തു.

അയാൾ അവ ഗ്രിഗോരിയുടെ കയ്യിൽക്കൊടുത്തു. അനന്തരം പലടത്തും തുന്നിക്കൂട്ടിയിട്ടുള്ള ഒരു ചെറിയ ചാക്ക് പുറത്തെടുത്ത് തുറന്നുകൊണ്ട് അയാൾ പറഞ്ഞു:

"ഇതു പിടിക്ക്."

ഗ്രിഗോരിയ് ചാക്കിന്റെ വായ് തുറന്നു പിടിച്ചുകൊണ്ടിരിക്കുന്നതിനിടയിൽത്തന്നെ അവന്റെ കണ്ണുകൾ അച്ചടിച്ച കടലാസിൽ പതിഞ്ഞു.

ചാക്കു പകുതി നിറയുന്നതുവരെ പൊലിത്തോവ് ധാന്യപ്പൊടി വാരി അതിലിട്ടുകൊണ്ടിരുന്നു. അയാൾ ചാക്ക് ഒന്നു കുലുക്കി അവിടെ വച്ചിട്ട് വീടിന്റെ മുൻവശത്തുള്ള മുറിയിലേക്കു പോയി.

പന്നിക്കൊഴുപ്പിന്റെ രണ്ടു കഷണങ്ങളുമായിട്ടാണ് അയാൾ തിരിച്ചു വന്നത്. അയാൾ അതു വാടിയ ഒരു മുട്ടക്കൂസ് ഇലയിൽ പൊതിഞ്ഞ് ചാക്കിനുള്ളിൽ വച്ചു.

"നീ തിരിച്ചുപോകുമ്പോൾ ഇതുകൂടി കൊണ്ടുപോകണം," അയാൾ പരുക്കൻ ശബ്ദത്തിൽ പറഞ്ഞു.

ഗ്രിഗോരിയുടെ മുഖം ചുവന്നു. ഇതു മുഴുവൻ ഞാൻ കൊണ്ടുപോകുന്നതെങ്ങിനെയാണ്....

"നിനക്കിത് മുഴുവൻ കൊണ്ടുപോകാം."

"ഞാൻ കൊണ്ടുപോകയില്ല."

"എന്തു പറഞ്ഞു! പൊലിത്തോവ് ഗ്രിഗോരിയെ ദേഷ്യത്തോടെ തുറിച്ചുനോക്കിക്കൊണ്ട് അട്ടഹസിച്ചു. അയാളുടെ മുഖം വിളറിയിരുന്നു. "നീ ഒരു സഖാവാണെന്നാണ് സ്വയം കരുതുന്നത്. എന്നിട്ടിങ്ങിനെയാണ്! ആരോടും പറയാതെ നീ പട്ടിണികൊണ്ടു ചാവാൻ പോവുകയാണ്, അല്ലേ! ഇത് കൊണ്ടുപോകണം, അല്ലെങ്കിൽ നീ ഇനി എന്റെ സുഹൃത്തല്ല."

"നിങ്ങൾക്കു വേറെ ഇല്ലാത്തതുകൊണ്ട് ഞാനിതു കൊണ്ടുപോകയില്ല.

"എനിക്കില്ലത്രെ!" പൊലിത്തോവിന്റെ സ്വരം കുറേക്കൂടെ മയമുള്ളതായിരുന്നു. ഗ്രിഗോരിയ് ശുണ്ഠിയോടെ ചാക്കു കെട്ടുന്നത് അയാൾ നോക്കിനിന്നു.

വെളുപ്പാൻകാലത്താണ് യോഗം അവസാനിച്ചത്.

ഗ്രിഗോറിയ് സ്റ്റെപ്പിയിൽക്കൂടി നടന്നുതുടങ്ങി. ധാന്യപ്പൊടി നിറച്ചിരിക്കുന്ന ചാക്ക് അവന്റെ ചുമലുകളെ വേദനിപ്പിച്ചു. വിണ്ടുകീറിയ പാദങ്ങളിൽ അസഹ്യമായ നീറ്റൽ അനുഭവപ്പെട്ടു. എങ്കിലും പ്രസാദാത്മകമായ ഉൾക്കരുത്തോടെ അവൻ ഉജ്ജ്വലമായ ഉഷസ്സിന്റെ നേരെ നടന്നടുത്തു.

IV

നേരം വെളുത്തപ്പോൾ ദൂന്യ തീ കത്തിക്കാനുള്ള ഉണങ്ങിയ ചാണകവരളികൾ പെറുക്കുവാൻ കുടിൽനിന്നും പുറത്തു വന്നു. കന്നുകാലികളുടെ വളപ്പിൽനിന്നും ഗ്രിഗോറിയ് ഓടിവരുന്നതാണ് അവൾ കണ്ടത്. എന്തോ കുഴപ്പമുണ്ടായിട്ടുണ്ടെന്ന് അവൾ ഉടൻതന്നെ ഊഹിച്ചു.

“കുഴപ്പമെന്തെങ്കിലുമുണ്ടോ?”

“ഗ്രിഷാത്ക്കയുടെ കിടാവ് ചത്തു.... വേറെ മൂന്നെണ്ണത്തിനുകൂടി ദീനം പിടിച്ചു.” ഗ്രിഗോറിയ് നെടുതായി ഒന്നു നിശ്വസിച്ചു. “ദൂന്യാ, നീ ചെന്ന് ഗ്രിഷാത്ക്കയോടും മറ്റുള്ളവരോടും ഇങ്ങോട്ടു വരാൻ പറയണം. അവരുടെ കിടാക്കൾക്കു ദീനമാണെന്ന് പറയൂ.”

ദൂന്യ അവളുടെ ഷാൾ എടുത്തു പുതച്ചുകൊണ്ട് കുന്നിനപ്പുറത്തേക്കു പുറപ്പെട്ടു. അവളുടെ പിന്നിലായി സൂര്യൻ കുന്നിൻമുകളിലേക്ക് ഇഴഞ്ഞു കയറിക്കൊണ്ടിരുന്നു.

സഹോദരിയെ യാത്രയാക്കിയശേഷം ഗ്രിഗോറിയ് കന്നുകാലികളുടെ വളപ്പിലേക്കു സാവധാനം നടന്നുപോയി.

ദീനം പിടിച്ച കിടാക്കളെ വളപ്പിന്റെ വേലിക്കരികിൽ ഉപേക്ഷിച്ചിട്ട് കന്നുകാലിപ്പറ്റം മലയിടുക്കിലേക്കു നീങ്ങിക്കഴിഞ്ഞിരുന്നു. ഉച്ചയായപ്പോഴേക്കും രോഗം പിടിച്ച കിടാക്കൾ ചത്തുപോയി.

അപ്പോൾ മുതൽ ഗ്രിഗോറിയ് പറ്റത്തിനടുത്തുനിന്നും വളപ്പിലേക്കും തിരിച്ചു പറ്റത്തിനടുത്തേക്കും ഓടിക്കൊണ്ടിരുന്നു. രണ്ടു കന്നുകാലികളെക്കൂടി രോഗം ബാധിച്ചു.

ഒരു കിടാവ് കുളത്തിനടുത്തുള്ള നനഞ്ഞ മണ്ണിലേക്കു മറിഞ്ഞു വീണു. അതു ദയനീയമായി നിലവിളിച്ചുകൊണ്ടിരുന്നു. അതിന്റെ തുറിച്ച കണ്ണുകൾ കണ്ണുനീർ നിറഞ്ഞ് സ്ഫടികം പോലെ തിളങ്ങി. ഗ്രിഗോറിയുടെ കരുവാളിച്ച കവിളുകളിലൂടെയും ഉപ്പുള്ള കണ്ണുനീർ ഒലിച്ചിറങ്ങി.

സൂര്യൻ അസ്തമിക്കാറായപ്പോൾ ദൂന്യ ഉടമസ്ഥരേയും കൂട്ടിക്കൊണ്ടുവന്നു.

വൃദ്ധനായ അർത്യോം അപ്പൂപ്പൻ ചലനമറ്റു കിടന്നിരുന്ന അയാളുടെ കിടാവിനെ ഒരു വടികൊണ്ട് കുത്തിനോക്കിയിട്ടു പറഞ്ഞു: ഇതു മഹാമാരിയല്ലാതെ മറ്റൊന്നുമല്ല. ഇനി ഈ പറ്റത്തെ മുഴുവൻ ഇതു ബാധിക്കും.

അവർ ചത്ത കന്നുകാലികളുടെ തൊലിയുരിച്ചശേഷം അവയെ കളത്തിൽനിന്നും വളരെ അകലെയല്ലാത്ത ഒരു സ്ഥലത്തു കുഴിച്ചിട്ടു. അവിടെ ഉണങ്ങിയ കറുത്ത മണ്ണിന്റെ ഒരു കൂന പുതുതായി പ്രത്യക്ഷപ്പെട്ടു.

പിറ്റേന്ന് ദൂന്യ്യയ്ക്ക് വീണ്ടും ആ വഴി മുഴുവൻ സഞ്ചരിക്കേണ്ടിവന്നു: ഏഴു കിടാക്കൾ പെട്ടെന്ന് രോഗബാധിതരായി.

ഭയാനകമായ ഒരു ഘോഷയാത്രപോലെ ദിവസങ്ങൾ ഒന്നിനു പുറകെ മറ്റൊന്ന് കടന്നുപോയി. കന്നുകാലികളെ സൂക്ഷിക്കുന്ന വളപ്പ് ശൂന്യമായി വന്നു. തന്റെ ഹൃദയവും അതോടൊപ്പം ശൂന്യമായിത്തീരുന്നതായി ഗ്രിഗോരിയ്ക്ക് തോന്നി. നൂററി അൻപതു കന്നുകാലികളുണ്ടായിരുന്ന പറ്റത്തിൽ ഇപ്പോൾ അൻപതെണ്ണം മാത്രമാണു ശേഷിച്ചിരുന്നത്. ഉടമസ്ഥന്മാർ കുതിരവണ്ടികളിൽ വന്നു. ചത്തുപോയ കന്നുകാലികളുടെ തുകലുകൾ ഉരിച്ചെടുത്തു. മലയിടുക്കിൽ ആഴം കുറഞ്ഞ കുഴികളുണ്ടാക്കി. ചോരപുരണ്ട ശവശരീരങ്ങൾ മണ്ണിട്ടു മൂടി. വണ്ടിയിൽക്കയറി തിരിച്ചുപോയി.

കന്നുകാലികളെ വളപ്പിനുള്ളിലേക്കു കയറ്റാൻ വളരെ പണിപ്പെടേണ്ടി വന്നു: രക്തത്തിന്റേയും തങ്ങളുടെ മദ്ധ്യത്തിലേക്ക് അദൃശ്യമായി ഇഴഞ്ഞുകയറിയ മരണത്തിന്റേയും സാന്നിദ്ധ്യം മണത്തറിഞ്ഞ കിടാക്കൾ ഭയന്നു കരഞ്ഞു.

പ്രഭാതത്തിൽ വിളറിയ മുഖവുമായി ഗ്രിഗോരിയ് വളപ്പിന്റെ ഞരങ്ങുന്ന വാതിൽ തുറന്ന് പറ്റത്തെ മേയാൻ വിടുമ്പോൾ കുഴിമാടങ്ങളുടെ മീതെയുള്ള പകുതി ഉണങ്ങിയ മണ്ണിന്റെ മുകളിൽ ചവിട്ടിയാണ് അവ കടന്നുപോകുന്നത്.

പകൽസമയം മുഴുവൻ അഴുകിയ മാംസത്തിന്റെ ദുർഗ്ഗന്ധം മൂക്കിലടിച്ചുകൊണ്ടിരുന്നു. വിരണ്ടോടിയ കന്നുകാലികൾ പൊടിപടലം ഉയർത്തിക്കൊണ്ടിരുന്നു. നിസ്സഹായരായ കന്നുകാലികളുടെ അവിരാമമായ കരച്ചിൽ അന്തരീക്ഷത്തെ ഭേദിച്ചുകൊണ്ടിരുന്നു. സൂര്യൻ എന്നത്തേയുംപോലെ അത്യുഗ്രമായ ചൂടോടെ സ്റ്റെപ്പിയുടെ മറുവശത്തേക്കുള്ള യാത്ര സാവകാശം തുടർന്നുകൊണ്ടിരുന്നു.

ഗ്രാമത്തിൽ നിന്നും വേട്ടക്കാർ വന്നു. വളപ്പിനുള്ളിൽ നിന്നും ആ

ഭയങ്കരോഗത്തെ ഭയപ്പെടുത്തി ഓടിക്കുവാൻ വേണ്ടി അവർ വേലിക്കു ചുറ്റും വെടിവച്ചു. പക്ഷേ കിടാക്കൾ പിന്നേയും ചത്തു വീണുകൊണ്ടിരുന്നു. ദിവസംതോറും പറ്റത്തിന്റെ വലിപ്പം കുറഞ്ഞുവന്നു.

കുഴിമാടങ്ങളിലെ മണ്ണു മാന്തിയിരിക്കുന്നതും അകലെയല്ലാതെ എല്ലുകൾ കിടക്കുന്നതും ഗ്രിഗോരിയ് ഒരു ദിവസം കണ്ടു; കന്നുകാലികൾ രാത്രികാലങ്ങളിൽ അസ്വസ്ഥരായി കാണപ്പെട്ടിരുന്നു, ഇപ്പോൾ അവ ഭയവിഹ്വലരായിത്തീർന്നു. പെട്ടെന്ന് നിശ്ശബ്ദതയെ ഭഞ്ജിച്ചുകൊണ്ട് അവ പേടിച്ചുകരയുകയും വളപ്പിനുള്ളിൽ പാഞ്ഞുനടന്ന് വേലികൾ പൊളിക്കുകയും ചെയ്യാറുണ്ടായിരുന്നു. പുറത്തു ചാടിയ കന്നുകാലികൾ കൂട്ടം കൂട്ടമായി കുടിലിന്റെ അടുത്തേക്ക് ഓടിയെത്തും. അവിടെ തീക്കുണ്ഡത്തിനടുത്ത് അവ ദീർഘമായി ശ്വസിച്ചുകൊണ്ട് കിടന്ന് അയവിറക്കും.

എന്താണു കുഴപ്പമെന്ന് ഗ്രിഗോരിയ്ക്ക് മനസ്സിലായത് പിന്നീടാണ്. ഒരു രാത്രി അവൻ പട്ടികൾ കുരയ്ക്കുന്നതു കേട്ടു ചാടിയെഴുന്നേറ്റു. കോട്ട് വലിച്ചെടുത്തുകൊണ്ട് അവൻ കുടിലിൽനിന്നു പുറത്തേക്കോടിച്ചെന്നു. കിടാക്കൾ അവന്റെ ചുറ്റും കൂടി. അവ അവനോടു പറ്റിച്ചേർന്നു നിന്നു. മഞ്ഞുതുള്ളികൾ പറ്റി നനുനനുത്ത അവയുടെ പള്ളകൾ അവന്റെ ദേഹത്ത് ഉരസി.

കുടിലിന്റെ വാതുക്കൽ ഗ്രിഗോരിയ് കുറച്ചുസമയം നിന്നു. പട്ടികളെ വിളിക്കുവാനായി അവൻ ചൂളമടിച്ചു. സമീപത്തുള്ള പാമ്പിൻകുഴി എന്ന മലയിടുക്കിൽനിന്നും അതിനു മറുപടിയെന്നോണം ചെന്നായ്ക്കൾ ഉച്ചത്തിൽ ഓരിയിടുന്നതു കേട്ടു. കുന്നിന്റെ ചുറ്റുമുണ്ടായിരുന്ന കുറ്റിക്കാടുകളിൽനിന്നും മറ്റൊരു ചെന്നായ് ഓരിയിട്ടു....

അവൻ കുടിലിനുള്ളിൽ കയറി എണ്ണവിളക്കു കത്തിച്ചു.

"ദൂന്യാ, നീ അതു കേട്ടോ?"

പുലർച്ചയ്ക്കു നക്ഷത്രങ്ങൾ മറഞ്ഞു തുടങ്ങിയപ്പോൾ ഓരിയിടീൽ നിലച്ചു.

V

അന്നു രാവിലെ ചക്കാട്ടുകാരൻ ഇഗ്നാത്തും മിഹേയ് നേസ്തെറൊവും അവിടെ എത്തി. ചെരുപ്പുകളുടെ കേടുപാടുകൾ നന്നാക്കിക്കൊണ്ട് ഗ്രിഗോരിയ് കുടിലിനുള്ളിൽ ഇരിക്കുകയായിരുന്നു. വൃദ്ധന്മാർ ഇരുവരും അകത്തേക്കു കയറി. ഇഗ്നാത് തൊപ്പി ഊരി. കുടിലിന്റെ

മൺതറയിലേക്ക് ചരിഞ്ഞു പതിച്ചുകൊണ്ടിരുന്ന സൂര്യകിരണങ്ങൾക്കെതിരെ കണ്ണുകൾ ഇറുക്കിക്കൊണ്ട് മൂലയിൽ തറച്ചുവച്ചിരുന്ന ലെനിന്റെ ചെറിയ ഫോട്ടോയുടെ നേരെ കുരിശുവരയ്ക്കുവാൻ കൈ പൊക്കി. എന്നാൽ തക്കസമയത്ത് അയാൾക്കു കാര്യം മനസ്സിലായി. കൈ പിൻവലിച്ച് പോക്കറ്റിലേക്കു തിരുകിക്കൊണ്ട് അയാൾ കാർക്കിച്ചുതുപ്പി.

"അങ്ങിനെയാണ്.... നീ വിശുദ്ധരൂപങ്ങളൊന്നും വച്ചിട്ടില്ലേടാ?"

"ഇല്ല."

"പുണ്യാളന്മാരുടെ മൂലയിൽ നീ ആരുടെ പടമാണ് വച്ചിരിക്കുന്നത്?"

"ലെനിന്റെ."

"അതു ശരി, ഈ കുഴപ്പങ്ങൾക്കെല്ലാം കാരണം അതാണ്! ദൈവം എവിടെ ഇല്ലാതിരിക്കുന്നുവോ അവിടെ രോഗം കടന്നുകൂടുന്നു. ഞങ്ങളുടെ കിടക്കാളെല്ലാം ചത്തുപോയത് അതുകൊണ്ടാണ്. അല്ലയോ, ദൈവമേ, ഞങ്ങളുടെ നാഥനും രക്ഷകനും...."

"അപ്പൂപ്പാ, ആരും മൃഗഡോക്ടറെ വിളിക്കാതിരുന്നതുകൊണ്ടാണ് കിടാക്കൾ ചത്തുപോയത്."

"നിന്റെ മൃഗഡോക്ടറുടെ സഹായം കൂടാതെതന്നെ ഞങ്ങൾ കാര്യങ്ങൾ ഭംഗിയായി നടത്തിയിരുന്നു. പഠിത്തം കൂടിപ്പോയതാണു നിനക്കുള്ള കുഴപ്പം. നിന്റെ പാപം നിറഞ്ഞ നെറ്റിയിൽ കുരിശു വരയ്ക്കാൻ കൂടെക്കൂടെ ഓർത്താൽ മതി, ഒരു മൃഗഡോക്ടറുടേയും ആവശ്യം വരില്ല."

മിഹേയ് നേസ്തെറൊവ് കണ്ണുരുട്ടിക്കൊണ്ട് അലറി:

"ദൈവദോഷിയായ ആ അവിശ്വാസിയുടെ പടം വിശുദ്ധമായ സ്ഥാനത്തുനിന്നും എടുത്തുമാറ്റ്! എടാ നശിച്ച ദൈവനിന്ദകാ, നീ കാരണമാണ് ഞങ്ങളുടെ കന്നുകാലികൾ ചത്തൊടുങ്ങിയത്."

ഗ്രിഗോരിയുടെ മുഖം വിവർണ്ണമായി.

"നിങ്ങളുടെ സ്വന്തം വീട്ടിൽ വേണം ആജ്ഞാപിക്കുവാൻ. എന്റെ നേരെ തട്ടിക്കയറേണ്ട. അതു തൊഴിലാളിവർഗ്ഗത്തിന്റെ നേതാവാണ്...."

മിഹേയ് ഒരു പോരുകോഴിയുടെ ഭാവം കൈക്കൊണ്ടു. അയാളുടെ മുഖത്തേക്ക് രക്തം ഇരമ്പിക്കയറി.

"നീ ഞങ്ങളുടെ ജോലിക്കാരനായിരിക്കുന്നിടത്തോളം കാലം ഞങ്ങൾ പറയുന്നതുപോലെ ചെയ്തേ തീരൂ!" അയാൾ അലറി. "നിന്റെ തരക്കാരെ ഞങ്ങൾക്കറിയാം. സൂക്ഷിച്ചിരുന്നോ. അല്ലെങ്കിൽ നിന്നെ ഞങ്ങൾ ശരിപ്പെടുത്തും."

അവർ തൊപ്പി തലയിൽ വച്ചിട്ട് മറ്റൊരക്ഷരം പറയാതെ പുറത്തിറങ്ങി.

ദ്ദൂന്യ പേടിച്ച് സഹോദരനെ ഉറ്റുനോക്കിക്കൊണ്ടിരുന്നു.

അടുത്ത പ്രഭാതത്തിൽ കൊല്ലനായ തീഹൊൻ തന്റെ കിടാവിനെ കാണാൻ ഗ്രാമത്തിൽനിന്ന് അവിടെയെത്തി.

അയാൾ കുടിലിന്റെ അടുത്ത് പടിഞ്ഞിരുന്ന് പുകവലിച്ചുകൊണ്ട് പലതും സംസാരിച്ചു. അസംതൃപ്തി നിഴലിക്കുന്ന ഒരു പുഞ്ചിരിയോടെ അയാൾ പറഞ്ഞു:

“ഒരു നശിച്ച ജീവിതമാണു നമ്മൾ നയിക്കുന്നത്. പഴയ ചെയർമാനെ അവർ നീക്കം ചെയ്തു. മിഹേയ് നേസ്തെറൊവിന്റെ മരുമകനാണ് ഇപ്പോൾ ചുമതല വഹിക്കുന്നത്. അവരുടെ സൗകര്യത്തിനുവേണ്ടിയാണ് അവർ എല്ലാം ചെയ്യുന്നത്. ഇന്നലെ ഭൂമി പങ്കിട്ടെടുക്കുന്ന ദിവസമായിരുന്നു. നല്ല ഒരു തുണ്ടു ഭൂമി പാവപ്പെട്ട ഒരുവനു കിട്ടിയാൽ ഉടൻ അവർ പങ്കിട്ടതു ശരിയായില്ലെന്നും വീണ്ടും പങ്കിടണമെന്നും പറഞ്ഞുതുടങ്ങും. അധികം കഴിയുന്നതിനുമുമ്പുതന്നെ ധനവാന്മാർ വീണ്ടും നമ്മുടെ പുറത്തു കയറി ഇരുന്നുതുടങ്ങും.... അനിയാ ഗ്രഗോരിയ്, നല്ല ഭൂമി മുഴുവൻ അവരുടെ പിടിയിലൊതുങ്ങിക്കഴിഞ്ഞു. വെറും മണൽക്കുനകളാണ് നമുക്കു കിട്ടുന്നത്. ഇപ്പോൾ ഇങ്ങനെയൊക്കെയാണ് കാര്യങ്ങൾ നടക്കുന്നത്.”

പാതിരാവരെ തീയ്ക്കടുത്തിരുന്ന് ഗ്രിഗോരിയ് എഴുതി. ചോളത്തിന്റെ വീതികൂടിയ കാവിനിറമുള്ള ഇലകളിൽ കരിക്കട്ടകൊണ്ട് വടിവില്ലാത്ത അക്ഷരത്തിലാണ് അവൻ എഴുതിക്കൂട്ടിയത്. ഭൂമി പങ്കിടുതിലുള്ള ക്രമക്കേടുകളെപ്പറ്റിയും, മൃഗഡോക്ടറെ വിളിക്കുന്നതിനുപകരം കന്നുകാലി വളപ്പിനുചുറ്റും വെടിവച്ച് കന്നുകാലിരോഗത്തെ ഭയപ്പെടുത്തി ഓടിക്കാൻ ശ്രമിച്ചതിനെപ്പറ്റിയും അവൻ എഴുതി. താൻ കുത്തികുറിച്ചിട്ടുള്ള ആ ഉണങ്ങിയ ചോള ഇലകൾ തീഹൊന്റെ കയ്യിൽ അവൻ ഏല്പിച്ചു.

“നിങ്ങൾ എന്നെങ്കിലും ജില്ലാകേന്ദ്രത്തിൽ പോകുകയാണെങ്കിൽ ക്രാസ്നയ പ്രാവ്ദ എന്ന പത്രം എവിടെയാണെന്നു കണ്ടുപിടിച്ച് ഇതവരെ ഏല്പിക്കണം, ഗ്രിഗോരിയ് പറഞ്ഞു. കഴിയുന്നതും വ്യക്തമായി എഴുതാൻ ഞാൻ ശ്രമിച്ചിട്ടുണ്ട്. ഇലകൾ മടക്കരുത്. മടക്കിയാൽ കരി മാഞ്ഞുപോകും.”

കല്ലേരി എടുത്തെടുത്തു കറുത്തുപോയതും പാടുകളുള്ളതുമായ കൈവിരലുകൾകൊണ്ട് കൊല്ലൻ ആ ഇലകൾ വളരെ സൂക്ഷ്മതയോടെ എടുത്ത്

ഷർട്ടിന്റെ മുൻവശത്തെ പോക്കറ്റിൽ ഹൃദയത്തിനു തൊട്ടടുത്തായി നിക്ഷേപിച്ചു. യാത്ര പറഞ്ഞു പിരിയുമ്പോൾ അയാൾ ഒരു പുഞ്ചിരിയോടെ പറഞ്ഞു:

ഞാൻ ജില്ലാകേന്ദ്രം വരെ നടക്കും. ഒരുപക്ഷെ സോവിയറ്റ് ഭരണം എനിക്കവിടെ കണ്ടെത്താൻ കഴിയുമായിരിക്കും... മൂന്നു ദിവസംകൊണ്ട് 150 വേഴ്സ്റ്റ്*(* 16 വേഴ്സ്റ്റ് - ഉദ്ദേശം 1 കിലോമീറ്റർ) ദൂരം നടക്കാൻ എനിക്കു കഴിയും. ഒരാഴ്ചയ്ക്കുള്ളിൽ മടങ്ങിയെത്തി ഞാൻ നിങ്ങളെ വന്നു കാണാം.

VI

ശരൽക്കാലം മഴയും അസുഖകരമായ ഈർപ്പവും കൊണ്ടുവന്നു.

ഒരുദിവസം അതിരാവിലെ ദൂന്യ ആഹാരസാധനങ്ങൾ വാങ്ങിക്കുവാനായി ചെറിയ ഗ്രാമത്തിലേക്കു പോയി.

കിടാക്കൾ കുന്നിനപ്പുറത്ത് മേയുകയായിരുന്നു. ഗ്രിഗോരിയ് തന്റെ ആട്ടിൻതോൽക്കോട്ട് തോളിലിട്ടിരുന്നു. പറ്റത്തിന്റെ പിന്നാലെ നടക്കുന്നതിനിടയിൽ അവൻ ചിന്താമഗ്നനായി വഴിയരികിൽ കിടന്ന ഒരു വാടിയ മുൾച്ചെടി എടുത്ത് കൈപ്പടങ്ങൾക്കിടയിൽവച്ചു ഞെരിച്ചുകൊണ്ടിരുന്നു.

ശരല്ക്കാലത്തെ ഹ്രസ്വമായ സായംസന്ധ്യയ്ക്ക് അല്പം മുമ്പായി രണ്ടുപേർ കുതിരപ്പുറത്ത് കുന്നിനു മുകളിൽ പ്രത്യക്ഷപ്പെട്ടു.

പടപടയെന്ന കുളമ്പടിശബ്ദത്തോടെ അവർ ഗ്രിഗോരിയുടെ നേർക്ക് കുതിരകളെ പായിച്ചു വന്നു. അവരിലൊരാൾ മിഹേയ് നേസ്തെറൊവിന്റെ മരുമകനും പുതിയ ചെയർമാനുമായ ആളാണെന്ന് ഗ്രിഗോരിയ്ക്ക് മനസ്സിലായി; മറ്റേയാൾ ചക്കാട്ടുകാരൻ ഇഗ്നാത്തിന്റെ പുത്രനായിരുന്നു.

കുതിരകളുടെ വായിൽനിന്നും നുരയും പതയും ഒഴുകിക്കൊണ്ടിരുന്നു.

“ഹേ, മേച്ചിൽക്കാരാ!”

“എന്താണ്?”

“ഞങ്ങൾ നിന്നെ കാണാൻ വന്നതാണ്.”

ചെയർമാൻ ജീനിപ്പുറത്ത് കൂടുതൽ സൗകര്യമായി ഇരുന്നിട്ട് മരവിച്ച വിരലുകൾകൊണ്ട് തന്റെ പട്ടാള ഓവർക്കോട്ടിന്റെ കുടുക്കുകളഴിക്കുവാൻ ശ്രമിച്ചു. അതഴിച്ചിട്ട് അയാൾ മഞ്ഞനിറമുള്ള ഒരു വർത്തമാനപ്പത്രം വലിച്ചെടുത്ത് കാറ്റിൽ പിടിച്ച് നിവർത്തി.

"നീ ഇതെഴുതിയോ?"

താൻ ചോളത്തിന്റെ ഇലകളിൽ ഭൂമി പങ്കിട്ടതിനെപ്പറ്റിയും കന്നുകാലി നഷ്ടത്തെപ്പറ്റിയും എഴുതിയ വാക്കുകൾ ഗ്രിഗോരിയുടെ കണ്ണുകൾക്കു മുമ്പിൽ പ്രത്യക്ഷപ്പെട്ടു.

"ഞങ്ങളുടെ കൂടെ വാ."

"എങ്ങോട്ട്?"

"അതാ അവിടെ, ആ മലയിടുക്കുവരെ... ഞങ്ങൾക്ക് നിന്നോടു കുറച്ചു സംസാരിക്കാനുണ്ട്.... ചെയർമാന്റെ നീലിച്ച ചുണ്ടുകൾ പിടയ്ക്കുന്നുണ്ടായിരുന്നു. കണ്ണുകൾ ഭീഷണമായി ഇളകിക്കൊണ്ടിരുന്നു.

ഗ്രിഗോരിയ് പുഞ്ചിരിച്ചു.

"ഇവിടെവച്ചു പറഞ്ഞോളൂ."

"നിനക്കതാണ് ഇഷ്ടമെങ്കിൽ ഞാനിവിടെവച്ചുതന്നെ പറഞ്ഞുകളയാം...."

അയാൾ പോക്കറ്റിൽനിന്നും ഒരു കൈത്തോക്കു വലിച്ചെടുത്തു. ചാടിക്കൊണ്ടിരിക്കുന്ന കുതിരയെ കടിഞ്ഞാൺ വലിച്ചുനിർത്തിയിട്ട് അയാൾ പല്ലിറുമ്മിക്കൊണ്ടു പറഞ്ഞു:

"നീ പത്രത്തിനെഴുതും, അല്ലേടാ, പന്നീ?"

"അതിനെന്താണ്?"

"എന്താണെന്നു ഞാൻ പറയാം- നീ കാരണം എന്നെ വിസ്തരിക്കാൻ പോകയാണ്! നീ അപവാദം പറഞ്ഞുനടക്കും, അല്ലേ? പറയെടാ, തന്തയില്ലാ കമ്മ്യൂണിസ്റ്റേ!"

മറുപടിക്കു കാത്തുനില്ക്കാതെ അയാൾ ഗ്രിഗോരിയുടെ അടച്ചുപിടിച്ചിരുന്ന വായിലേക്ക് വെടിവച്ചു.

മുൻകാലു പൊക്കി നിന്ന കുതിരയുടെ കുളമ്പുകൾക്കടിയിലേക്ക് ഗ്രിഗോരിയ് മറിഞ്ഞു. അവൻ ഒന്നു തേങ്ങി. തവിട്ടുനിറമുള്ള നനഞ്ഞ പുല്ലിൽ അള്ളിപ്പിടിച്ചു. പിന്നീടവൻ അനങ്ങിയില്ല.

ഇഗ്നാത്തിന്റെ മകൻ കുതിരപ്പുറത്തുനിന്നു ചാടിയിറങ്ങി കറുത്ത മണ്ണിന്റെ ഒരു കട്ട കോരിയെടുത്ത് ഗ്രിഗോരിയുടെ രക്തം പതഞ്ഞൊഴുകിക്കൊണ്ടിരിക്കുന്ന വായിലേയ്ക്കിട്ടു.

സ്റ്റെപ്പി വിശാലമാണ്, ആരും അതളന്നു നോക്കിയിട്ടില്ല. അതിൽ

അനേകം റോഡുകളും നടപ്പാതകളുമുണ്ട്. ശരല്ക്കാലരാത്രികൾ കൂരിരുട്ടു നിറഞ്ഞതാണ്. കുളമ്പടയാളങ്ങൾ മഴ കഴുകിക്കളയും....

VII

ചാറ്റമഴ, സന്ധ്യ. സ്റ്റെപ്പിയിൽക്കൂടിയുള്ള പാത.

എന്നാൽ പുറത്തുള്ള സഞ്ചിയിൽ ഒരൊറ്റ ബാർലി റൊട്ടിമാത്രം ചുമന്നുകൊണ്ട്, ഒരു നല്ല വടിയുമായി സഞ്ചരിക്കുന്ന ഒരു യാത്രക്കാരന് ആ യാത്ര അത്ര ദുഷ്ക്കരമല്ല.

ദൂന്യ ആ പാതയിൽക്കൂടി നടക്കുകയാണ്. ശക്തിയായ കാറ്റ് അവളുടെ കീറിയ ബ്ലൗസിന്റെ അടിവക്ക് പറത്തുകയും അവളെ പുറകിൽനിന്ന് മുമ്പോട്ടു തള്ളുകയും ചെയ്തുകൊണ്ടിരുന്നു.

ചുറ്റും ഇരുണ്ട് വിജനമായിക്കിടക്കുന്ന സ്റ്റെപ്പിയാണ്. നേരം ഇരുട്ടിത്തുടങ്ങി.

റോഡിൽനിന്നു വളരെ അകലെയല്ലാതെ ഒരു കുനയും അതിനുമുകളിൽ കാട്ടുചെടികൾകൊണ്ടു മേഞ്ഞ മേൽക്കൂര കാറ്റിൽ ഇളകിക്കൊണ്ടിരിക്കുന്ന കുടിലും നിന്നിരുന്നു.

അതിന്റെ നേർക്കു തിരിഞ്ഞപ്പോൾ ദൂന്യ ഒരു മദ്യപാനിയെപ്പോലെ ആടിക്കൊണ്ടിരുന്നു. അവിടെ കണ്ട കുഴിമാടത്തിൽ അവൾ കമഴ്ന്നടിച്ചു കിടന്നു.

രാത്രി....

റെയിൽവേസ്റ്റേഷനിലേക്കു പോകുന്ന ജീർണ്ണിച്ച പ്രധാനവീഥിയിൽ ദൂന്യ എത്തി.

അവൾക്കു നടക്കാൻ പ്രയാസമുണ്ടായിരുന്നില്ല; കാരണം, അവളുടെ പുറത്തുള്ള സഞ്ചിയിൽ ഒരു ബാർലിറൊട്ടിയും, സ്റ്റെപ്പിയിലെ പൊടിയുടെ കയ്പേറിയ ഗന്ധം വമിക്കുന്ന താളുകളുള്ള ഒരു കീറിയ പുസ്തകവും, സഹോദരന്റെ ചാക്കുതുണികൊണ്ടുള്ള ഒരു ഷർട്ടും മാത്രമാണ് ഉണ്ടായിരുന്നത്.

സഹിക്കാനാവാത്ത ദുഃഖം ഹൃദയത്തെ മഥിക്കുമ്പോൾ, കണ്ണുനീർകൊണ്ട് കണ്ണുകൾ ചുട്ടുനീറുമ്പോൾ, അവൾ ആളൊഴിഞ്ഞ ഒരു സ്ഥലത്തു ചെന്നിരുന്ന് അലക്കിവൃത്തിയാക്കാത്ത ആ പരുക്കൻഷർട്ട് സഞ്ചിയിൽനിന്നു പുറത്തെടുത്ത് അതിൽ മുഖം അമർത്തും. സഹോദരന്റെ വിയർപ്പിന്റെ ഗന്ധം അവൾ ആസ്വദിക്കും. വളരെ നേരം അവർ

അനങ്ങാതെ കിടക്കും...

നാഴികകൾ പലതു പിന്നിലായി. സ്റ്റെപ്പിയിലെ കുറ്റിക്കാട്ടുകളിലിരുന്ന് തങ്ങളുടെ നശിച്ച ജീവിതത്തിൽ പ്രതിഷേധിച്ചുകൊണ്ട് ചെന്നായ്ക്കൾ ഓച്ചയിട്ടു. പക്ഷേ ദൂന്യ റോഡിന്റെ വശത്തുക്കൂടി മുമ്പോട്ടു നടന്നുകൊണ്ടിരുന്നു. അവൾ പട്ടണത്തിലേക്കു പോവുകയാണ്. അവിടെ സോവിയറ്റു ഭരണം നിലവിലുണ്ട്. ഭാവിയിൽ തങ്ങളുടെ റിപ്പബ്ലിക്കിന്റെ ഭരണം നടത്തുവാനുള്ള കഴിവുണ്ടാകുവാൻ വേണ്ടി അവിടെ തൊഴിലാളികൾ വിദ്യാഭ്യാസം ചെയ്യുന്നുണ്ട്.

ലെനിന്റെ പുസ്തകത്തിൽ അക്കാര്യം പറയുന്നുണ്ട്.

ഒരു മനുഷ്യന്റെ വിധി

കഴിഞ്ഞ യുദ്ധത്തിൽ അകപ്പെട്ട സാധാരണക്കാരുടെ വിധിയിൽ എനിക്ക് താല്പര്യം ജനിച്ചു. ദേശാഭിമാനയുദ്ധം നമ്മുടെ പട്ടാളക്കാർ ധീരന്മാരാണെന്ന് കാണിച്ചു തന്നു. റഷ്യൻ പട്ടാളക്കാരന്റെ ധൈര്യവും സുവോറൊവിന്റേതുപോലുള്ള ഗുണഗണങ്ങളും ലോകപ്രസിദ്ധമാണ്. എന്നാൽ ഈ യുദ്ധം നമ്മുടെ പട്ടാളക്കാരന്റെ ധൈര്യത്തിന്റെ മറ്റൊരു വശം കാണിച്ചുതന്നു.

മിഹയിൽ ഷോളൊഹൊവ്

ദോൻ നദിയുടെ മുകൾഭാഗത്ത് യുദ്ധം കഴിഞ്ഞെത്തിയ ആദ്യത്തെ വസന്തത്തിന് അസാധാരണമായ ഊക്കും വേഗതയും ഉണ്ടായിരുന്നു. മാർച്ച് അവസാനത്തിൽ ആ സോവ് കടൽക്കരയിൽനിന്ന് ചൂടുകാറ്റ് അടിച്ചു. രണ്ടു ദിവസംകൊണ്ട് നദിയുടെ ഇടത്തെ കരയിലുള്ള മണൽപ്പുറം മഞ്ഞിൽനിന്നും വിമുക്തമായി. മഞ്ഞുനിറഞ്ഞ നീർച്ചാലുകളിൽനിന്നും മലയിടുക്കുകളിൽനിന്നും വെള്ളം സ്റ്റെപ്പിയിലേക്ക് കവിഞ്ഞൊഴുകി. അരുവികൾ മഞ്ഞുകട്ടയെ തകർത്ത്, പ്രളയം സൃഷ്ടിച്ചു. റോഡുകൾ ഏതാണ്ട് പൂർണ്ണമായും ഗതാഗതയോഗ്യമല്ലാതായിത്തീർന്നു.

ആ പ്രതികൂലമായ കാലാവസ്ഥയിൽ എനിക്ക് ബുക്കാനൊവ്സ്ക്കയ എന്ന ഗ്രാമത്തിലേക്ക് യാത്ര ചെയ്യേണ്ടതായി വന്നു.

അങ്ങോട്ട് ദൂരം അധികമുണ്ടായിരുന്നില്ല - കഷ്ടിച്ച് അറുപതു കിലോമീറ്ററേയുള്ളൂ - എങ്കിലും വിഷമം പിടിച്ച ഒരു യാത്രയായിരുന്നു അത്. ഞാനും എന്റെ കൂട്ടുകാരനും ഉദയത്തിനുമുമ്പുതന്നെ പുറപ്പെട്ടു. തീററിതിന്നുകൊഴുത്ത കുതിരകൾക്ക് തോൽ വാറിൽ മുറുക്കം അനുഭവപ്പെട്ടു. ഭാരിച്ച വണ്ടി വലിക്കുവാൻ അവയ്ക്കു പ്രയാസമായിരുന്നു. മണലും പൊടിമഞ്ഞും ഐസുകഷണങ്ങളും കൂടിക്കുഴഞ്ഞുണ്ടായ ചളിയിൽ വണ്ടിച്ചക്രങ്ങൾ അച്ചുതണ്ടുവരെ പുതഞ്ഞുപോയി. ഒരു മണിക്കൂർ കഴിഞ്ഞപ്പോഴേക്കും കുതിരകളുടെ പാർശ്വങ്ങളിലും കുതിരക്കോപ്പും ജീനിയും തമ്മിൽ ബന്ധിച്ചിരിക്കുന്ന വീതികുറഞ്ഞ വാറുകളുടെ അടിയിലും പാൽപോലെ വെളുത്ത പത പ്രത്യക്ഷപ്പെട്ടു. പുലർകാലത്തെ ഉന്മേഷദായകമായ വായുവിൽ കുതിരവിയർപ്പിന്റേയും താറ് നിർല്ലോഭം പുരട്ടിയിട്ടുള്ള ചൂടുപിടിച്ച കുതിരക്കോപ്പിന്റേയും മത്തുപിടിപ്പിക്കുന്ന രൂക്ഷമായ ഗന്ധം പരന്നു.

കുതിരകൾ ഏറ്റവും ദുഷ്ക്കരമായ വഴിയിലെത്തുമ്പോൾ ഞങ്ങൾ ഇറങ്ങി നടക്കും. ചെളികെട്ടിയ മഞ്ഞ് ഞങ്ങളുടെ ബൂട്ട്സിനടിയിൽ ഞെരിഞ്ഞുകൊണ്ടിരുന്നു. ഞങ്ങൾക്ക് നടക്കാൻ വളരെ ക്ലേശിക്കേണ്ടിവന്നു. റോഡുവക്കിൽ തിളങ്ങുന്ന ഐസ് അപ്പോഴും പറ്റിപ്പിടിച്ചിരുന്നതിനാൽ അവിടെക്കൂടി നടക്കുന്നത് അതിലും ക്ലേശകരമായിരുന്നു. യെലാൻകനദിയിലെ ആഴംകുറഞ്ഞ കടവിലെത്തുവാനുള്ള മുപ്പതു കിലോമീറ്റർ ദൂരം സഞ്ചരിക്കുവാൻ ഞങ്ങൾഏതാണ്ട് ആറുമണിക്കൂർ എടുത്തു.

വേനല്ക്കാലത്ത് മിക്കവാറും വറ്റിവരണ്ടു കിടക്കാറുള്ള ആ ചെറിയ പുഴ ഇപ്പോൾ മൊഹൊവ്സക്കോയ് എന്ന ചെറിയ ഗ്രാമത്തിനിക്കരെ പെരുകി ആൾഡർമരങ്ങൾ വളരുന്ന ഒരു കിലോമീറ്റർ ചതുപ്പുനിലം മുഴുവൻ വെള്ളത്തിനടിയിലാക്കിയിരുന്നു. അതിനാൽ ഞങ്ങൾക്ക് വഞ്ചിയിൽ അക്കര കടക്കേണ്ടതായിവന്നു. കഷ്ടിച്ച് മൂന്നു പേർക്കു മാത്രം സഞ്ചരിക്കാവുന്ന ഒരു കൊതുമ്പുവള്ളമാണ് ഞങ്ങൾക്കു കിട്ടിയത്. ഞങ്ങൾ കുതിരകളെ മടക്കി അയച്ചു. പുഴയ്ക്കക്കരെയുള്ള ഒരു കൂട്ടുകൃഷിക്കളത്തിലെ ഷെഡ്ഡിൽ, ശൈത്യകാലം മുഴുവൻ നിശ്ചലമായിക്കിടന്നിരുന്ന ഒരു പൊളിഞ്ഞ ജീപ്പ് ഞങ്ങളെ കാത്തു കിടന്നിരുന്നു. ഡ്രൈവറും ഞാനും ആശങ്കയോടെ ആ പഴയ വഞ്ചിയിൽ കയറി. എന്റെ സ്നേഹിതൻ ഞങ്ങളുടെ സാധനങ്ങൾ സൂക്ഷിച്ചുകൊണ്ട് കരയിൽ നിന്നു. ഞങ്ങൾ തുഴഞ്ഞുതുടങ്ങിയ ഉടൻതന്നെ ജീർണ്ണിച്ച തടികൾക്കിടയിൽക്കൂടി വെള്ളം വഞ്ചിയ്ക്കുള്ളിലേക്ക് കയറിത്തുടങ്ങി.

ഞങ്ങൾ കൈയിൽ കിട്ടിയതെല്ലാം ഉപയോഗിച്ച് ഓട്ടകൾ അടച്ചു. മറുകര എത്തുന്നതുവരെ ഞങ്ങൾ വഞ്ചിയിൽനിന്നും വെള്ളം മുക്കിക്കളഞ്ഞുകൊണ്ടിരുന്നു. ഒരു മണിക്കൂർകൊണ്ട് ഞങ്ങൾ മറുകരയിലെത്തി. ഡ്രൈവർ ഗ്രാമത്തിൽനിന്ന് ജീപ്പ് കൊണ്ടുവന്നിട്ട് വഞ്ചിയിൽ കയറി.

"ജീർണ്ണിച്ച ഈ പേടകം വെള്ളത്തിൽവച്ച് പൊളിഞ്ഞുപോയില്ലെങ്കിൽ ഞാൻ നിങ്ങളുടെ സ്നേഹിതനെയും കൊണ്ട് ചുരുങ്ങിയത് രണ്ടു മണിക്കൂറു കഴിഞ്ഞു തിരിച്ചുവരും," തുഴ കൈയിലെടുത്തുകൊണ്ട് അയാൾ പറഞ്ഞു.

ഗ്രാമം പുഴയിൽനിന്ന് കുറെ അകലെയായിരുന്നു. വിജനപ്രദേശത്ത് ശരൽക്കാലത്തിന്റെ ഒത്തനടുവിലും വസന്തത്തിന്റെ ആരംഭത്തിലും മാത്രം കാണാറുള്ള നിശ്ചലത പുഴവക്കിൽ അനുഭവപ്പെട്ടു. അഴുകിയ ആൾഡർ മരത്തടിയുടെ രൂക്ഷമായ കമർപ്പ് കൂടിക്കലർന്ന ഒരു ഈറൻ ഗന്ധം പുഴയിൽനിന്ന് ഉയരുന്നുണ്ടായിരുന്നു. പൊടിമഞ്ഞിൽനിന്ന് വിമുക്തമായിട്ട് അധികകാലമായിട്ടില്ലാത്ത മണ്ണിന്റെ ഒരിക്കലും പുതുമ മാറാത്ത നേരിയ പരിമളവും പേറിക്കൊണ്ട് അങ്ങുദൂരെ ഊതനിറത്തിലുള്ള മൂടൽമഞ്ഞിൽ മുങ്ങിനില്ക്കുന്ന സ്റ്റെപ്പിയിൽനിന്ന് ഒരു ഇളംകാറ്റ് വീശി.

അകലെയല്ലാതെ മണപ്പുറത്തൊരിടത്ത് വെള്ളത്തിനടുത്തായി ഒരു ഒടിഞ്ഞ മെട കിടക്കുന്നുണ്ടായിരുന്നു. പുക വലിക്കാനായി ഞാൻ അതിൽ ചെന്നിരുന്നു. എന്നാൽ ജാക്കറ്റിന്റെ കീശയിൽ കൈയിട്ടു നോക്കിയപ്പോൾ അതിനുള്ളിൽ വച്ചിരുന്ന സിഗററ്റ് നനഞ്ഞിരിക്കുകയാണെന്നു മനസ്സിലായി. എനിക്ക് കടുത്ത നിരാശ തോന്നി. പുഴ കടക്കുന്നതിനിടയിൽ ചാഞ്ചാടിക്കൊണ്ടിരിക്കുന്ന വഞ്ചിയിലേക്ക് ഒരോളം അടിച്ചുകയറി എന്നെ അരവരെ ചെളി വെള്ളത്തിൽ കുളിപ്പിച്ചു. വഞ്ചി മുങ്ങാതിരിക്കുവാൻ തുഴകൾ താഴെ വച്ചിട്ട് ഞാൻ കഴിയുന്നതും വേഗത്തിൽ വെള്ളം മുക്കിക്കളഞ്ഞുകൊണ്ടിരുന്നതിനാൽ സിഗററ്റുകൾ നനയാതെ സൂക്ഷിക്കണമെന്ന കാര്യം ആലോചിച്ചില്ല. എന്നാൽ ഇപ്പോൾ എനിക്ക് എന്റെ ആ അശ്രദ്ധയിൽ കുണ്ഠിതം തോന്നി. നനഞ്ഞ സിഗററ്റ് പാക്കറ്റ് സൂക്ഷിച്ചു പുറത്തെടുത്തിട്ട് നിലത്തു പടിഞ്ഞിരുന്നുകൊണ്ട് ഞാൻ നനഞ്ഞ് തവിട്ടുനിറമായ സിഗററ്റുകൾ ഓരോന്നായി മെടയിൽ നിരത്തിവച്ചു.

നേരം ഉച്ചയായിരുന്നു. വെയിലിന് മേയ് മാസത്തിലെ ചൂടുണ്ടായിരുന്നു. സിഗററ്റുകൾ വേഗം ഉണങ്ങുമെന്ന് ഞാൻ പ്രതീക്ഷിച്ചു. പഞ്ഞി നിറച്ച പട്ടാള ട്രൗസും ജാക്കറ്റുമാണ് ഞാൻ ധരിച്ചിരുന്നത്. നല്ല ചൂടുണ്ടായിരുന്നതിനാൽ അതു ധരിക്കേണ്ടിയിരുന്നില്ല എന്ന് എനിക്കു തോന്നി.

ആ വർഷത്തെ ചൂടുള്ള ആദ്യത്തെ ദിവസമായിരുന്നു അത്. എങ്കിലും, വഞ്ചി തുഴഞ്ഞു ക്ഷീണിച്ച എനിക്ക് പഴയ കമ്പിളിത്തൊപ്പി തലയിൽനിന്നു മാറ്റി കാറ്റിൽ മുടി ഉണങ്ങാൻ അനുവദിക്കുകയും മങ്ങിയ നീലാകാശത്തിൽ നീന്തി നടക്കുന്ന കൊഴുത്തുരുണ്ട മേഘങ്ങളെ നോക്കുകയും ചെയ്തുകൊണ്ട് ആ നിശ്ചലതയിലും ഏകാന്തതയിലും സ്വയം അലിഞ്ഞു ചേർന്ന് ഒറ്റയ്ക്കിരിക്കുന്നത് സുഖകരമായിരുന്നു.

ഗ്രാമത്തിലെ അവസാനത്തെ കുടിലിന്റെ പിന്നിൽ നിന്നും റോഡിലേക്ക് ഒരാൾ കയറുന്നത് ഞാൻ ശ്രദ്ധിച്ചു. അയാളുടെ പിന്നാലെ ഒരു ചെറിയ ബാലൻ നടന്നിരുന്നു. അവന് അഞ്ചോ ആറോ വയസ്സിൽ കൂടുതൽ ഇല്ലെന്നു തോന്നി. അവർ നിരുന്മേഷരായി കടവിലേക്കു നടക്കുകയായിരുന്നു. എന്നാൽ ജീപ്പിനടുത്തെത്തിയപ്പോൾ തിരിഞ്ഞ് അവർ എന്റെയടുത്തേക്കു വന്നു. നല്ല ഉയരവും ചെറിയൊരു കൂനുമുള്ള അയാൾ നേരെ എന്റെയടുത്തെത്തി കനത്ത പരുക്കൻ ശബ്ദത്തിൽ പറഞ്ഞു:

"എന്താ ചങ്ങാതി."

അയാൾ നീട്ടിയ പരുപരുത്ത വലിയ കരം ഗ്രഹിച്ചുകൊണ്ട് ഞാൻ കുശലാന്വേഷണത്തിനു മറുപടി പറഞ്ഞു.

അയാൾ കുനിഞ്ഞ് കുട്ടിയോടു പറഞ്ഞു:

"അമ്മാവനെ അഭിവാദ്യം ചെയ്യ്, മോനെ. നിന്റെ അച്ഛനെപ്പോലെ ഇങ്ങേരും ഒരു ഡ്രൈവറാണെന്നു തോന്നുന്നു. പക്ഷെ നീയും ഞാനും ഓടിച്ചിരുന്നത് ഒരു ലോറിയാണ്, ഇങ്ങേര് ആ കാണുന്ന ചെറിയ വണ്ടിയാണ് ഓടിക്കുന്നതെന്നു മാത്രം."

ആകാശംപോലെ തെളിഞ്ഞതും ചൈതന്യമുള്ളതുമായ കണ്ണുകളാൽ എന്നെ ഉറ്റുനോക്കി പുഞ്ചിരിച്ചുകൊണ്ട് കുട്ടി ഇളംചുവപ്പുനിറത്തിലുള്ള തണുത്ത ഒരു കൈ എന്റെ നേരെ നീട്ടി. ഞാൻ മൃദുവായി ആ കൈ പിടിച്ചുകുലുക്കിയിട്ട് ചോദിച്ചു: "തണുക്കുന്നുണ്ടോ, കിഴവാ? ഇത്ര ചൂടുള്ള ഒരു ദിവസം നിന്റെ കൈ ഇങ്ങിനെ തണുത്തിരിക്കുന്നതെന്താണ്?"

ബാലസഹജമായ പരിചയഭാവത്തോടെ അവൻ എന്റെ മുട്ടുകളിൽ ചാരിനിന്നുകൊണ്ട് അത്ഭുതത്തോടെ അവന്റെ മഞ്ഞനിറമുള്ള ചെറിയ പുരികങ്ങൾ ഉയർത്തി.

"പക്ഷെ ഞാനൊരു കിഴവനല്ലല്ലോ, അമ്മാവാ? ഞാൻ വെറുമൊരു കുട്ടിയാണ്. എനിക്കു തണുക്കുന്നില്ലതാനും. ഞാൻ മഞ്ഞുരുട്ടി കളിക്കുകയായിരുന്നു. അതാണ് എന്റെ കൈ തണുത്തിരിക്കുന്നത്."

പകുതി കാലിയായ സഞ്ചി പുറത്തുനിന്നെടുത്തു മാറ്റിക്കൊണ്ട്

അവന്റെ പിതാവ് എന്റെ അടുത്ത് ഇരുന്നു. അയാൾ പറഞ്ഞു:

"എന്റെ ഈ യാത്രക്കാരൻ വലിയ ശല്യക്കാരനാണ്. അവൻ സ്വയം ഓടിനടന്നു തളർന്നുവെന്നു മാത്രമല്ല എന്നേയും തളർത്തി. ഞാൻ വേഗം നടക്കുമ്പോൾ അവൻ ഓടിത്തുടങ്ങും. ഇങ്ങിനത്തെ ഒരു പിരുപുരിപ്പന്റെക്കൂടെ ഒന്നു നടന്നു നോക്കണം. ഒരു ചുവടു വയ്ക്കുന്ന സമയം കൊണ്ട് എനിക്ക് മൂന്നു ചുവടു വയ്ക്കേണ്ടിവരുന്നു. അങ്ങിനെ ഞങ്ങൾ ഒരു കുതിരയേയും ആമയേയും പോലെ മുമ്പോട്ടു പോകുന്നു. അവൻ ചെയ്യുന്നതെന്താണെന്ന് നോക്കാൻ പുറകിൽ ഒരു കണ്ണുണ്ടായിരിക്കണം. നിങ്ങൾ തലതിരിച്ചാലുടൻ അവൻ ഏതെങ്കിലുമൊരു ചേറ്റുകുഴിയിൽ തുടിച്ചു കളിക്കുകയോ ഒരു മഞ്ഞുകട്ട അടർത്തിയെടുത്തു മിഠായിപോലെ ചപ്പിത്തുടങ്ങുകയോ ചെയ്യും. ഇതുപോലൊരു കുട്ടിയേയും കൊണ്ട് യാത്ര ചെയ്യുന്നത് ആണുങ്ങൾക്ക് പ്രയാസകരമായ ജോലിയാണ്. ഏതായാലും കാൽനടയായിപ്പോകുന്നത് പ്രയാസമാണെന്ന് എനിക്കു മനസ്സിലായി." അയാൾ കുറച്ചുനേരം മിണ്ടാതിരുന്നിട്ട് എന്നോടു ചോദിച്ചു: "നിങ്ങളോ ചങ്ങാതി? മേലാവിയെ കാത്തിരിക്കുകയാണോ?"

ഇത്രയുമായപ്പോൾ ഞാനൊരു ഡ്രൈവറല്ലെന്നു വെളിപ്പെടുത്തേണ്ടെന്നു ഞാൻ തീരുമാനിച്ചു. ഞാൻ പറഞ്ഞു :

"കാത്തിരിക്കേണ്ടിവരുമെന്നാണു തോന്നുന്നത്."

"അക്കരനിന്നു വരണോ?"

"അതെ."

"വഞ്ചി ഇപ്പോഴെങ്ങാനും ഇവിടെ എത്തുമോയെന്ന് നിങ്ങൾക്കറിയാമോ?"

"രണ്ടു മണിക്കൂറിനകം എത്തും."

"ഒരുപാടുനേരം കാത്തിരിക്കേണ്ടിവരുമല്ലോ. സാരമില്ല. നമുക്കല്പം വിശ്രമിക്കാം. എനിക്കാണെങ്കിൽ തിരക്കിട്ടു പോകേണ്ട കാര്യമൊന്നുമില്ല. നടന്നു പോകുമ്പോൾ ഞാൻ നിങ്ങളെ കണ്ടു. നമ്മളുടെ കൂട്ടത്തിൽ ഒരാൾ - അതായത് ഡ്രൈവറന്മാരിലൊരാൾ - ഇരുന്ന് വെയിൽ കായുകയാണെന്ന് ഞാൻ സ്വയം പറഞ്ഞു. അയാളുടെ അടുത്ത് ചെന്നിരുന്ന് ഒന്നു പുകവലിക്കാമെന്ന് ഞാൻ വിചാരിച്ചു. തന്നത്താനെ ഇരുന്ന് പുകവലിക്കാൻ ഒരു രസവുമില്ല, ഒറ്റയ്ക്കു കിടന്നു ചാവുന്നതിനേക്കാൾ ഒട്ടും മെച്ചമല്ല അത്. നിങ്ങൾ സാമാന്യം ഭേദമായിട്ടാണു കഴിയുന്നത് എന്നു തോന്നുന്നല്ലോ, സിഗററ്റാണ് വലിക്കുന്നത് അല്ലേ? അതു നനഞ്ഞുപോയോ? ചികിത്സ കഴിഞ്ഞ ഒരു കുതിരയെപ്പോലെയാണ്

നനഞ്ഞ പുകയിലയും. രണ്ടുകൊണ്ടും ഒരു ഗുണവുമില്ല. എന്റെ നാടൻ പുകയില നമുക്കു വലിക്കാം.

നിറം മങ്ങിയ ഒരു പട്ടു പുകയിലസഞ്ചി അയാൾ തന്റെ കനംകുറഞ്ഞ കാക്കി ട്രൗസറിന്റെ പോക്കറ്റിൽനിന്നും പുറത്തെടുത്തു. അയാളത് നിവർത്തിക്കൊണ്ടിരിക്കുമ്പോൾ അതിന്റെ മൂലയിൽ തുന്നിപ്പിടിപ്പിച്ചിരുന്ന വാക്കുകൾ എന്റെ ദൃഷ്ടിയിൽപ്പെട്ടു: "നമ്മുടെ പ്രിയപ്പെട്ട പട്ടാളക്കാരിലൊരാൾക്ക് ലിബിദ്യാൻസ്ക്കയ സെക്കണ്ടറി സ്കൂളിലെ ഒരു വിദ്യാർത്ഥി സമ്മാനിക്കുന്നത്."

ഞങ്ങൾ വീര്യമുള്ള നാടൻ പുകയില വലിച്ചുകൊണ്ടിരുന്നു. ദീർഘനേരം ഞങ്ങൾ അങ്ങിനെയിരുന്നു. കുട്ടിയേയും കൊണ്ട് അയാൾ എങ്ങോട്ടു പോവുകയാണെന്നും റോഡുകൾ ഇത്ര മോശമായിരിക്കുന്ന സമയത്ത് യാത്ര ചെയ്യാൻ കാരണമെന്താണെന്നും ചോദിക്കുവാൻ ഞാൻ ഒരുങ്ങിയപ്പോഴേക്കും അയാൾ എന്നോടു ചോദിച്ചു:

"യുദ്ധകാലം മുഴുവൻ ഇതുതന്നെയായിരുന്നോ ജോലി?"

"മിക്കവാറും ആയിരുന്നെന്ന് പറയാം."

"മുന്നണിയിലായിരുന്നോ?"

"അതെ."

"കൊള്ളാം, ഞാനും അത് കുറെ അനുഭവിച്ചതാണ്, ചങ്ങാതി, വേണ്ടതിലേറെ."

അയാൾ തന്റെ വലിയ കറുത്ത കൈപ്പത്തികൾ മുട്ടുകളിൽ വച്ചുകൊണ്ട് ചുമലുകൾ താഴ്ത്തി ഇരുന്നു. അയാളെ ഒളിഞ്ഞുനോക്കിയപ്പോൾ എനിക്ക് വല്ലാത്ത വിഷമം തോന്നി. ഉള്ളിൽ തട്ടുന്ന ഉൽക്കണ്ഠയും ദുഃഖവും തളം കെട്ടിനിൽക്കുന്ന കണ്ണുകൾ - ആരോ ചാരം വാരിവിതറിയതുപോലെയിരിക്കുന്ന കണ്ണുകൾ - നോക്കാൻ വിഷമം തോന്നുന്ന കണ്ണുകൾ നിങ്ങൾ കണ്ടിട്ടുണ്ടോ? ഞാൻ യാദൃച്ഛികമായി പരിചയപ്പെട്ട ആ മനുഷ്യന്റെ കണ്ണുകൾ അങ്ങിനെയുള്ളവയായിരുന്നു.

മെടയിൽനിന്നും അയാൾ ഉണങ്ങിയ ഒരു വളഞ്ഞ കമ്പ് ഒടിച്ചെടുത്ത് മണലിൽ വിചിത്രമായ രൂപങ്ങൾ വരച്ചുകൊണ്ട് ഒരു നിമിഷം ഇരുന്നിട്ട് ഇങ്ങിനെ പറഞ്ഞു:

"ചിലപ്പോൾ രാത്രി എനിക്ക് ഉറക്കം വരികയില്ല. ഞാൻ ഇരുട്ടിലേക്ക് തുറിച്ചുനോക്കിക്കിടന്ന് ആലോചിക്കും: "ജീവിതമേ, നീ എന്തിനിതു ചെയ്തു, നീ എന്തിന് എന്നെ അംഗഭംഗപ്പെടുത്തി? നീ എന്തിന് എന്റെ കടൽമാല വലിച്ചെടുത്തു? എനിക്ക് അതിന് ഉത്തരം കിട്ടാറില്ല,

അന്ധകാരത്തിലോ ഉജ്ജ്വലമായ സൂര്യപ്രകാശത്തിലോ എനിക്ക് മറുപടി കിട്ടുന്നില്ല.... ഇല്ല, എനിക്കു മറുപടി കിട്ടുന്നില്ല, ഒരിക്കലും കിട്ടുകയുമില്ല!" പെട്ടെന്ന് പരിസരബോധം വന്ന അയാൾ പുത്രനെ തോണ്ടിക്കൊണ്ടു പറഞ്ഞു: "പോയി ആ വെള്ളത്തിനടുത്തു കളിക്ക്, മോനെ. ഒരു വലിയ പുഴയുടെ വക്കത്ത് ചെറിയ ആൺകുട്ടികൾക്ക് കളിക്കാൻ എന്തെങ്കിലും കാണും. കാലു നനയ്ക്കാതെ സൂക്ഷിക്കണമെന്നു മാത്രം."

ഞങ്ങൾ പുകവലിച്ചുകൊണ്ട് മൗനമായിരിക്കുമ്പോൾ ഞാൻ അച്ഛനേയും മകനേയും പെട്ടെന്ന് ഒന്നു പരിശോധിച്ചു. കുട്ടിയുടെ വസ്ത്രങ്ങൾ അനാഡംബരമായിരുന്നെങ്കിലും നല്ല ഈടുള്ള തുണികൊണ്ട് ഉണ്ടാക്കിയവയായിരുന്നു. മൃദുവായ ആട്ടിൻരോമം അകത്തു വച്ചുപിടിപ്പിച്ചിട്ടുള്ള അവന്റെ കൊച്ചുകോട്ടിന്റെ തയ്യലും, കമ്പിളി കാലുറകൾക്കു മീതെ ഇടുന്നതരം നീളൻ ബൂട്ട്സും, കോട്ടിന്റെ കൈയിൽ ഉണ്ടായിരുന്ന ഒരു കീറൽ തുന്നിക്കൂട്ടിയതിൽ കണ്ട പാടവവും ഒരു സ്ത്രീയുടെ കൈകളെ, ഒരു അമ്മയുടെ വിദഗ്ധമായ കൈകളെയാണ് അനുസ്മരിപ്പിച്ചത്. എന്നാൽ അച്ഛന്റെ വേഷം അങ്ങിനെ ആയിരുന്നില്ല. അയാളുടെ പഞ്ഞിനിറച്ച ജാക്കറ്റ് പലയിടത്തും പിഞ്ചിയിരുന്നു. അതിലെ കീറലുകൾ എങ്ങിനെയൊക്കെയോ ആണ് തുന്നിക്കൂട്ടിയിരുന്നത്. അയാളുടെ പഴയ കാക്കി ട്രൗസറിൽ കണ്ടം വച്ചുപിടിപ്പിച്ചിരിക്കുന്നത് വേണ്ടതുപോലെയായിരുന്നില്ല. ഒരു പുരുഷനാണതു ചെയ്തതെന്ന് പ്രത്യക്ഷമായിരുന്നു. മിക്കവാറും പുതിയതാണെന്നു തോന്നിച്ച പട്ടാളബൂട്ട്സാണ് ധരിച്ചിരുന്നത്. പക്ഷെ അയാളുടെ തടിച്ച കമ്പിളി കാലുറകൾ നിറയെ ദ്വാരങ്ങളായിരുന്നു. അവ ഒരിക്കലെങ്കിലും ഒരു സ്ത്രീയുടെ കരസ്പർശമേറ്റിട്ടില്ല.... ഒന്നുകിൽ അയാളുടെ ഭാര്യം മരിച്ചുപോയിരിക്കണം. അല്ലെങ്കിൽ അവർ തമ്മിലുള്ള ബന്ധത്തിന് എന്തോ തകരാറു പറ്റിയിട്ടുണ്ട് എന്ന് ഞാൻ വിചാരിച്ചു.

അയാൾ പുത്രൻ വെള്ളത്തിനടുത്തേക്ക് ഓടിപ്പോകുന്നതും നോക്കിയിരുന്നു. പിന്നീട് ഒന്നു ചുമച്ചിട്ട് അയാൾ സംസാരിച്ചുതുടങ്ങി. ഞാൻ അതു കേൾക്കാൻ ബദ്ധശ്രദ്ധനായിരുന്നു.

"തുടക്കത്തിൽ എന്റെ ജീവിതം വളരെ സാധാരണമായിരുന്നു. ഞാൻ വൊറോനിഷ് പ്രവിശ്യയിൽനിന്നാണ്. 1900-ലാണു ജനിച്ചത്. ആഭ്യന്തരയുദ്ധകാലത്ത് ഞാൻ ചുവപ്പുസേനയിൽ, കിക്വീദ്സെയുടെ ഡിവിഷനിൽ സേവനം അനുഷ്ഠിച്ചു. ഇരുപത്തിരണ്ടിലെ ക്ഷാമകാലത്ത് കുബാൻ പ്രദേശത്തേക്കു പോയി. കുലാക്കുകൾക്കു വേണ്ടി ഒരു കാളയെപ്പോലെ പണിയെടുത്തു. അല്ലായിരുന്നെങ്കിൽ ഞാനിപ്പോൾ

കാണുകയില്ലായിരുന്നു. എന്നാൽ എന്റെ കുടുംബം മുഴുവൻ, അച്ഛനും അമ്മയും സഹോദരിയും പട്ടിണി കിടന്ന് മരിച്ചു. അങ്ങിനെ ഞാൻ ഏകനായിത്തീർന്നു. ബന്ധുക്കളാണെങ്കിൽ എനിക്ക് ആരും ഉണ്ടായിരുന്നില്ല. ഒരു ജീവിപോലും. ഒരു വർഷം കഴിഞ്ഞ് ഞാൻ കുബാനിൽനിന്നും തിരിച്ചുവന്ന് എന്റെ കുടിൽ വിറ്റിട്ട് വൊറോനിഷിലേക്കു പോയി. ആദ്യം ഞാനൊരു മരആശാരിയായി പണിയെടുത്തു. പിന്നീട് ഒരു ഫാക്ടറിയിൽ ചേർന്ന് മെക്കാനിക്കാകുവാൻ പഠിച്ചു. താമസിയാതെ ഞാൻ വിവാഹിതനായി. എന്റെ ഭാര്യ ഒരു അനാഥമന്ദിരത്തിൽ വളർന്നവളായിരുന്നു. അവൾ ഒരു അനാഥയായിരുന്നു. അതെ, അവൾ നല്ലൊരുത്തി ആയിരുന്നു! സത്സ്വഭാവിയും, ഉന്മേഷവതിയും മറ്റുള്ളവരെ തൃപ്തിപ്പെടുത്തുവാൻ എപ്പോഴും സന്നദ്ധയുമായിരുന്നു അവൾ. അവളൊരു ചുണക്കുട്ടിയായിരുന്നു, എന്നെപ്പോലെയായിരുന്നില്ല. യഥാർത്ഥ ക്ലേശം എന്താണെന്ന് നന്നേ ചെറുപ്പം മുതലേ അവൾ അറിഞ്ഞിട്ടുണ്ട്. അത് അവളുടെ സ്വഭാവത്തിന് പാകത വരുത്തിയതായിരിക്കാം. വശത്തുനിന്നു നോക്കിയാൽ, മറ്റുള്ളവർ പറയുന്നതുപോലെ, അവൾ ഒരു സുന്ദരിയായിരുന്നില്ല, പക്ഷെ ഞാനവളെ നോക്കിയിരുന്നത് വശത്തുനിന്നായിരുന്നില്ല. ഞാനവളുടെ മുഖം ഒട്ടാകെയാണ് നോക്കിയത്. എന്നെ സംബന്ധിച്ചിടത്തോളം ഈ ലോകത്തിൽ അവളേക്കാൾ സുന്ദരിയായി ഒരു സ്ത്രീ ഉണ്ടായിട്ടില്ല, ഇനി ഉണ്ടാകുകയുമില്ല.

ചിലപ്പോൾ ഞാൻ ജോലി കഴിഞ്ഞു വീട്ടിലേക്കു മടങ്ങുന്നത് അങ്ങേയറ്റം ക്ഷീണിച്ചും ക്രുദ്ധനായും ആയിരിക്കും പക്ഷെ അവൾ ഒരിക്കലും എന്നോട് തറുതല പറയുകയില്ല. അവൾ എപ്പോഴും ശാന്തയും നിശ്ശബ്ദയും ആയിരിക്കും. എനിക്കുവേണ്ടി ചെയ്യുന്നതൊന്നും പോരെന്നാണ് അവളുടെ ഭാവം. എപ്പോഴും സ്വാദുള്ള എന്തെങ്കിലും അവൾ ഒരുക്കിവയ്ക്കും, എല്ലാവർക്കും വേണ്ടത്ര ഇല്ലാത്തപ്പോൾ പോലും. അവളെ അങ്ങിനെ നോക്കിനിൽക്കുമ്പോൾതന്നെ ഹൃദയത്തിനു ലാഘവം തോന്നും. കുറച്ചു കഴിഞ്ഞ് അവളുടെ കഴുത്തിൽ കൈ ചുറ്റിക്കൊണ്ട് ഞാൻ പറയും: 'ഞാൻ നിന്നോട് കോപിച്ചത് ക്ഷമിക്കണം. പ്രിയേ, ഇറീന, ജോലിസ്ഥലത്ത് എനിക്കിന്നൊരു ചീത്ത ദിവസമായിരുന്നു.' പിന്നെയും ഞങ്ങൾ തമ്മിൽ രഞ്ജിപ്പാകും. എന്റെ മനസ്സ് സ്വസ്ഥമാകുകയും ചെയ്യും. ചങ്ങാതി, അതു ജോലിയെ എങ്ങിനെ സഹായിക്കുമെന്ന് അറിയാമോ? രാവിലെ ഒരു വെടിയുണ്ടപോലെ ചാടിയെഴുന്നേറ്റ് ഫാക്ടറിയിലേക്കു പോകും. ഞാൻ ചെയ്യുന്ന ഓരോ പണിയും അന്ന് ഘടികാരത്തിന്റെ സൂചിപോലെ നീങ്ങിക്കൊണ്ടിരിക്കും. സമർത്ഥയായ ഒരു കൂട്ടുകാരിയാണു നിങ്ങളുടെ ഭാര്യ എങ്കിൽ അതാണു ഗുണം.

ചിലപ്പോൾ ശമ്പളം കിട്ടുന്ന ദിവസം ഞാൻ കൂട്ടുകാരുമൊത്തു കുറച്ചു കുടിച്ചെന്നു വരും. അന്നു ഞാൻ ആടിയാടി നടക്കുന്നത് ഒരു ഭയങ്കര കാഴ്ചയായിരിക്കും. ഇടവഴികൾക്കുമാത്രമല്ല പ്രധാനതെരുവുകൾക്കു പോലും വീതി പോരാ. അന്നൊക്കെ ഞാൻ എന്തിനും പോന്ന ഒരു കരുത്തനായിരുന്നു. എനിക്ക് കുറെ അധികം കുടിക്കാൻ കഴിയുമായിരുന്നു. എത്ര കുടിച്ചാലും തനിച്ച് വീട്ടിലെത്തുമായിരുന്നു. ചിലപ്പോൾ അത് ബോട്ടം ഗിയറിലായിരിക്കുമെന്നേ ഉള്ളൂ. ഞാൻ മുട്ടുകുത്തി ഇഴഞ്ഞായിരിക്കും വീട്ടിലെത്തുക. എന്നാൽ അപ്പോഴും അവൾ എന്നോട് കോപിച്ച് ഒരു വാക്കു പറയുകയില്ല. ശകാരമോ, അട്ടഹാസമോ ഒന്നുമില്ല. അവൾ എന്നെ കണ്ട് ചിരിക്കും, എന്നാൽ കുടിച്ചു ബോധമില്ലാതിരിക്കുന്ന ആ അവസ്ഥയിൽ ഞാൻ ആ ചിരിയെ തെറ്റിദ്ധരിക്കാതിരിക്കാൻ അവൾ ശ്രദ്ധിക്കും. എന്റെ ബൂട്ട്സ് മാറ്റിക്കൊണ്ട് അവൾ പതുക്കെ പറയും: അന്ദ്രേയ്, ഇന്നു നിങ്ങൾ ഭിത്തിയോടു ചേർന്നു കിടന്നാൽ മതി. അല്ലെങ്കിൽ ഉറക്കത്തിൽ കട്ടിലിൽ നിന്നും താഴെ വീഴും. ഞാൻ ഓട്ട്സ് നിറച്ച ഒരു ചാക്കുപോലെ കട്ടിലിലേക്കു വീഴും. എന്റെ കൺമുമ്പിൽ എല്ലാം നീന്തിനടക്കും. ഞാൻ ഉറങ്ങിത്തുടങ്ങുമ്പോൾ അവൾ എന്റെ തല മെല്ലെ തലോടുന്നതും സ്നേഹവചനങ്ങൾ മന്ത്രിക്കുന്നതും എനിക്ക് അനുഭവപ്പെടും. അവൾക്ക് എന്നോട് സഹതാപമാണെന്ന് എനിക്കു മനസ്സിലാവും.

രാവിലെ ജോലിക്കു പോകേണ്ടതിന് രണ്ടു മണിക്കൂർ നേരത്തെ അവൾ എന്നെ ഉണർത്തും, ഞാൻ ശരിക്കും ഉണരാൻവേണ്ടിയാണ് അവൾ അങ്ങിനെ ചെയ്യുന്നത്. ആ അവസ്ഥയിൽ ഞാൻ ഒന്നും തിന്നുകയില്ലെന്ന് അവൾക്ക് അറിയാം. അതുകൊണ്ട് എനിക്ക് ഉപ്പിലിട്ട ഒരു വെള്ളരിക്കയോ മറ്റോ തരും, ക്ഷീണം മാറാനായി ഒരു ഗ്ലാസ് വോഡ്ക്കയും. 'ആന്ദ്രേയ്, എല്ലാം ശരിയായി. പക്ഷേ ഇനി നിങ്ങളിതു ചെയ്യരുത്, കേട്ടോ.' നിങ്ങളെ അത്രയേറെ വിശ്വസിക്കുന്ന ഒരാളെ നിങ്ങൾ എങ്ങിനെ നിരാശപ്പെടുത്തും? ഞാനതു കുടിച്ചിട്ട് മൗനമായി കൃതജ്ഞത പ്രകടിപ്പിക്കും - ഒരു നോട്ടംകൊണ്ടും ഒരു ചുംബനംകൊണ്ടും. എന്നിട്ട് ജോലിക്കു പോവുകയും ചെയ്യും. കുടിച്ചുലക്കില്ലാതെ വരുമ്പോൾ കയർത്ത് അവൾ എന്തെങ്കിലും പറഞ്ഞിരുന്നെങ്കിൽ, ശപിക്കുകയോ ശകാരിക്കുകയോ ചെയ്തിരുന്നെങ്കിൽ, ഞാൻ പിന്നേയും കുടിച്ചുലക്കില്ലാതെ വീട്ടിൽ ചെല്ലുമായിരുന്നു. അത് സത്യമാണ്. ഭാര്യ ഒരു വിഡ്ഢിയായിട്ടുള്ള പല കുടുംബങ്ങളിലും അതാണു സംഭവിക്കുന്നത്. ഞാൻ അതു ധാരാളം കണ്ടിട്ടുള്ളതുകൊണ്ട് എനിക്കറിയാം.

താമസിയാതെ ഞങ്ങൾക്ക് കുട്ടികൾ ഉണ്ടാകാൻ തുടങ്ങി. ആദ്യം

എന്റെ കുഞ്ഞുമോൻ. പിന്നെ രണ്ടു പെൺകുട്ടികൾ. അപ്പോഴാണ് ഞാൻ കൂട്ടുകാരിൽനിന്നും അകന്നത്. ഞാൻ എന്റെ ശമ്പളം മുഴുവൻ വീട്ടിൽ കൊണ്ടുചെന്ന് ഭാര്യയെ ഏല്പിച്ചുതുടങ്ങി; സാമാന്യം വലിയ ഒരു കുടുംബമാണ് ഞങ്ങളുടേത്. പിന്നെങ്ങിനെ മദ്യപാനം ചെയ്യാനാണ്? അവധി ദിവസങ്ങളിൽ ഞാൻ ഒരു കോപ്പ ബിയർ കുടിക്കും, ഒരിക്കലും അതിനപ്പുറം പോവുകയില്ല.

ഇരുപത്തൊൻപതിൽ ഞാൻ വണ്ടികളുമായി പരിചയപ്പെട്ടു. ഞാൻ വണ്ടിയോടിക്കുവാൻ പഠിക്കുകയും ഒരു ലോറി ഡ്രൈവറായി പണി യെടുത്തുതുടങ്ങുകയും ചെയ്തു. ആ ജോലി ചെയ്തു തുടങ്ങിയതിൽപ്പിന്നെ ഫാക്ടറിയിലേക്കു മടങ്ങിപ്പോകണമെന്ന് എനിക്ക് തോന്നിയിട്ടില്ല. ലോറി ഓടിക്കുന്ന ജോലിയാണ് എനിക്കു കൂടുതൽ ഇഷ്ടമെന്ന് ഞാൻ കണ്ടുപിടിച്ചു. അങ്ങിനെ സമയം കടന്നുപോകുന്നതറിയാതെ പത്തുവ ർഷം കഴിഞ്ഞു. അതൊരു സ്വപ്നം പോലെയായിരുന്നു. അല്ലെങ്കിൽ പത്തുവർഷം എന്നു പറയുന്നത് എന്താണ്? നാല്പതു വയസ്സു കഴിഞ്ഞ ആരോടെങ്കിലും നിങ്ങൾ ചോദിച്ചുനോക്കൂ, അവർ ജീവിതം ചെലവഴി ച്ചത് എങ്ങിനെയാണെന്ന് ഓർമ്മയുണ്ടോ എന്ന്. അവർ ഒന്നും ഓർക്കു ന്നില്ലെന്ന് നിങ്ങൾക്ക് മനസ്സിലാകും! ഭൂതകാലം മൂടൽമഞ്ഞിലകപ്പെട്ട അകലെ അക്കാണുന്ന സ്റ്റെപ്പിപോലെയാണ്. ഇന്നു രാവിലെ ഞാന വിടെക്കൂടി കടന്നുവന്നപ്പോൾ ചുറ്റുപാടുമുള്ളതൊക്കെ തെളിഞ്ഞുകണ്ടു, പക്ഷെ ഇരുപതു കിലോമീറ്റർ നടന്നുകഴിഞ്ഞപ്പോൾ അവിടം മൂടൽ മഞ്ഞിലായിക്കഴിഞ്ഞു. മരങ്ങളേയും പുല്ലുകളേയും വേർതിരിച്ചറിയാൻ നിവൃത്തിയില്ല. കൃഷിസ്ഥലങ്ങളേതെന്ന് തിരിച്ചറിയാൻ നിവൃത്തിയില്ല.

ആ പത്തു വർഷക്കാലം ഞാൻ രാപകൽ ജോലി ചെയ്തു. എനിക്ക് നല്ല വരുമാനമുണ്ടായിരുന്നു. മറ്റുള്ളവരേക്കാൾ ഒട്ടും മോശമല്ലാതെ ഞങ്ങൾ ജീവിച്ചു. കുട്ടികൾ ഞങ്ങൾക്ക് ഒരാനന്ദമായിരുന്നു. മൂന്നുപേരും സ്കൂളിൽ മിടുക്കരായിരുന്നു. മൂത്തവനായ അനത്തോലിയ് കണക്കിൽ അതിസമർത്ഥനായിരുന്നു. അവന്റെ പേര് ഒരു മോസ്ക്കോ ദിനപ്പ ത്രത്തിൽ വരികപോലുമുണ്ടായി. ചങ്ങാതി, അവന് ആ സാമർത്ഥ്യം ആരിൽനിന്ന് കിട്ടിയെന്ന് എനിക്കറിയില്ല. പക്ഷെ എന്നെ സംബന്ധി ച്ചിടത്തോളം അതൊരു വലിയ കാര്യമായിരുന്നു. എനിക്ക് അവനെപ്പ റ്റി അഭിമാനം തോന്നി. പത്തുവർഷം കൊണ്ട് ഞങ്ങൾ കുറെ പണം മിച്ചമുണ്ടാക്കി. യുദ്ധത്തിനുമുമ്പായി ഞങ്ങൾ സ്വന്തമായി ഒരു പാർപ്പിടം ഉണ്ടാക്കി. രണ്ടു മുറിയും ഒരു ചാർത്തും ചെറിയൊരു പൂമുഖവുമുള്ള ഒരു കൊച്ചു വീട്. ഇറീന രണ്ടു ആടുകളെ വാങ്ങിച്ചു. ഞങ്ങൾക്കതിൽ കൂടുതൽ എന്തു വേണം? കുട്ടികൾക്കു കൊടുക്കാൻ പാലുണ്ട്. തല

ചായ്ക്കാൻ ഒരിടമുണ്ട്. ഉടുക്കാൻ തുണിയുണ്ട്. കാലുകളിൽ ചെരിപ്പുണ്ട്. അങ്ങിനെ എല്ലാം മംഗളമായിരുന്നു. ഞാൻ വീടുവച്ച സ്ഥലം അത്ര നന്നായിരുന്നില്ലെന്നു മാത്രം. വിമാനനിർമ്മാണഫാക്ടറിക്ക് അടുത്തുള്ള ഒരു സ്ഥലമാണ് എനിക്ക് അനുവദിച്ചുകിട്ടിയത്. എന്റെ ആ കൊച്ചു വീട് വേറെ എവിടെയെങ്കിലുമായിരുന്നെങ്കിൽ ഒരുപക്ഷെ എന്റെ ജീവിതം ഇങ്ങിനെ ആവുകയില്ലായിരുന്നു....

യുദ്ധം തുടങ്ങി. അടുത്ത ദിവസം തന്നെ ഞാൻ സൈനികസേവനത്തിന് ചെല്ലുവാൻ ആവശ്യപ്പെടുന്ന കത്തു കിട്ടി. അതിന്റെ പിറ്റേദിവസം പുറപ്പെടാനുള്ള കല്പനയും. എനിക്ക് സ്വന്തമായിട്ടുള്ള നാലുപേരും എന്നെ യാത്രയാക്കാൻ സ്റ്റേഷനിൽ വന്നു; ഇറീനയും, അനത്തോലിയും, എന്റെ പുത്രിമാരായ നാസ്റ്റിൻകയും ഓലുഷ്ക്കയും. കുട്ടികൾ ബഹളമൊന്നും ഉണ്ടാക്കിയില്ല. എങ്കിലും പെൺകുട്ടികൾക്ക് ഒന്നുരണ്ടു തുള്ളി കണ്ണുനീർ പിടിച്ചുനിർത്താൻ കഴിഞ്ഞില്ല. അനത്തോലിയ് തണുപ്പടിച്ചിട്ടെന്നതുപോലെ നിന്ന് വിറയ്ക്കുകമാത്രം ചെയ്തു. അവന് അന്ന് പതിനേഴ വയസ്സ് ആകാറായിരുന്നു. എന്നാൽ എന്റെ ഇറീനയുടെ കഥ.... ഞങ്ങൾ ഒരുമിച്ചു താമസിച്ചിട്ടുള്ള പതിനേഴ വർഷത്തിനിടയ്ക്ക് അവളെ അതുപോലെ ഞാൻ കണ്ടിട്ടില്ല. ആ രാത്രിയിൽ എന്റെ ഷർട്ടും നെഞ്ചും അവളുടെ കണ്ണുനീരിൽ കുതിർന്നു. രാവിലെയും കഥ അതുതന്നെ. ഞങ്ങൾ സ്റ്റേഷനിലെത്തി. എനിക്ക് അവളോട് അതിയായ അനുകമ്പ തോന്നി. എനിക്ക് ആ മുഖത്തേക്ക് നോക്കാൻ കഴിഞ്ഞില്ല. കരഞ്ഞു കരഞ്ഞ് അവളുടെ ചുണ്ടുകൾ വീങ്ങി. തലയിൽ കെട്ടിയിരുന്ന ഷാളിനടിയിൽനിന്നും തലമുടി പുറത്തേക്ക് ഊർന്നു വീണിരുന്നു. കണ്ണുകൾ ഒരു ഭ്രാന്തിയുടേതുപോലെ നിർജ്ജീവമായി തുറിച്ചിരുന്നു. വണ്ടിയിലേക്കു കയറുവാനുള്ള ഉത്തരവുണ്ടായി. എങ്കിലും അവൾ എന്റെ മാറിലേക്കു വീണ് കഴുത്തിൽ കെട്ടിപ്പിടിച്ചു. വെട്ടിവീഴ്ത്തിക്കൊണ്ടിരിക്കുന്ന ഒരു മരംപോലെ അവൾ ആടിക്കൊണ്ടിരുന്നു.... കുട്ടികൾ അവളെ പറഞ്ഞു സമാധാനിപ്പിക്കുവാൻ ശ്രമിച്ചു, ഞാനും ശ്രമിച്ചു. പക്ഷെ ഒരു ഫലവുമുണ്ടായില്ല. മറ്റു സ്ത്രീകൾ അവരുടെ ഭർത്താക്കന്മാരോടും പുത്രന്മാരോടും സംസാരിച്ചുകൊണ്ട് നിന്നു. പക്ഷെ എന്റെ ഭാര്യ മരക്കൊമ്പിൽ ഒരു ഇല നിൽക്കുന്നതുപോലെ എന്നോട് ഒട്ടിച്ചേർന്നുനിന്ന് വിറയ്ക്കുക മാത്രമാണു ചെയ്തത്. ഒരക്ഷരം ഉരിയാടുവാൻ അവൾ അശക്തയായിരുന്നു. 'പ്രിയേ ഇറീന, അല്പം ധൈര്യം കാണിക്കു,' ഞാൻ പറഞ്ഞു. 'ഞാൻ പോകുന്നതിനുമുമ്പ് എന്നോട് എന്തെങ്കിലും പറയൂ.' തേങ്ങലുകൾക്കിടയിൽ അവൾ പറഞ്ഞത് ഇതാണ്: 'ആന്ദ്രേയ്... എന്റെ പൊന്നേ.... ഈ ലോകത്തിൽ.... നമ്മൾ ഇനി ഒരിക്കലും... ഒരിക്കലും തമ്മിൽ കാണുകയില്ല....'

"അവളോടുള്ള അനുകമ്പകൊണ്ട് എന്റെ ഹൃദയം തകർന്നുകൊണ്ടിരിക്കുമ്പോൾ അവൾ എന്നോടു പറയാൻ കണ്ടത് ഇതാണ്. അവളെ പിരിഞ്ഞു പോകുന്നത് എനിക്കും എളുപ്പമായിരുന്നില്ലെന്നും ഞാനൊരു വിരുന്നുസൽക്കാരത്തിൽ പങ്കെടുക്കുവാൻ പോവുകയായിരുന്നില്ലെന്നും അവൾ എന്തുകൊണ്ടു മനസ്സിലാക്കിയില്ല? അതെന്നെ അരിശം കൊള്ളിച്ചു! ഞാനവളുടെ കൈകൾ പിടിച്ചു മാറ്റിയിട്ട് ഒരു തള്ളു കൊടുത്തു. ഞാൻ പതുക്കെയാണ് തള്ളിയതെന്നാണ് എനിക്കു തോന്നിയത്. പക്ഷെ എനിക്ക് ഒരു കാളയുടെ ശക്തിയുണ്ടായിരുന്നു. അവൾ ഏകദേശം മൂന്ന് ചുവട് പിന്നിലേക്ക് തെന്നിപ്പോയി, എന്നിട്ട് അടിവച്ച് അടിവച്ച് എന്റെ അടുത്തേക്ക് വീണ്ടും വന്നു. ഞാൻ അലറി: 'ഇങ്ങിനെയാണോ യാത്ര പറയുന്നത്? ആയുസ്സെത്തുന്നതിനുമുമ്പ് എന്നെ കുഴിച്ചുമൂടണമെന്നാണോ നിന്റെ വിചാരം?' പക്ഷെ അതു പറഞ്ഞുകഴിഞ്ഞയുടൻതന്നെ ഞാനവളെ ആശ്ലേഷിച്ചു. അവൾ അത്രയേറെ മനോവേദന അനുഭവിക്കുന്നുണ്ടെന്ന് എനിക്കു മനസ്സിലായി...."

അയാൾ പെട്ടെന്ന് സംസാരം നിർത്തി. തുടർന്നുണ്ടായ നിശ്ശബ്ദതയിൽ ശ്വാസം മുട്ടുന്നതുപോലെയുള്ള ശബ്ദം അയാളുടെ തൊണ്ടയിൽനിന്നും ഉയരുന്നത് ഞാൻ കേട്ടു. ഞാൻ ഒളികണ്ണിട്ട് അയാളെ നോക്കി. എന്നാൽ അയാളുടെ ചാരനിറമാർന്ന നിർജ്ജീവമായ കണ്ണുകളിൽ ഒരു തുള്ളി കണ്ണുനീർപോലും ഉണ്ടായിരുന്നില്ല. അയാൾ വിഷാദത്തോടെ തലകുനിച്ച് ഇരുന്നു. ഇരുവശങ്ങളിലും തൂങ്ങിക്കിടന്ന അയാളുടെ വലിയ കൈപ്പത്തികൾ വിറയ്ക്കുന്നുണ്ടായിരുന്നു; അയാളുടെ താടിയും ഉറപ്പുള്ള ചുണ്ടുകളും വിറയ്ക്കുന്നുണ്ടായിരുന്നു.

"നിങ്ങൾ അതോർത്തു വിഷമിക്കരുത്, സുഹൃത്തേ, അക്കാര്യം ആലോചിക്കാതിരിക്കു," ഞാൻ ധൃതിയിൽ പറഞ്ഞു. പക്ഷെ അയാൾ അതു കേട്ടതായി തോന്നിയില്ല. വളരെ പണിപ്പെട്ട് വികാരങ്ങൾ അടക്കിക്കൊണ്ട് പരുക്കനും തികച്ചും വ്യത്യസ്തവുമായ ഒരു ശബ്ദത്തിൽ അയാൾ പെട്ടെന്ന് പറഞ്ഞു:

"അവളെ അങ്ങിനെ തള്ളിമാറ്റിയതിന് എന്റെ ജീവാവസാനം വരെ, എന്റെ അവസാനമണിക്കൂർ വരെ, ഞാൻ സ്വയം മാപ്പുകൊടുക്കയില്ല!"

അയാൾ വീണ്ടും മൗനം അവലംബിച്ചു. ദീർഘനേരം അങ്ങിനെ ഇരുന്നു. അയാൾ ഒരു സിഗററ്റ് ചുരുട്ടാൻ ശ്രമിച്ചു. പക്ഷെ അതിനായെടുത്ത വർത്തമാനപ്പത്രത്തിന്റെ തുണ്ടുകടലാസ് വിരലുകൾക്കിടയിലിരുന്നു കീറിപ്പോകുകയും പുകയില അയാളുടെ മുട്ടുകളിലേക്ക്

ചിതറിവീഴുകയും ചെയ്തു. ഒടുവിൽ അയാൾക്ക് പുകയില നിറച്ച ഒരു കടലാസുചുരുൾ ഉണ്ടാക്കുവാൻ കഴിഞ്ഞു. ആർത്തിയോടെ അത് കുറേ വലിച്ചിട്ട് കണ്ഠശുദ്ധി വരുത്തിക്കൊണ്ട് അയാൾ തുടർന്നു:

ഞാൻ ഇറീനയുടെ പിടി വിടുവിച്ചുകൊണ്ട് അവളുടെ മുഖം പിടിച്ചുയർത്തി ചുംബിച്ചു. അവളുടെ ചുണ്ടുകൾ ഐസുപോലെ തണുത്തിരുന്നു. ഞാൻ കുട്ടികളോട് യാത്ര പറഞ്ഞിട്ട് വണ്ടിയുടെ അടുക്കലേക്ക് ഓടി. നീങ്ങിത്തുടങ്ങിയ വണ്ടിയുടെ പടിയിലേക്ക് ഞാൻ ഒരു വിധത്തിൽ ചാടിക്കയറി. ട്രെയിൻ ആരംഭത്തിൽ വളരെ സാവധാനത്തിലാണ് മുമ്പോട്ടു നീങ്ങിയത്. അത് എന്റെ കുടുംബത്തെ കടന്നുപോയപ്പോൾ ഞാൻ ഒരിക്കൽക്കൂടി അവരെ കണ്ടു. അനാഥരായിത്തീർന്ന പാവപ്പെട്ട എന്റെ കുട്ടികൾ പരസ്പരം ചേർന്നുനിന്നുകൊണ്ട് കൈ വീശുകയും, പുഞ്ചിരിക്കുവാൻ വിഫലശ്രമം നടത്തുകയും ചെയ്യുന്നത് ഞാൻ കണ്ടു. ഇറീന കൈകൾ നെഞ്ചിൽ അമർത്തിപ്പിടിച്ചുകൊണ്ട് നിന്നിരുന്നു. അവളുടെ ചുണ്ടുകൾ ചോക്കുപോലെ വെളുത്തിരുന്നു. അവൾ എന്തോ മന്ത്രിക്കുകയും തിരിച്ചുനോക്കുകയും ചെയ്തുകൊണ്ടിരുന്നു. കൊടുങ്കാറ്റിനെതിരെ നടക്കാൻ ശ്രമിക്കുന്നതുപോലെ അവളുടെ ദേഹം മുമ്പോട്ട് വളഞ്ഞിരുന്നു. എന്റെ ജീവിതകാലം മുഴുവൻ ഞാനവളെ ഓർമ്മിക്കുന്നത് അങ്ങിനെ ആയിരിക്കും - നെഞ്ചിൽ കൈകൾ ചേർത്തുവച്ച്, വിളറിയ ചുണ്ടുകളും കണ്ണുനീർ നിറഞ്ഞ വിടർന്ന കണ്ണുകളുമായി അവൾ നിൽക്കുന്നത്.... സ്വപ്നത്തിലും ഞാൻ അവളെ മിക്കവാറും അങ്ങിനെയാണു കാണാറുള്ളത്. ഞാനവളെ എന്തിനാണ് അങ്ങിനെ തള്ളിമാറ്റിയത്? ഇപ്പോൾ പോലും അതോർക്കുമ്പോൾ മൂർച്ചയുള്ള ഒരു കത്തി ഹൃദയത്തിൽ കുത്തിക്കയറുന്നതുപോലെ തോന്നുന്നു.

ഉക്രൈനിലുള്ള ബേല്യത്സേർക്കൊവ് എന്ന സ്ഥലത്തുള്ള സൈനികവിഭാഗത്തിലേക്കാണ് ഞങ്ങളെ കൊണ്ടുപോയത്. മൂന്നു ടൺ ഭാരം വഹിക്കുന്ന ഒരു ലോറി എനിക്ക് നൽകപ്പെട്ടു. അതിലാണ് ഞാൻ മുന്നണിയിലേക്കു പോയത്. നിങ്ങളോട് യുദ്ധത്തെപ്പറ്റി പറയേണ്ട ആവശ്യമില്ലെന്ന് എനിക്കറിയാം, നിങ്ങൾ അതു നേരിട്ടു കണ്ടിട്ടുള്ളതാണ്. തുടക്കത്തിൽ അത് എങ്ങിനെ ആയിരുന്നെന്നും നിങ്ങൾക്ക് അറിയാം. വീട്ടിൽ നിന്ന് ധാരാളം കത്തുകൾ ലഭിക്കും. പക്ഷെ അങ്ങോട്ട് അധികം എഴുതാറില്ല. എല്ലാം ഭദ്രമാണെന്നും യുദ്ധം ചെയ്തുകൊണ്ടിരിക്കുകയാണെന്നും വല്ലപ്പോഴുമൊക്കെ വീട്ടിലേക്കെഴുതും. ഇപ്പോൾ പിൻവാങ്ങിക്കൊണ്ടിരിക്കുകയാണെങ്കിലും, അധികം താമസിയാതെ ശക്തി സംഭരിച്ച് ജർമ്മൻകാരെ ഒരു പാഠം പഠിപ്പിക്കുമെന്നും എഴുതും. മറ്റെന്താണ് എഴുതാനുണ്ടായിരുന്നത്? ഭയാനകമായ സമയമായിരുന്നു

അത്. ഒന്നും എഴുതുവാൻ തോന്നുകയില്ല. വിലാപഗാനം ആലപിക്കുന്നത് എനിക്ക് ഇഷ്ടമല്ലായിരുന്നു. ഓ, എനിക്ക് വലിയ പ്രയാസമാണ്, അയ്യോ, ഞാൻ കൊല്ലപ്പെട്ടേയ്ക്കും! എന്നൊക്കെ എഴുതാൻവേണ്ടി മാത്രം ദിവസവും ഭാര്യമാർക്കും കൂട്ടുകാരികൾക്കും കത്തെഴുതുന്ന നരവായന്മാരെ എനിക്ക് കണ്ടുകൂടാ. സഹതാപം അർഹിക്കുവാൻ വേണ്ടി ആ കൊള്ളരുതാത്തവന്മാർ പരാതി പറയുകയും കണ്ണീരൊഴുക്കുകയും ചെയ്യും. ദുഃഖിതരായ ആ പാവപ്പെട്ട സ്ത്രീകളും കുട്ടികളും പിന്നണിയിൽ തങ്ങളെപ്പോലെതന്നെ കഷ്ടപ്പെടുകയാണെന്ന് അവർക്കു മനസ്സിലാവുകയില്ല. രാജ്യം മുഴുവൻ താങ്ങുന്നത് അവരുടെ തോളുകളാണ്. ആ ഭാരം കൊണ്ട് തകർന്നു പോകാതിരിക്കണമെങ്കിൽ നമ്മുടെ സ്ത്രീകളുടേയും കുട്ടികളുടേയും തോളുകൾ എത്ര ശക്തങ്ങളായിരിക്കണം! പക്ഷെ അവർ ഞെരിഞ്ഞുപോയില്ല, പിടിച്ചുനിന്നു. അപ്പോഴാണ് ഈ ചിണുങ്ങുന്ന കോന്തന്മാരിൽ ഒരാൾ അയാളുടെ പരിതാപകരമായ കത്തയയ്ക്കുന്നത്. ആ കത്ത് പണിയെടുക്കുന്ന ഒരു സ്ത്രീയെ പരവശയാക്കുന്നു. അങ്ങിനെ ഒരു കത്തു കിട്ടുന്ന പാവപ്പെട്ട സ്ത്രീ എന്തു ചെയ്യണമെന്നോ ജോലിയെ എങ്ങിനെ നേരിടണമെന്നോ അറിയാതെ കുഴങ്ങുന്നു. അതു പാടില്ല. വേണ്ടിവന്നാൽ എന്തും സഹിക്കുക - അതിനാണ് ഒരുവൻ ഒരു പുരുഷനാവുന്നത്, ഒരു പടയാളി ആകുന്നത്. എന്നാൽ ഒരാൾ ഒരു പുരുഷനേക്കാളേറെ ഒരു സ്ത്രീയാണെങ്കിൽ അയാൾ പോയി ഒരു ഞൊറിയുള്ള പാവാട ധരിച്ച് അയാളുടെ തേമ്പിയ പൃഷ്ടം വലുതാക്കി കാണിച്ചുകൊള്ളട്ടെ. അങ്ങിനെ പിന്നിൽനിന്നെങ്കിലും അയാൾ ഒരു സ്ത്രീയാണെന്നു തോന്നട്ടെ. എന്നിട്ട് പോയി കള പറിക്കുകയോ പശുവിനെ കറക്കുകയോ ചെയ്യട്ടെ. കാരണം അത്തരക്കാരെ യുദ്ധമുന്നണിയിൽ ആവശ്യമില്ല. അവിടെ അവരെക്കൂടാതെതന്നെ വേണ്ടത്ര ദുർഗ്ഗന്ധമുണ്ട്.

എന്നാൽ എനിക്ക് ഒരു വർഷം തികച്ചു യുദ്ധം ചെയ്യാൻ കഴിഞ്ഞില്ല... എനിക്ക് രണ്ടു പ്രാവശ്യം പരിക്കേറ്റു. പക്ഷെ രണ്ടു പ്രാവശ്യവും ഗുരുതരമായിട്ടല്ല. ആദ്യത്തെ തവണ കയ്യിലും പിന്നെ കാലിലുമാണ് പരിക്കേറ്റത്. ആദ്യത്തേത് വിമാനത്തിൽനിന്നു വന്ന ഒരു വെടിയുണ്ടയും മറ്റേത് ഷെല്ലിന്റെ ഒരു ചില്ലുമായിരുന്നു. ജർമ്മൻകാർ എന്റെ ലോറിയുടെ മുകളിലും വശങ്ങളിലും ദ്വാരങ്ങളുണ്ടാക്കി. എങ്കിലും തുടക്കത്തിൽ ഭാഗ്യം എന്റെ ഭാഗത്തായിരുന്നു. ഞാൻ എപ്പോഴും ഭാഗ്യവാനായിരുന്നു. എന്നിട്ട് കുറച്ചു കഴിഞ്ഞപ്പോൾ നിർഭാഗ്യവാനായി....

നാല്പത്തിരണ്ട് മേയിൽ ഞാൻ ലൊസൊവേൻകി എന്ന സ്ഥലത്തുവച്ച് തടവുകാരനായി പിടിക്കപ്പെട്ടു. വിഷമകരമായ ഒരു ചുറ്റുപാടിലായിരുന്നു ഞങ്ങൾ. ജർമ്മൻകാർ ശക്തിയായി ആക്രമിച്ചുകൊണ്ടിരുന്നു.

ഞങ്ങളുടെ ഹൊവിറ്റ്സറുകളുടെ വെടിക്കോപ്പ് മിക്കവാറും തീർന്നു. ഞങ്ങൾ എന്റെ ലോറിയിൽ ആകാവുന്നത്ര ഷെല്ലുകൾ നിറച്ചു. ഞാനും അതിൽ പങ്കെടുത്തു. ഷർട്ട് വിയർപ്പിൽ കുതിർന്നു പുറത്ത് ഒട്ടിപ്പിടിക്കുന്നതുവരെ ഞാനും ആ ജോലിയിൽ സഹായിച്ചു. ശത്രുക്കൾ സമീപിക്കാറായിരുന്നതിനാൽ ഞങ്ങൾക്ക് പെട്ടെന്ന് അവിടെനിന്നു പോകേണ്ടിവന്നു. ഇടതുവശത്തു ടാങ്കുകൾ ഉരുണ്ടുവരുന്ന ശബ്ദവും വലതുവശത്തും മുമ്പിലും വെടിയുടെ ശബ്ദവും കേട്ടുകൊണ്ടിരുന്നു. അവിടെ നിൽക്കുന്നത് അപകടകരമായിരുന്നു.

'നിങ്ങൾക്ക് ഇതിനിടയിൽക്കൂടി കടന്നുപോകാൻ കഴിയുമോ, സൊക്കൊലോവ്?' ഞങ്ങളുടെ കമാൻഡർ ചോദിച്ചു. അങ്ങിനെ ഒരു ചോദ്യം ചോദിക്കേണ്ട ആവശ്യമില്ലായിരുന്നു. 'എന്റെ ചങ്ങാതിമാർ മരിച്ചു വീണുകൊണ്ടിരിക്കുമ്പോൾ ഞാൻ ഞൊട്ടയൊടിച്ചുകൊണ്ടിരിക്കുമോ?' 'എന്താണിങ്ങിനെ ചോദിക്കുന്നത്?' ഞാൻ പറഞ്ഞു. 'എനിക്ക് കടന്നുപോയേ തീരൂ, അതു തീർച്ചയാണ്.' 'ശരി', കമാൻഡർ പറഞ്ഞു. 'വായുവേഗത്തിൽ ഓടിച്ചോളൂ.'

ഞാൻ വായുവേഗത്തിൽ ഓടിക്കതന്നെ ചെയ്തു. അതിനുമുമ്പ് ഒരിക്കലും അങ്ങിനെ ഞാൻ വണ്ടി ഓടിച്ചിട്ടില്ല! ഞാൻ ഒരു ചുമട്ടു വിറകു കൊണ്ടുപോകയല്ലെന്നും, ലോറിയിൽ കയറ്റിയിരിക്കുന്ന സാധനങ്ങൾ സൂക്ഷ്മതയോടെ കൈകാര്യം ചെയ്യേണ്ടവയാണെന്നും എനിക്ക് അറിയാമായിരുന്നു. പക്ഷെ എന്തു ചെയ്യാനാണ്? സ്വന്തം പട്ടാളക്കാർ വെടിക്കോപ്പില്ലാതെ യുദ്ധം ചെയ്തുകൊണ്ടിരിക്കുകയാണ്, റോഡിൽ ഉടനീളം വെടി പൊട്ടിക്കൊണ്ടിരിക്കുകയാണ്. ഞാൻ ഏതാണ്ട് ആറു കിലോമീറ്റർ ദൂരം സഞ്ചരിച്ചു. ഉദ്ദിഷ്ടസ്ഥലത്തിനു വളരെ അടുത്ത് എത്തിക്കഴിഞ്ഞു. റോഡിൽ നിന്നും തിരിഞ്ഞ് പീരങ്കികൾ സ്ഥാപിച്ചിരുന്ന ഒരു ഇടുക്കിലേക്ക് തിരിയണം. എന്നാൽ അപ്പോൾ കണ്ടതെന്താണ്? റോഡിന്റെ ഇരുവശങ്ങളിലുമുള്ള വയലുകളിൽക്കൂടി നമ്മുടെ പട്ടാളക്കാർ പുറകോട്ട് ഓടുന്നു. അവരുടെ ചുറ്റിനും ഷെല്ലുകൾ പൊട്ടിത്തെറിക്കുന്നുണ്ട്. ഞാൻ എന്താണു ചെയ്യേണ്ടത്? എനിക്ക് തിരിച്ചുപോകാൻ പറ്റില്ല, ഉവ്വോ? അതുകൊണ്ട് ഞാൻ മുഴുവൻ വേഗതയോടെ ലോറി ഓടിച്ചു. ഇടുക്കിലേക്ക് ഒരു കിലോമീറ്റർ പോയാൽ മതി. ഞാൻ റോഡിൽനിന്നു തിരിഞ്ഞു കഴിഞ്ഞു. പക്ഷെ ചങ്ങാതി, ഞാനവിടെ എത്തിയില്ല... ദൂരെ വെടിവയ്ക്കുന്ന ഒരു പീരങ്കിയിൽനിന്നാണെന്നു തോന്നുന്നു, ഒരു കനത്ത ഷെൽ ലോറിയുടെ സമീപം വന്നുവീണു. ഞാൻ ഷെൽ പൊട്ടുന്ന ശബ്ദം കേൾക്കുകയോ മറ്റെന്തെങ്കിലും അറിയുകയോ ചെയ്തില്ല. എന്റെ തലയ്ക്കുള്ളിൽ എന്തോ പൊട്ടിത്തെറിച്ചു, മറ്റൊന്നും എനിക്ക് ഓർമ്മയില്ല.

ഞാൻ മരിക്കാതിരുന്നത് എന്തുകൊണ്ടാണെന്നോ, എത്ര നേരം ഞാൻ റോഡുവക്കിലുള്ള ഓടയുടെ അടുത്തു കിടന്നെന്നോ എനിക്ക് അറിയില്ല. ഞാൻ കണ്ണു തുറന്നു. പക്ഷെ എണീക്കാൻ കഴിഞ്ഞില്ല. എന്റെ തല വേദനിച്ചുകൊണ്ടിരുന്നു, പനിയുള്ളതുപോലെ ദേഹം മുഴുവൻ വിറച്ചു. കണ്ണുകളിൽ ഇരുട്ടു കയറി. ഇടത്തെ തോളിൽ എന്തോ ഉരയുകയും തിരിയുകയും ചെയ്തുകൊണ്ടിരുന്നു. കയ്യിൽ കിട്ടിയതെല്ലാം എടുത്ത് ആരോ രണ്ടു ദിവസം തുടർച്ചയായി എന്നെ ഇടിച്ചതുപോലെയുള്ള വേദന എന്റെ ദേഹമാസകലം അനുഭവപ്പെട്ടു. ഞാൻ വയറിന്മേൽ ദീർഘനേരം ഞെളിഞ്ഞുപിരിഞ്ഞു, അവസാനം ഒരു വിധത്തിൽ എഴുന്നേറ്റുനിന്നു. എന്നാൽ ഞാൻ എവിടെയാണെന്നോ എന്താണു സംഭവിച്ചതെന്നോ അപ്പോഴും എനിക്ക് ഓർമ്മിക്കാൻ കഴിഞ്ഞില്ല. എന്റെ ഓർമ്മശക്തി നഷ്ടപ്പെട്ടിരുന്നു. എങ്കിലും വീണ്ടും നിലത്തു കിടക്കാൻ എനിക്ക് ഭയം തോന്നി. കിടന്നാൽ പിന്നെ ഒരിക്കലും എണീക്കാൻ സാധിച്ചില്ലെങ്കിലോ എന്നായിരുന്നു എന്റെ ഭയം. അതുകൊണ്ട് കൊടുങ്കാറ്റിൽ പെട്ട ഒരു പോപ്ലാർ മരത്തെപ്പോലെ അങ്ങോട്ടും ഇങ്ങോട്ടും ആടിക്കൊണ്ട് ഞാൻ അവിടെ നിന്നു.

ശരിക്കും ബോധം വന്നപ്പോൾ ഞാൻ ചുറ്റും നോക്കി. ഹൃദയം പിഴുതുമാറ്റപ്പെടുന്നതുപോലെ എനിക്കു തോന്നി. ഞാൻ കൊണ്ടുവന്ന ഷെല്ലുകൾ ചുറ്റും ചിതറി കിടക്കുന്നു. അടുത്തുതന്നെ ലോറി കിടപ്പുണ്ട്. അതു മുഴുവൻ പൊളിഞ്ഞുപോയിരുന്നു. ചക്രങ്ങൾ മുകളിലായിട്ടാണ് അതു കിടന്നിരുന്നത്. എന്റെ പിന്നിലായി പോരാട്ടം തുടർന്നുകൊണ്ടിരുന്നു...അതെ, എന്റെ പിന്നിൽ!

അതു മനസ്സിലായപ്പോൾ എന്റെ കാലുകളുടെ ശക്തി ചോർന്നുപോവുകയും വെട്ടിയിട്ടതുപോലെ ഞാൻ നിലത്തേക്കു വീഴുകയും ചെയ്തു എന്നു പറയാൻ എനിക്ക് ലജ്ജ തോന്നിയില്ല. ശത്രുനിരയുടെ പിന്നിൽ ഞാൻ അകപ്പെട്ടിരിക്കുകയാണെന്നും കുറേക്കൂടി കൃത്യമായി പറഞ്ഞാൽ ഞാൻ ഫാസിസ്റ്റുകളുടെ ഒരു തടവുകാരനായിക്കഴിഞ്ഞെന്നും എനിക്കു മനസ്സിലായതാണ് അതിനു കാരണം. അതാണ് യുദ്ധം......

“അല്ല, അതു മനസ്സിലാക്കാൻ അത്ര എളുപ്പമല്ല, ചങ്ങാതീ. സ്വയം ഇച്ഛിക്കാതെ ഒരു തടവുകാരനായി പിടിക്കപ്പെടുക എന്നുള്ളത് മനസ്സിലാക്കാൻ പ്രയാസമാണ്. അത് സ്വയം അനുഭവിച്ചിട്ടില്ലാത്ത ഒരുവനോട് അതിന്റെ അർത്ഥമെന്താണെന്നു പറഞ്ഞുമനസ്സിലാക്കാൻ വളരെ സമയമെടുക്കും.

ഞാൻ അങ്ങിനെ അവിടെ കിടക്കുമ്പോൾ ടാങ്കുകൾ ഉരുണ്ടുവരുന്ന

ശബ്ദം കേട്ടു. നാല് ഇടത്തരം ടാങ്കുകൾ എന്നെ കടന്ന് ഞാൻ ഷെല്ലുകൾ കൊണ്ടുവന്ന ഭാഗത്തേക്ക് അതിവേഗം പാഞ്ഞുപോയി. എനിക്കെന്തു തോന്നിയെന്ന് നിങ്ങൾക്ക് അറിയാമോ? പിന്നെ പീരങ്കികൾ കൊണ്ടു വരുന്ന ട്രാക്ടറുകളും ചക്രങ്ങൾ ഘടിപ്പിച്ച ഒരു പാചകശാലയും ഒരു കൂട്ടം പട്ടാളക്കാരും കടന്നുപോയി. അവർ അധികം പേരുണ്ടായിരുന്നില്ല. ഒരു കമ്പനി കാണും, അത്രയേയുള്ളൂ. ഞാൻ അവരെ കൺകോണുക ളിൽക്കൂടി നോക്കിയിട്ട് വീണ്ടും മുഖം മണ്ണിലമർത്തി കിടക്കും; അവരെ നോക്കിയപ്പോൾ എനിക്ക് മനം പുരട്ടി.....

എല്ലാവരും പൊയ്ക്കഴിഞ്ഞെന്നു വിചാരിച്ച് ഞാൻ തല ഉയർത്തി നോക്കിയപ്പോൾ ഉദ്ദേശം നൂറുചുവട് അകലെ ആറ് യന്ത്രത്തോക്കുകാർ മാർച്ചുചെയ്തു വരുന്നത് ഞാൻ കണ്ടു. ഞാൻ നോക്കിക്കൊണ്ടിരിക്കെ അവർ ആറു പേരും ഒരക്ഷരം മിണ്ടാതെ റോഡിൽനിന്നും തിരിഞ്ഞ് എന്റെ നേരെ നടന്നു വന്നു. ശരി, ഇതോടെ കഴിഞ്ഞു എന്ന് ഞാൻ വിചാരിച്ചു. അതുകൊണ്ട് ഞാൻ എണീറ്റിരുന്നു - കിടന്നുകൊണ്ട് ചാവാൻ എനിക്ക് ഇഷ്ടമില്ലായിരുന്നു. പിന്നീട് ഞാൻ എഴുന്നേറ്റു നിന്നു. അവരിലൊരാൾ ഏതാനും ചുവടകലെ നിന്നിട്ട് തോളിൽനിന്ന് തോക്ക് വലിച്ചെടുത്തു. എനിക്ക് ആ നിമിഷത്തിൽ ഭയം തോന്നുകയോ എന്റെ ഹൃദയം പിടയുകയോ ചെയ്തില്ല - മനുഷ്യൻ ഒരു വിചിത്രസൃഷ്ടിയാണ്. ഞാൻ അയാളെ നോക്കിക്കൊണ്ട് ആലോചിച്ചു: 'ചെറിയൊരു പൊട്ടി ത്തെറി ആയിരിക്കും... പക്ഷെ എവിടെയായിരിക്കും അതു കൊള്ളു ന്നത്? എന്റെ തലയ്ക്കായിരിക്കുമോ, അതോ നെഞ്ചിലോ?' അയാൾ എന്റെ ദേഹത്തിൽ ദ്വാരങ്ങളുണ്ടാക്കുന്നത് എവിടെയാണെന്നുള്ളത് എനിക്ക് ഒരു പ്രശ്നമായിരുന്നെന്നു തോന്നും.

ചെറുപ്പക്കാരനായിരുന്നു അയാൾ; ദൃഢഗാത്രനും ഇരുണ്ട തല മുടിയുള്ളവനുമായ ഒരു സുമുഖൻ.... പക്ഷെ അയാളുടെ ചുണ്ടുകൾ നൂലുപോലെ നേർത്തിരുന്നു. കണ്ണുകളിൽ ക്രൂരമായ ഒരു തിളക്കമു ണ്ടായിരുന്നു. അയാൾ എന്നെ വെടിവച്ചു വീഴ്ത്തുന്നതിനെപ്പറ്റി രണ്ടാമതു ചിന്തിക്കയില്ല, ഞാൻ വിചാരിച്ചു. ഞാൻ വിചാരിച്ചതുപോലെതന്നെ അയാളുടെ തോക്ക് ഉയർന്നു. ഞാൻ അയാളുടെ കണ്ണുകളിലേക്ക് ഉറ്റു നോക്കിക്കൊണ്ട് മിണ്ടാതെ നിന്നു. പക്ഷെ അയാളേക്കാൾ കുറേക്കൂടി പ്രായക്കൂടുതലുള്ള, ഏതാണ്ട് മദ്ധ്യവയസ്കനാണെന്നു തോന്നിക്കുന്ന, ഒരാൾ - ഒരു കോർപ്പറലോ മറ്റോ ആണെന്നു തോന്നുന്നു - എന്തോ ഉറക്കെ പറഞ്ഞിട്ട് അയാളെ തട്ടിമാറ്റിക്കൊണ്ട് എന്റെ അടുത്തേക്കു വന്നു. അയാൾ അവരുടെ ഭാഷയിൽ എന്തോ പുലമ്പിക്കൊണ്ട് എന്റെ വലതുകൈമുട്ട് മടക്കി. എന്റെ മാംസപേശി പരിശോധിക്കാനായിരുന്നു

അയാളതു ചെയ്തത്. ഓ-ഓ-ഓ അയാൾ അതു തൊട്ടുനോക്കിക്കൊണ്ടു പറഞ്ഞു. 'കഴുതേ, നീ പോയി ഞങ്ങൾക്കുവേണ്ടി പണിയെടുക്കണം,' എന്നു സൂചിപ്പിക്കുവാൻ അയാൾ സൂര്യൻ അസ്തമിക്കുന്നിടത്തേക്ക് കൈ ചൂണ്ടിക്കാട്ടി. പിടിപ്പുള്ളവനാണ് അയാൾ.

ഇരുണ്ട മുടിയുള്ളവൻ എന്റെ ബൂട്ട്സിൽ നോട്ടമിട്ടു. അത് ഈടുള്ള ഒരു നല്ല ജോഡി ബൂട്ട്സായിരുന്നു. അയാൾ കൈകൊണ്ട് ആംഗ്യം കാണിച്ചു: 'അവ അഴിച്ചു മാറ്റൂ! ഞാൻ നിലത്തിരുന്ന് ബൂട്ട്സ് ഊരി അയാളുടെ നേരെ നീട്ടി. അയാൾ അത് എന്റെ കൈയിൽനിന്ന് തട്ടിപ്പറിച്ചു. അതുകൊണ്ട് ഞാൻ എന്റെ കാലിൽ ചുറ്റിയിരുന്ന തുണികളും അഴിച്ച് അയാളെ നോക്കിക്കൊണ്ട് അയാളുടെ നേർക്കു നീട്ടി. പക്ഷെ അയാൾ ചീത്തവിളിച്ചുകൊണ്ട് തോക്ക് ഉയർത്തുകയാണു ചെയ്തത്. മറ്റുള്ളവർ ആർത്തു ചിരിച്ചു. ഇരുണ്ട മുടിയുള്ളവൻ മാത്രം റോഡിലെത്തുന്നതിനുമുമ്പ് എന്നെ മൂന്ന് പ്രാവശ്യമെങ്കിലും തിരിഞ്ഞു നോക്കി. ഒരു ചെന്നായ്ക്കുട്ടിയുടേതുപോലെ അയാളുടെ കണ്ണുകൾ രോഷംകൊണ്ട് തിളങ്ങി. അയാൾ എന്റെ ബൂട്ട്സ് എടുക്കുകയല്ല ഞാൻ അയാളുടേത് എടുക്കയാണുണ്ടായതെന്നു തോന്നും അയാളുടെ ഭാവം കണ്ടാൽ.

ചങ്ങാതി, അതേപ്പറ്റി എന്തു പറയാനാണ്. ഞാൻ റോഡിലേക്കു നടന്നു. എനിക്ക് ഓർമ്മ വന്ന ഏറ്റവും വലിയ തെറി വിളിച്ചുപറഞ്ഞുകൊണ്ട് ഞാൻ പശ്ചിമദിക്കിലേക്ക് നടന്നുതുടങ്ങി - ഒരു തടവുകാരനായിട്ട്! പക്ഷെ എനിക്ക് നടക്കാൻ തീരെ പാടില്ലായിരുന്നു. ഒരു മണിക്കൂറുകൊണ്ട് ഒരു കിലോമീറ്ററിൽ കൂടുതൽ നടക്കാൻ എനിക്കു കഴിഞ്ഞില്ല. മദ്യപിച്ച് ലക്കുകെട്ടതുപോലുള്ള അവസ്ഥയായിരുന്നു എന്റേത്. ഞാൻ മുമ്പോട്ട് നടക്കാൻ ശ്രമിച്ചു. പക്ഷെ എന്തോ ഒന്ന് എന്നെ റോഡിന്റെ ഒരു വശത്തുനിന്ന് മറുവശത്തേക്ക് തള്ളിവിട്ടുകൊണ്ടിരുന്നു. കുറച്ചുദൂരം പോയിക്കഴിഞ്ഞപ്പോൾ ഒരു സംഘം തടവുകാർ എന്നോടൊപ്പമെത്തി. അവർ എന്റെ ഡിവിഷനിൽ പെട്ടവരായിരുന്നു.

ഏകദേശം പത്ത് ജർമ്മൻ യന്ത്രത്തോക്കുകാർ അവരെ സൂക്ഷിക്കാനുണ്ടായിരുന്നു. മുമ്പിൽ നടന്ന ജർമ്മൻകാരൻ എന്നെ കണ്ടയുടനെ അടുത്തുവന്ന് ഒന്നും മിണ്ടാതെ തോക്കുകൊണ്ട് എന്റെ തലയ്ക്കടിച്ചു. ഞാൻ താഴെ വീണിരുന്നെങ്കിൽ അയാൾ ഒരു വെടികൊണ്ട് എന്റെ കഥ കഴിച്ചേനെ. എന്നാൽ ഞാൻ വീഴുന്നതിനുമുമ്പ് നമ്മുടെ കൂട്ടർ എന്നെ താങ്ങുകയും എന്നെ അവരുടെ മദ്ധ്യത്തിലാക്കുകയും കുറേ ദൂരം എടുത്തുകൊണ്ടുപോവുകയും ചെയ്തു. എനിക്ക് ബോധം വീണപ്പോൾ അവരിലൊരാൾ മന്ത്രിച്ചു. 'ദൈവത്തെ ഓർത്ത് താഴെ വീഴരുത്!

അല്പമെങ്കിലും ശക്തി അവശേഷിക്കുന്നുണ്ടെങ്കിൽ നടന്നുകൊണ്ടേ ഇരിക്കുക. അല്ലെങ്കിൽ അവർ കൊല്ലും.' എന്നിൽ അല്പംപോലും ശക്തി അവശേഷിച്ചിരുന്നില്ലെങ്കിലും, ഞാൻ എങ്ങിനെയോ നടന്നുകൊണ്ടിരുന്നു.

സൂര്യൻ അസ്തമിച്ച ഉടനെ ജർമ്മൻകാർ പാറാവ് ശക്തിപ്പെടുത്തി. ഒരു ലോറിയിൽ ഇരുപത് യന്ത്രത്തോക്കുകാരെക്കൂടി കൊണ്ടുവരികയും ഞങ്ങളെ കുറേക്കൂടി വേഗം മുമ്പോട്ട് തള്ളിവിടുകയും ചെയ്തു. ഗുരുതരമായി മുറിവേറ്റവർക്ക് മറ്റുള്ളവരുടെ ഒപ്പമെത്താൻ കഴിഞ്ഞില്ല. അവരെ ജർമ്മൻകാർ വെടിവച്ചു കൊന്നു. രണ്ടു തടവുകാർ ഓടി രക്ഷപ്പെടാൻ ശ്രമിച്ചു, പക്ഷെ നല്ല നിലാവുള്ള രാത്രിയിൽ തുറസ്സായ സ്ഥലത്ത് തങ്ങളെ ഒരു മൈൽ അപ്പുറത്തുനിന്നുതന്നെ കാണാൻ കഴിയുമെന്നുള്ള കാര്യം അവർ മറന്നുപോയി; അവരേയും വെടിവച്ചു കൊന്നു. പാതിരാ ആയപ്പോൾ പകുതി കത്തി ചാമ്പലായിത്തീർന്ന ഒരു ഗ്രാമത്തിൽ ഞങ്ങൾ എത്തി. താഴികക്കുടം തകർന്നുപോയ ഒരു പള്ളിയിലേക്ക് അവർ ഞങ്ങളെ തള്ളിവിട്ടു. വൈക്കോലു പോലും വിരിച്ചിട്ടില്ലാത്ത തണുത്ത കൽത്തറയിൽ ഞങ്ങൾക്ക് രാത്രി കഴിക്കേണ്ടി വന്നു. ആർക്കും ഓവർക്കോട്ട് ഉണ്ടായിരുന്നില്ല. ഞങ്ങൾ ഷർട്ടു മാത്രമാണ് ധരിച്ചിരുന്നത്. അതുകൊണ്ട് നിലത്തു വിരിച്ചു കിടക്കാൻ ഒന്നുമുണ്ടായിരുന്നില്ല. ഞങ്ങളിൽ ചിലർ ഷർട്ടുപോലും ഇട്ടിരുന്നില്ല. കാലിക്കോകൊണ്ടുണ്ടാക്കിയ അടിക്കുപ്പായം മാത്രമാണ് അവർ ധരിച്ചിരുന്നത്. അവരിലധികം പേരും ഓഫീസർമാരായിരുന്നു. സാധാരണ പട്ടാളക്കാരിൽനിന്നും തിരിച്ചറിയാതിരിക്കാൻവേണ്ടി അവർ ഷർട്ടുകൾ അഴിച്ചുമാറ്റിയിരുന്നു. പീരങ്കിവിഭാഗത്തിലെ പട്ടാളക്കാർക്കും ഷർട്ടുണ്ടായിരുന്നില്ല. അർദ്ധനഗ്നരായിരുന്ന് ജോലി ചെയ്യുന്നതിനിടയിലാണ് അവർ തടവുകാരായി പിടിക്കപ്പെട്ടത്.

അന്നു രാത്രി മഴ പെയ്തു. ഞങ്ങൾ നനഞ്ഞുകുതിർന്നു. മേൽക്കൂരയുടെ ഒരു ഭാഗം ഒരു കനത്ത ഷെല്ലോ ബോംബോ വീണ് തകർന്നുപോയി. ബാക്കിയുണ്ടായിരുന്ന ഇടത്ത് പൊട്ടിത്തെറിക്കുന്ന വെടിയുണ്ട പതിച്ച ദ്വാരങ്ങളുണ്ടായിരുന്നു; അൾത്താരയിൽപ്പോലും നനയാത്ത ഇടമുണ്ടായിരുന്നില്ല. അങ്ങിനെ ആ രാത്രി മുഴുവൻ ഞങ്ങൾ ഒരു പറ്റം ആടുകളെപ്പോലെ ആ പള്ളിക്കുള്ളിൽ കഴിച്ചുകൂട്ടി. രാത്രിയിൽ ആരോ എന്റെ കൈയിൽ സ്പർശിച്ചുകൊണ്ട് ഇങ്ങിനെ ചോദിച്ചു: 'നിങ്ങൾക്കു പരിക്കേറ്റിട്ടുണ്ടോ, സഖാവേ?' 'ഉണ്ടെന്നു തോന്നുന്നു, എന്തിനാണത് അറിയുന്നത്?' ഞാൻ പറഞ്ഞു. 'ഞാൻ ഒരു ഡോക്ടറാണ്, ഒരു പക്ഷെ എനിക്ക് നിങ്ങളെ സഹായിക്കാൻ കഴിയുമായിരിക്കും.' എന്റെ ഇടത്തു

തോളിൽ എന്തോ കിരുകിരുക്കുന്നുണ്ടെന്നും അവിടം വീങ്ങിയിട്ടുണ്ടെ ന്നും ഭയങ്കരമായി വേദനിക്കുന്നുണ്ടെന്നും ഞാൻ പറഞ്ഞു. അയാൾ ദൃഢ സ്വരത്തിൽ പറഞ്ഞു: 'ഷർട്ടും അടിക്കുപ്പായവും ഊരി മാറ്റൂ.' ഞാൻ അവ മാറ്റി. അയാൾ മെല്ലെ വിരലുകൾകൊണ്ട് എന്റെ തോൾ തടവിനോക്കി. എനിക്ക് വേദനിച്ചു. ഞാൻ പല്ലുകടിച്ചുകൊണ്ട് അയാളോട് പറഞ്ഞു: 'നിങ്ങൾ ഒരു മൃഗ ചികിത്സക്കാരനായിരിക്കണം, ഒരു ഡോക്ടറല്ല. എനിക്ക് വേദന ഉള്ളിടത്തുതന്നെ നിങ്ങൾ എന്തിനാണ് ഞെക്കുന്നത്? ഹൃദയമില്ലാത്ത ചെകുത്താൻ.' പക്ഷെ അയാൾ പിന്നേയും തോളിൽ തപ്പിക്കൊണ്ടിരുന്നു. കോപത്തോടെ അയാൾ എന്നോടു പറഞ്ഞു: 'മിണ്ടാതിരിക്കുന്നതാണ് നല്ലത്! എന്നോടിങ്ങിനെയാണ് സംസാ രിക്കുന്നത്! നോക്കിക്കോളൂ ഒരു നിമിഷത്തിനകം ഞാൻ നിങ്ങളെ കൂടുതൽ വേദനിപ്പിക്കുവാൻ പോകയാണ്!' എന്നിട്ട് അയാൾ എന്റെ കൈ പിടിച്ച് ഒറ്റ വലി; എന്റെ കണ്ണുകളിൽനിന്നും പൊന്നീച്ച പറന്നു.

എനിക്ക് പ്രജ്ഞ വീണ്ടുകിട്ടിയപ്പോൾ ഞാൻ ചോദിച്ചു: 'നിങ്ങളെ ന്താണീ ചെയ്യുന്നത്, ഫാസിസ്റ്റ് പിശാചേ? എന്റെ കൈ ഒടിഞ്ഞ് നുറു ങ്ങിയിരിക്കുകയാണ്, എന്നിട്ടാണ് നിങ്ങൾ ഇങ്ങിനെ പിടിച്ചുവലിച്ചത്.' അയാൾ കുലുങ്ങി ചിരിക്കുന്നതു ഞാൻ കേട്ടു. പിന്നീടയാൾ പറഞ്ഞു: 'ഞാൻ വിചാരിച്ചു നിങ്ങൾ മറ്റേ കൈകൊണ്ട് എനിക്കൊരു താങ്ങു വച്ചുതരുമെന്ന്, പക്ഷേ നിങ്ങൾ ഒരു സൗമ്യശീലനാണെന്നു തോന്നുന്നു. നിങ്ങളുടെ കൈ ഒടിഞ്ഞിരുന്നില്ല, അതു കുഴതെറ്റി കിടക്കുകയായിരു ന്നു. ഞാൻ അത് പിടിച്ച് യഥാസ്ഥാനത്തു വച്ചു. ഇപ്പോൾ കുറച്ചു ഭേദം തോന്നുന്നുണ്ടോ?' വാസ്തവം, എന്റെ വേദന മാറിത്തുടങ്ങിയിരുന്നു. ഞാൻ അയാളോട് എന്റെ ആത്മാർത്ഥമായ കൃതജ്ഞത പറഞ്ഞു. ഇരുട്ടിൽ ശാന്തമായി ഇങ്ങിനെ ചോദിച്ചുകൊണ്ട് അയാൾ എന്നെ കടന്നുപോയി: 'മുറിവേറ്റവരുണ്ടോ?' അദ്ദേഹമാണ് ഒരു യഥാർത്ഥ ഡോക്ടർ. ആ ഇരുട്ടറയ്ക്കുള്ളിലും അദ്ദേഹം തന്റെ മഹത്തായ സേവനം തുടർന്നു.

അതൊരു അസ്വസ്ഥമായ രാത്രി ആയിരുന്നു. മലമൂത്രവിസർജ്ജ നത്തിനുപോലും അവർ ഞങ്ങളെ പുറത്തു വിടുകയില്ല. പ്രധാന കാവ ൽക്കാരൻ ഞങ്ങളെ ഈ രണ്ടുപേരെ വീതം പള്ളിക്കുള്ളിലേക്കു തള്ളി വിട്ടപ്പോൾത്തന്നെ അക്കാര്യം ഞങ്ങളോടു പറഞ്ഞിരുന്നു. എന്നാൽ ഭാഗ്യദോഷത്തിന് ഞങ്ങളുടെ കൂട്ടത്തിലുണ്ടായിരുന്ന ക്രിസ്ത്യാനികളി ലൊരാൾക്ക് വെളിക്കു പോകാൻ ധൃതിയായി. അയാൾ വളരെ നേരം പിടിച്ചുനിർത്തി. ഒടുവിൽ പൊട്ടിക്കരഞ്ഞു. 'എനിക്ക് ഒരു വിശുദ്ധസ്ഥലം മലിനമാക്കാൻ വയ്യ!' അയാൾ പറഞ്ഞു. 'ഞാനൊരു വിശ്വാസിയാണ്.

ഞാനൊരു ക്രിസ്ത്യാനിയാണ്. ഞാനെന്താണ് ചെയ്യേണ്ടത്, കൂട്ടരേ?' നമ്മുടെ ആളുകൾ എന്തു തരക്കാരാണെന്ന് നിങ്ങൾക്ക് അറിയാമല്ലോ. ചിലർ ചിരിച്ചു. മറ്റു ചിലർ പ്രാകി. വേറൊരു കൂട്ടർ പല നിർദ്ദേശങ്ങളും മുന്നോട്ടു കൊണ്ടുവന്ന്, അയാളെ കളിയാക്കിക്കൊണ്ടിരുന്നു. അയാൾ ഞങ്ങൾക്കൊക്കെ ഒരു ഉണർവ്വുണ്ടാക്കി എന്നുള്ളതു ശരിയാണ്. പക്ഷെ ഒടുവിൽ അത് വിന ആയിട്ടാണ് കലാശിച്ചത്. അയാൾ വാതിലിൽ മുട്ടിക്കൊണ്ട് പുറത്തു വിടണമെന്ന് അപേക്ഷിച്ചുകൊണ്ടിരുന്നു. ഒരു ഫാസിസ്റ്റ് തന്റെ യന്ത്രത്തോക്കിൽനിന്ന് വാതിലിൽക്കൂടിവച്ച വെടി കളേറ്റ് ആ ക്രിസ്ത്യാനിയും മറ്റു മൂന്നു പേരും മരിച്ചുവീണു. മറ്റൊരാൾക്ക് ഗുരുതരമായ പരുക്കേൽക്കുകയും അയാൾ നേരം വെളുക്കുന്നതിനുമുമ്പ് മരിക്കുകയും ചെയ്തു.

ഞങ്ങൾ മരിച്ചവരെ ഒരു മൂലയിൽ കൊണ്ട് കിടത്തിയിട്ട് നിശ്ശബ്ദരായിരുന്ന് സ്വന്തം ചിന്തകളിൽ മുഴുകി. തുടക്കം അത്ര സുഖപ്രദമായിരുന്നില്ല. കുറേക്കഴിഞ്ഞപ്പോൾ തങ്ങൾ എവിടുത്തുകാരാണെന്നും തടവുകാരായത് എങ്ങിനെയാണെന്നും ഞങ്ങൾ തമ്മിൽതമ്മിൽ സ്വകാര്യമായി ചോദിച്ചറിഞ്ഞു. ഒരേ പ്ലാറ്റൂണിൻനിന്നോ ഒരേ കമ്പനിയിൽനിന്നോ വന്നവർ ആ ഇരുട്ടിൽ അടക്കിയ സ്വരത്തിൽ പരസ്പരം പേരു വിളിച്ചുകൊണ്ടിരുന്നു. എന്റെ തൊട്ടടുത്തായി രണ്ടു ശബ്ദങ്ങൾ സംസാരിക്കുന്നതു ഞാൻ കേട്ടു: 'നാളെ അവർ നമ്മളെ വരിയായി നിർത്തിയിട്ട് കമ്മ്യൂണിസ്റ്റുകാരും കമ്മിസാറന്മാരും ജൂതന്മാരും ആരെല്ലാമാണെന്ന് ചോദിക്കുകയാണെങ്കിൽ നിങ്ങൾ ഒളിക്കാൻ ശ്രമിക്കേണ്ട, കേട്ടോ, പ്ലാറ്റൂൺ കമാൻഡർ? നിങ്ങൾ ഷർട്ട് അഴിച്ചുകളഞ്ഞിരിക്കുന്നതുകൊണ്ട് നിങ്ങളെ വെറുമൊരു പട്ടാളക്കാരനായി മറ്റുള്ളവർ കരുതുമെന്നാണോ വിചാരിക്കുന്നത്? നിങ്ങൾക്ക് അങ്ങിനെ പറ്റിക്കാമെന്നു കരുതേണ്ട! നിങ്ങൾ കാരണം കഷ്ടത അനുഭവിക്കാൻ ഞാനില്ല. ഞാനായിരിക്കും നിങ്ങളെ ആദ്യം ചൂണ്ടിക്കാണിക്കുന്നത്. നിങ്ങൾ ഒരു കമ്മ്യൂണിസ്ററാണെന്നും എന്നെ പാർട്ടിയിൽ ചേർക്കാൻ ശ്രമിച്ചവനാണെന്നും എനിക്കറിയാം. ഇപ്പോൾ നിങ്ങൾ അതിന് ഉത്തരം പറയാൻ പോവുകയാണ്.' എന്റെ ഇടതുവശത്തിരുന്ന ആളാണ് അപ്പറഞ്ഞത്. അയാളുടെ അപ്പുറത്തുനിന്ന് ഒരു യുവശബ്ദം പ്രതിവചിച്ചു: 'ക്രിഷ്ന്യോവ്, നിങ്ങൾ ഒരു കൊള്ളരുതാത്തവനാണെന്ന് എനിക്കു നേരത്തേതന്നെ സംശയമുണ്ടായിരുന്നു. അക്ഷരാഭ്യാസമില്ലാത്തവനാണെന്ന കാരണം പറഞ്ഞ് നിങ്ങൾ പാർട്ടിയിൽ ചേരാതിരുന്നപ്പോൾ പ്രത്യേകിച്ച് എനിക്കങ്ങിനെ തോന്നിയിട്ടുണ്ട്. പക്ഷെ നിങ്ങൾ ഒരു രാജ്യദ്രോഹി ആയിത്തീരുമെന്ന് ഞാൻ സംശയിച്ചിരുന്നില്ല. നിങ്ങൾ ഏഴവരെ

പഠിച്ചിട്ടുണ്ട്, ഇല്ലേ?' മറ്റെയാൾ ഉദാസീനനായി പറഞ്ഞു: 'ഉണ്ട്. അതു കൊണ്ടെന്താ?' അവർ ദീർഘനേരം നിശ്ശബ്ദരായിരുന്നു. ഒടുവിൽ പ്ലാറ്റൂൺ കമാൻഡർ - ഒച്ചകൊണ്ട് എനിക്കയാളെ തിരിച്ചറിയാമായിരുന്നു - മൃദു സ്വരത്തിൽ ഇങ്ങിനെ പറഞ്ഞു: 'എന്നെ ഒറ്റിക്കൊടുക്കരുതേ, സഖാവ് ക്രിഷ്ന്യോവ്.' മറ്റെയാൾ ശബ്ദം കേൾപ്പിക്കാതെ ചിരിച്ചു. നിങ്ങളുടെ സഖാക്കൾ യുദ്ധമുന്നണിയുടെ മറുവശത്താണ്, അയാൾ പറഞ്ഞു. ഞാൻ നിങ്ങളുടെ സഖാവല്ല. എന്നോട് കെഞ്ചുകയും വേണ്ട. ഞാൻ എന്തായാലും നിങ്ങളെ നാളെ ചൂണ്ടിക്കാട്ടും. ആദ്യം എന്റെ സ്വന്തം തടി രക്ഷിക്കുകയാണു വേണ്ടതെന്ന് ഞാൻ വിശ്വസിക്കുന്നു.

അവരുടെ സംസാരം നിലച്ചു. ആ നിന്ദ്യവും നീചവുമായ പ്രവൃത്തിയെ പ്പറ്റി ഓർത്ത് എന്റെ ദേഹം മുഴുവൻ കലികൊണ്ടു വിറച്ചു. 'ഇല്ല' ഞാൻ വിചാരിച്ചു. 'നീ നിന്റെ കമാൻഡറെ ഒറ്റിക്കൊടുക്കാൻ ഞാൻ അനുവദി ക്കയില്ലെടാ, പട്ടീ. ഈ പള്ളിയിൽനിന്ന് നീ സ്വന്തം കാലുകളിൽ നടന്ന് പുറത്തു പോവുകയില്ല. അവർ നിന്റെ കാലിൽ പിടിച്ച് വലിച്ചിഴച്ചുകൊ ണ്ടുപോകും!' കുറേശ്ശെ വെട്ടം വീണുതുടങ്ങി. മാംസം മുറ്റിയ മുഖമുള്ള ഒരുവൻ കൈകൾ തലക്കു പിന്നിൽ പിണച്ചുവച്ച് മലർന്നുകിടക്കുന്നതും അയാളുടെ ഒരു വശത്തായി പതിഞ്ഞ മൂക്കുള്ള ഒരു മെലിഞ്ഞ പയ്യൻ കാൽമുട്ടുകളിൽ കൈകൾ ചുറ്റിക്കൊണ്ട് വിവർണ്ണനായി ഇരിക്കുന്നതും ഞാൻ കണ്ടു. ആ കുട്ടിക്ക് ഈ തടിമാടനെ വകവരുത്താൻ കഴിയുക യില്ല, ഞാൻ വിചാരിച്ചു. ഞാൻ തന്നെ അതു ചെയ്യേണ്ടിയിരിക്കുന്നു.

ഞാൻ ആ പയ്യന്റെ കൈയിൽ തൊട്ടുകൊണ്ട് ചെവിയിൽ ചോദിച്ചു: 'നിങ്ങൾ ഒരു പ്ലാറ്റൂൺ കമാൻഡറാണോ?' അയാൾ ഒന്നും പറഞ്ഞില്ല, തലകുലുക്കുകമാത്രം ചെയ്തു. 'ആ കിടക്കുന്ന ആൾ നിങ്ങളെ ഒറ്റിക്കൊടുക്കാൻ പോകയാണോ?' മലർന്നുകിടക്കുന്ന ആളെ ചൂണ്ടി ക്കാണിച്ചുകൊണ്ട് ഞാൻ പിന്നേയും ചോദിച്ചു: 'അതെ' എന്ന് അയാൾ ആംഗ്യം കാണിച്ചു. 'ശരി, അയാൾ തൊഴിക്കാതെ അയാളുടെ കാലുകൾ പിടിച്ചുവച്ചോളൂ! വേഗം വേണം! ഞാൻ ആ മനുഷ്യൻരെ മുകളിലേക്കു ചാടിക്കയറി ഇരുന്നുകൊണ്ട് അയാളുടെ കഴുത്തിനു പിടിച്ച് ഞെക്കി. അയാൾക്ക് നിലവിളിക്കാൻ കൂടി സമയം കിട്ടിയില്ല. ഞാനയാളെ കുറേനേരം അങ്ങിനെ പിടിച്ചുകൊണ്ടിരുന്നു. പിന്നീട് കൈകൾ അയച്ചു. ഒരു രാജ്യദ്രോഹി നാക്കു വെളിയിലേക്കു തള്ളി അവിടെ കിടന്നു!

പിന്നീട് എനിക്കു തോന്നിയത് അറപ്പാണ്. ഒരു മനുഷ്യനെ കൊന്നു വെന്നല്ല, ഒരു ഇഴജന്തുവിനെ കൊന്നതുപോലെയാണ് എനിക്കു തോന്നിയത്.... എനിക്ക് എന്റെ കൈകൾ കഴുകണമെന്നു തോന്നി.

ഞാൻ ആദ്യമായിട്ടാണ് ഒരാളെ കൊന്നത്, അതും നമ്മുടെ കൂട്ടത്തിലുള്ള ഒരാളെ, നമ്മുടെ കൂട്ടത്തിലുള്ളതോ? അയാൾ അങ്ങിനെയുള്ളവനായിരുന്നില്ല. അയാൾ ശത്രുവിനേക്കാൾ നീചനാണ്, അയാൾ ഒരു രാജ്യദ്രോഹിയാണ്. ഞാൻ എഴുന്നേറ്റ് പ്ലറ്റൂൺ കമാൻഡറോടു പറഞ്ഞു: 'നമുക്ക് ഇവിടെ നിന്നു പോകാം. ഈ പള്ളിയിൽ വേറെ ധാരാളം സ്ഥലമുണ്ട്.

ക്രിഷ്ന്യോവ് പറഞ്ഞതുപോലെ, രാവിലെ ഞങ്ങളെ പള്ളിയുടെ പുറത്തു വരിവരിയായി നിർത്തി. യന്ത്രത്തോക്കുകാരുടെ ഒരു വലയം ഞങ്ങൾക്കു ചുറ്റും കാവൽ നിന്നു. മൂന്ന് എസ്സ്.എസ്സ്. ഓഫീസറന്മാർ അപകടകാരികളാണെന്ന് അവർക്കു തോന്നിയവരെയെല്ലാം ഞങ്ങളുടെ ഇടയിൽനിന്ന് മാറ്റിനിർത്താൻ തുടങ്ങി. ആരൊക്കെയാണ് കമ്മിസാറന്മാർ, ആരൊക്കെയാണ് കമ്മ്യൂണിസ്റ്റുകൾ, ആരൊക്കെയാണ് ജൂതന്മാർ എന്ന് അവർ ചോദിച്ചു. പക്ഷെ അവർക്ക് ആരെയും കണ്ടുപിടിക്കാൻ കഴിഞ്ഞില്ല. ഒറ്റിക്കൊടുക്കുവാൻ മാത്രം അധഃപതിച്ച ഒരുവനും അവിടെ ഉണ്ടായിരുന്നില്ല. ഞങ്ങളിൽ പകുതി പേരോളം കമ്മ്യൂണിസ്റ്റുകാരായിരുന്നു, ഞങ്ങളുടെ കൂട്ടത്തിൽ ഓഫീസറന്മാരും കമ്മിസാർമാരും ധാരാളമുണ്ടായിരുന്നു. ഇരുനൂറു പേരുടെ കൂട്ടത്തിൽനിന്ന് അവർ നാലുപേരെ മാത്രമേ മാറ്റിനിർത്തിയുള്ളൂ. ഒരു ജൂതനും മൂന്ന് സാധാരണ റഷ്യൻ പട്ടാളക്കാരുമായിരുന്നു അവർ. റഷ്യാക്കാരെ പിടിക്കാൻ കാരണം അവർ മൂന്നുപേരും ഇരുണ്ട നിറമുള്ളവരും ചുരുണ്ട മുടിയുള്ളവരും ആയിരുന്നു എന്നുള്ളതാണ്. ഓഫീസറന്മാർ അവരുടെ അടുത്ത് ചെന്ന് ചോദിക്കും: 'യൂഡെ?' ആ ചോദ്യം ആരെ ഉദ്ദേശിച്ചാണോ അയാൾ താൻ റഷ്യാക്കാരനാണെന്ന് പറയും. പക്ഷെ അവർ അത് കേൾക്കുകപോലും ഇല്ല. 'മുമ്പോട്ടു നീങ്ങി നിൽക്ക്!' എന്നവർ പറയും. പിന്നെ രക്ഷയില്ല.

ജർമ്മൻകാർ ആ പാവങ്ങളെ വെടിവച്ചു കൊന്നിട്ട് ഞങ്ങളെ വീണ്ടും മുമ്പോട്ട് തെളിച്ചുകൊണ്ടുപോയി. ആ രാജ്യദ്രോഹിയെ ഞെക്കി കൊല്ലാൻ എന്നെ സഹായിച്ച പ്ലറ്റൂൺ കമാൻഡർ പോസ്നൻ വരെ എന്നോടൊപ്പം ഉണ്ടായിരുന്നു. ആ യാത്ര തുടങ്ങിയ ആദ്യത്തെ ദിവസം അയാൾ ഇടയ്ക്കിടെ എന്റെ അടുത്തു വന്ന് എന്റെ കൈ പിടിച്ച് അമർത്തിക്കൊണ്ടിരുന്നു. പോസ്നിൽവച്ച് ഞങ്ങൾ വേർപിരിഞ്ഞു. അതിങ്ങിനെയാണ് സംഭവിച്ചത്.

എന്നെ തടവുകാരനായി പിടിച്ച ആദ്യദിവസം മുതൽതന്നെ രക്ഷപ്പെടുന്നതിനെപ്പററി ഞാൻ ആലോചിച്ചുതുടങ്ങി, സഹോദരാ. പക്ഷെ

അതു വിജയകരമായിരിക്കണമെന്ന് എനിക്ക് നിർബ്ബന്ധമുണ്ടായിരുന്നു. പോസ്നനിൽ എത്തുന്നതുവരെ എനിക്ക് തക്ക അവസരം കിട്ടിയില്ല. പോസ്നനിൽവച്ചാണ് അവർ ഞങ്ങളെ ഒരു ശരിയായ പാളയത്തിൽ ഇട്ടത്. പോസ്നൻ പാളയത്തിൽ ഞാൻ കാത്തിരുന്ന അവസരം കൈവ ന്നുവെന്ന് എനിക്കു തോന്നി. മേയ് അവസാനം പാളയത്തിനടുത്തുള്ള ഒരു ചെറിയ വനത്തിലേക്ക് ഞങ്ങളെ കൊണ്ടുപോയി. മരിച്ചുപോയ തടവുകാർക്ക് ശവക്കുഴി തോണ്ടാനായിരുന്നു ഞങ്ങളെ കൊണ്ടുപോ യത്. ആ സമയത്ത് നമ്മുടെ കൂട്ടരിൽ അനേകം പേർ വയറുകടി പിടിച്ച് മരിച്ചു. പോസ്നനിലെ കളിമണ്ണ് കുഴിച്ചുകൊണ്ടിരിക്കുന്നതിനിടയിൽ ഞാൻ ചുറ്റുപാടും ഒന്നു കണ്ണോടിച്ചപ്പോൾ കാവൽക്കാരിൽ രണ്ടുപേർ നിലത്തിരുന്ന് ആഹാരം കഴിച്ചുകൊണ്ടിരിക്കുന്നതും മൂന്നാമൻ വെയില ത്തിരുന്ന് ഉറക്കം തൂങ്ങുന്നതുമാണ് കണ്ടത്. ഞാൻ തൂമ്പ താഴെ വച്ചിട്ട് ശബ്ദം കേൾപ്പിക്കാതെ ഒരു കുററിച്ചെടിയുടെ പിന്നിലേക്കു മാറി നിന്നു. പിന്നെ ഞാൻ ജീവനുംകൊണ്ട് സൂര്യോദയത്തിനുനേരെ ഓടിത്തുടങ്ങി.

അവർ, ആ കാവൽക്കാർ, ഞാൻ ഓടിപ്പോയ കാര്യം എത്ര പെട്ടെന്നൊന്നും അറിഞ്ഞു കാണാനിടയില്ല. എല്ലുംതോലും മാത്രമായി കഴിഞ്ഞിരുന്ന എനിക്ക് ഒരു ദിവസംകൊണ്ട് നാല്പതു കിലോമീറ്റർ ദൂരം പിന്നിടാനുള്ള ശക്തി എങ്ങിനെ ഉണ്ടായെന്ന് എനിക്കറിയില്ല. പക്ഷെ അതുകൊണ്ടൊന്നും ഒരു ഫലവും ഉണ്ടായില്ല. നാലാമത്തെ ദിവസം, ആ ശപിക്കപ്പെട്ട തടങ്കൽപ്പാളയത്തിൽനിന്ന് വളരെ ദൂരം ഞാൻ എത്തിക്കഴിഞ്ഞപ്പോൾ, അവർ എന്നെ പിടിച്ചു. എന്നെ പിടിക്കുവാൻ വേട്ടപ്പട്ടികളെ അയച്ചിരുന്നു. കൊയ്തെടുത്തിട്ടില്ലാത്ത ഒരു ഓട്ട്സ് വയലിൽ വച്ച് അവ എന്നെ പിടികൂടി.

വെളുപ്പാൻകാലത്ത് ഞാൻ ഒരു തുറസ്സായ വയലിലെത്തി. പകൽ വെളിച്ചത്തിൽ ആ വയലിൽക്കൂടി കടന്നുപോവാൻ ഞാൻ ഭയപ്പെട്ടു. അവിടെനിന്നും വനത്തിലേക്ക് കുറഞ്ഞത് മൂന്നു കിലോമീറ്ററെങ്കിലും ദൂരമുണ്ടായിരുന്നു. അതുകൊണ്ട് പകൽ മുഴവൻ ഓട്ട്സിനിടയിൽ മറഞ്ഞിരിക്കാമെന്ന് ഞാൻ തീരുമാനിച്ചു. ഓട്ട്സ്മണികൾ കയ്യിലിട്ടു തിരുമ്മി പൊട്ടിച്ച് കുറച്ചെണ്ണം കൊറിക്കുകയും ബാക്കിയുള്ളത് പോക്ക റ്റിൽ ഇടുകയും ചെയ്തുകൊണ്ടിരുന്നപ്പോൾ പട്ടികൾ കുരയ്ക്കുന്നതിന്റേയും മോട്ടോർ സൈക്കിൾ ഇരമ്പിവരുന്നതിന്റേയും ശബ്ദം കേട്ടുതുടങ്ങി. ഒരു നിമിഷ നേരത്തേക്ക് എന്റെ ഹൃദയം നിന്നുപോയി. കാരണം പട്ടികൾ അടുത്തടുത്തുവരികയായിരുന്നു. ഞാൻ നിലത്തുപറ്റി കിടന്ന് എന്റെ മുഖം പട്ടികൾ കടിച്ചുപറിക്കാതിരിക്കാൻവേണ്ടി കൈത്തണ്ടക ൾകൊണ്ട് തല മറച്ചു. അവ അടുത്തെത്തി ഒരു നിമിഷത്തിനകം എന്റെ

വസ്ത്രങ്ങൾ ചീന്തിമാറ്റി. ഞാൻ പിറന്നപടി ആയിത്തീർന്നു. പട്ടികൾ എന്നെ ഓട്ട്സിനിടയിൽക്കൂടി അങ്ങോട്ടുമിങ്ങോട്ടും വലിച്ചിഴച്ചു. അവ തോന്നിയതുപോലെയെല്ലാം എന്നെ ചെയ്തു. ഒടുവിൽ ഒരു വലിയ പട്ടി എന്റെ നെഞ്ചിൽ മുൻകാലുകൾ ചവിട്ടി നിന്നുകൊണ്ട് എന്റെ കഴുത്തിൽ കടിക്കാൻ തല നീട്ടി. പക്ഷെ അത് എന്നെ കടിച്ചില്ല.

മോട്ടോർ സൈക്കിളുകളിൽ രണ്ടു ജർമ്മൻകാർ വന്നു. ആദ്യം അവർ എന്നെ പൊതിരെ തല്ലി. പിന്നെ അവർ എന്നെ പട്ടികളുടെ മുമ്പിൽ ഇട്ടുകൊടുത്തു. അവ എന്റെ ദേഹം മുഴുവൻ കടിച്ചു പറിച്ചു, മാംസം കഷണങ്ങളായി എന്റെ ദേഹത്തുനിന്നും ചീന്തിമാറ്റി. ചോരയൊലിച്ച്, നഗ്നനായ നിലയിൽ അവരെന്നെ പാളയത്തിലേക്കു കൊണ്ടുപോയി. ഒളിച്ചോടാൻ ശ്രമിച്ചതിന് അവർ എന്നെ ഒരു മാസം മുഴുവൻ ഏകാന്ത ത്തടവിൽ പാർപ്പിച്ചു. പക്ഷെ എന്നിട്ടും ഞാൻ ജീവിച്ചു... എങ്ങിനെയോ ജീവൻ പിടിച്ചുനിർത്താൻ എനിക്കു സാധിച്ചു!

ഒരു തടവുകാരനായിരുന്നപ്പോൾ ഞാൻ അനുഭവിച്ചതൊക്കെ ഓർക്കാൻ തന്നെ ഞാനിഷ്ടപ്പെടുന്നില്ല, പിന്നെ ഞാനതു നിങ്ങളോട് എങ്ങിനെ പറയാനാണ്, ചങ്ങാതി. ഞങ്ങൾക്കു സഹിക്കേണ്ടിവന്ന പൈശാചികമായ മർദ്ദനത്തെപ്പറ്റി ഓർക്കുമ്പോൾ, ആ തടങ്കൽപ്പാള യത്തിനുള്ളിൽ മർദ്ദനമേറ്റു മരിച്ച സ്നേഹിതരെപ്പറ്റി ഓർക്കുമ്പോൾ, ഹൃദയം തൊണ്ടയിൽ വന്നു തടഞ്ഞ് ശ്വാസം മുട്ടിക്കുന്നു.

ഞാൻ ഒരു തടവുകാരനായിരുന്ന ആ രണ്ടുവർഷം അവർ ഞങ്ങളെ വെറും കന്നുകാലികളെപ്പോലെ എവിടെയെല്ലാമാണ് തെളിച്ചുകൊണ്ടു പോയത്! ഒരു തടങ്കൽപ്പാളയത്തിൽനിന്നും മറ്റൊന്നിലേക്ക് മാറി മാറി ഞാൻ ഏതാണ്ട് ജർമ്മനിയുടെ പകുതി വിസ്തീർണ്ണം സഞ്ചിരിച്ചെന്നു തോന്നുന്നു. ഞാൻ സാക്സനിയിൽ ഒരു സിലിക്കേറ്റ് ഫാക്ടറിയിൽ പണിയെടുത്തു. റൂർ പ്രദേശത്ത് കൽക്കരി ഖനിയിൽ പണിയെടുത്തു. ബവാറിയയിൽ ഒരു കുന്താലിയുമായി നിന്നു ഞാൻ വിയർപ്പൊഴുക്കിയി ട്ടുണ്ട്. ത്യൂറിൻ ഗെനിൽ കുറേനാൾ കഠിനാദ്ധ്വാനം ചെയ്തിട്ടുണ്ട്. ജർമ്മൻ മണ്ണിൽ ഞാൻ നടന്നിട്ടില്ലാത്ത എവിടെയെങ്കിലും ഉണ്ടോയെന്ന് സംശയമാണ്. അവിടെ രംഗവൈവിധ്യം ധാരാളമുണ്ടായിരുന്നു, പക്ഷെ അവർ നമ്മുടെ ആൾക്കാരെ വെടിവച്ചുകൊല്ലുകയും തല്ലിച്ചതയ്ക്കുകയും ചെയ്യുന്നതിനുമാത്രം യാതൊരു വ്യത്യാസവുമുണ്ടായിരുന്നില്ല. ആ നശിച്ച ഇഴജന്തുക്കളും ഇത്തിക്കണ്ണികളും ഞങ്ങളെ കശക്കി പിഴിഞ്ഞു. ഈ നാട്ടിൽ ഒരു മൃഗത്തിനോടുപോലും ആരും അത്ര നിന്ദ്യമായി പെരു മാറുകയില്ല. അവർ ഞങ്ങളെ ഇടിച്ചു, തൊഴിച്ചു, റബ്ബറുകൊണ്ടുണ്ടാക്കിയ

കുറുവടികൾകൊണ്ടും കൈയിൽ കിട്ടുന്ന ഇരുമ്പുദണ്ഡുകൾകൊണ്ടും പ്രഹരിച്ചു. തോക്കിന്റെ പാത്തികൊണ്ടും ലാത്തികൊണ്ടും ഉള്ള അടയാളങ്ങൾക്ക് കണക്കില്ലായിരുന്നു.

നിങ്ങൾ ഒരു റഷ്യാക്കാരനാണ് എന്നുള്ളതുകൊണ്ടു മാത്രം അവർ നിങ്ങളെ അടിക്കുന്നു. നിങ്ങൾ ഈ ഭൂമിയിൽ ജീവിച്ചിരിക്കുകയും അവർക്കുവേണ്ടി പണിയെടുക്കുകയും ചെയ്യുന്നതിന് അവർ നിങ്ങളെ അടിക്കുന്നു. നിങ്ങൾ നോക്കുന്നത് അവർക്കിഷ്ടപ്പെട്ടില്ലെങ്കിൽ, നിങ്ങൾ നടക്കുന്നത് അവർക്ക് ഇഷ്ടപ്പെട്ടില്ലെങ്കിൽ, അടിക്കുകയായി. അവർ മനസ്സിൽ വിചാരിക്കുന്നത് നിങ്ങൾ ചെയ്തില്ലെങ്കിൽ അത് അടിക്കാനൊരു കാരണമാകും... അവർ അടിക്കുന്നത് ഞങ്ങളെ കൊല്ലാൻവേണ്ടിയായിരുന്നു, അടികൊണ്ട് ഞങ്ങൾ സ്വന്തം രക്തത്തിൽ മുങ്ങിച്ചാവാൻ വേണ്ടിയായിരുന്നു. ഞങ്ങളെ എല്ലാവരേയും ജീവനോടെ ചുട്ടു കരിക്കുവാൻ ജർമ്മനിയിലെ മുഴുവൻ അടുപ്പുകളും മതിയാകയില്ല എന്നതുകൊണ്ടായിരിക്കാം അവർ ആ മാർഗ്ഗം സ്വീകരിക്കാതിരുന്നത്.

കൊണ്ടുപോയ ദിക്കിലെല്ലാം തിന്നാൻ കിട്ടിയതും ഒന്നുതന്നെ: പകുതി അറക്കപ്പൊടിയും ബാക്കി മാവും ചേർത്തുണ്ടാക്കിയ നൂറ്റിഅൻപതു ഗ്രാം ഉണക്ക റൊട്ടിയും തക്കാരിക്കിഴങ്ങുകൊണ്ടുള്ള നേർത്ത സൂപ്പും. ചിലപ്പോൾ കുടിക്കാൻ ചൂടുവെള്ളം തരും, ചിലപ്പോൾ അതുമില്ല. അക്കാര്യം പറയേണ്ട ആവശ്യമില്ല. യുദ്ധത്തിനു മുമ്പ് എന്റെ തൂക്കം എൺപത്താറു കിലോഗ്രാം ആയിരുന്നു, ശരല്ക്കാലമായപ്പോഴേക്കും അത് വെറും അൻപതു കിലോഗ്രാമായി കുറഞ്ഞു എന്നു പറഞ്ഞാൽ കഴിഞ്ഞല്ലോ. ഞാൻ വെറും എല്ലും തോലുമായിത്തീർന്നു. എല്ലുകളെ നേരെ നിർത്താനുള്ള ശക്തിപോലും കഷ്ടിയായിരുന്നു. എന്നിട്ടും ഒരക്ഷരം മിണ്ടാതെ ഞങ്ങൾക്ക് പണിയെടുക്കേണ്ടി വന്നു. ചിലപ്പോൾ വണ്ടിക്കുതിരകൾക്കുപോലും താങ്ങാൻ കഴിയാത്തത്ര ഭാരിച്ച ജോലി ഞങ്ങളെക്കൊണ്ട് ചെയ്യിച്ചു.

സെപ്തംബർ ആദ്യം സോവിയറ്റ് യുദ്ധത്തടവുകാരായ ഞങ്ങളിൽ നൂറ്റിനാല്പത്തിരണ്ടുപേരെ ക്യൂസ്ത്രിനടുത്തുള്ള പാളയത്തിൽനിന്നു, ഡ്രെസ്ഡണിൽനിന്നു വളരെ അകലെയല്ലാത്ത ബി-14 എന്ന പാളയത്തിലേക്കു മാറ്റി. ആ തടങ്കൽ പാളയത്തിൽ അന്ന് ഏകദേശം രണ്ടായിരം തടവുകാർ ഉണ്ടായിരുന്നു. ഞങ്ങളെ എല്ലാവരേയും കൊണ്ട് ഒരു കല്ലുവെട്ടാംകുഴിയിൽ പണിയെടുപ്പിച്ചു. ജർമ്മൻ കല്ലു വെട്ടുകയും പൊട്ടിച്ചെടുക്കുകയുമായിരുന്നു ഞങ്ങളുടെ ജോലി. ഒരാൾ ഒരു ദിവസം നാലു ക്യൂബിക്ക് മീറ്റർ കല്ലു പൊട്ടിക്കണമെന്നായിരുന്നു

നിയമം - അസ്ഥിക്കൂട്ടിനുള്ളിൽ ജീവനെ പിടിച്ചുനിർത്താൻ വിഷമിക്കു ന്ന ഒരാൾ ചെയ്യേണ്ട ജോലിയായിരുന്നു അത്. വാസ്തവത്തിൽ അത് തുടങ്ങി രണ്ടുമാസം കഴിഞ്ഞപ്പോൾ നൂറ്റിനാല്പത്തിരണ്ടു പേരുണ്ടാ യിരുന്ന ഞങ്ങളുടെ സംഘത്തിൽ അൻപത്തേഴു പേരാണ് ബാക്കി ഉണ്ടായിരുന്നത്. അതേപ്പറ്റി എന്തു പറയുന്നു, ചങ്ങാതീ?ഭയങ്കരം അല്ലേ? ഞങ്ങളുടെ കൂട്ടരെ കുഴിച്ചിടാൻ തന്നെ ഞങ്ങൾക്ക് സമയം ഉണ്ടായിരുന്നില്ല അങ്ങിനെ ഇരിക്കുമ്പോഴാണ്, ജർമ്മൻകാർ സ്റ്റാലി ൻഗ്രാഡ് പിടിച്ചെന്നും, സൈബീരിയയിലേക്ക് തള്ളിക്കയറിക്കൊണ്ടിരി ക്കുകയാണെന്നുമുള്ള കിംവദന്തി പ്രചരിച്ചത്. ദുഃഖത്തിന്റെ മീതെ ദുഃഖം. അവർ ഞങ്ങളെ കൂടുതൽ നിന്ദിച്ചു. ആ ജർമ്മൻ മണ്ണിലേക്ക് ഞങ്ങളെ തള്ളിയിട്ടേക്കാൻ യാചിക്കുന്നതുപോലെ ഞങ്ങൾ നിലത്ത് നോക്കി നടന്നു. കണ്ണുകൾ ഉയർത്താൻ ഞങ്ങൾക്കു കഴിഞ്ഞില്ല. എല്ലാ രാത്രിക ളിലും തടങ്കൽപ്പാളയത്തിലെ പാറാവുകാർ കുടിക്കുകയും പാട്ടുപാടുകയും ചെയ്തുകൊണ്ട് സന്തോഷപ്രകടനം നടത്തി.

ഒരു ദിവസം വൈകുന്നേരം ഞങ്ങൾ ജോലികഴിഞ്ഞ് തിരിച്ചെത്തി. അന്നു പകൽ മുഴുവൻ മഴയായിരുന്നു. ഞങ്ങൾ ധരിച്ചിരുന്ന പഴന്തുണി കൾ മുഴുവൻ നനഞ്ഞുകുതിർന്നു. തണുത്ത കാറ്റടിച്ചപ്പോൾ ഞങ്ങൾ വിറച്ചു. പല്ലുകൾ കൂട്ടിയടിച്ചുകൊണ്ടിരുന്നു. തുണികൾ ഉണക്കാനോ ചൂടുകായാനോ യാതൊരു മാർഗ്ഗവുമുണ്ടായിരുന്നില്ല. കലശലായ വിശപ്പും ഞങ്ങൾക്കുണ്ടായിരുന്നു. പക്ഷെ വൈകുന്നേരം ഞങ്ങൾക്ക് ആഹാരം തരിക പതിവില്ലായിരുന്നു.

ഞാൻ നനഞ്ഞ തുണികൾ ഊരിമാറ്റി എന്റെ ബങ്കിലേക്ക് ഇട്ടുകൊ ണ്ട് പറഞ്ഞു: നാലു ക്യൂബിക്ക് മീറ്ററിൽ കുറയരുതെന്ന് അവർ താക്കീതു ചെയ്തിട്ടുണ്ട്. പക്ഷെ നമ്മളിലൊരാളെ കുഴിച്ചുമൂടാൻ ഒരു ക്യൂബിക്ക് മീറ്റർ ധാരാളം മതി. അത്ര മാത്രമാണ് ഞാൻ പറഞ്ഞത്. പക്ഷെ, നിങ്ങൾ വിശ്വസിക്കുമോ എന്നറിയില്ല, ഞങ്ങളുടെ കൂട്ടത്തിൽ ഒരു വൃത്തികെട്ട പട്ടിയുണ്ടായിരുന്നു. അവൻ ചെന്ന് പാളയത്തിലെ കമാൻഡാന്റിനോട് അക്കാര്യം റിപ്പോർട്ടു ചെയ്തു.

പാളയത്തിലെ കമാൻഡാന്റ് - ജർമ്മൻകാർ അയാളെ വിളി ക്കുന്നത് ലാഗെർഫ്യൂറെർ എന്നാണ് - മ്യൂല്ലർ എന്നു പേരുള്ള ഒരു ജർമ്മൻകാരനായിരുന്നു. അധികം പൊക്കമില്ലാതെ നല്ല തടിയുള്ള ഒരു വനായിരുന്നു അയാൾ. തലമുടി ചണനാരുപോലെയാണ്; അയാൾക്ക് ആകപ്പാടെ നിറം പോയി വിളറിയ മട്ടായിരുന്നു. തലമുടിയും, കൺപീ ലികളും കണ്ണുകൾപോലും മങ്ങിയിരുന്നു. തുറിച്ച വട്ടക്കണ്ണുകളായിരുന്നു

അയാളുടേത്. നമ്മളൊക്കെ പറയുന്നതുപോലെ അയാൾ റഷ്യൻ പറയുമായിരുന്നു. വോൾഗ പ്രദേശത്തു ജനിച്ചുവളർന്നവനാണെന്നേ അയാളുടെ സംസാരം കേട്ടാൽ തോന്നുകയുള്ളൂ. അയാളുടെ തെറിപറച്ചിലോ? അതായിരുന്നു ഏറ്റവും ഭയങ്കരം. അയാളത് എവിടുന്ന് പഠിച്ചു എന്നാണ് എന്റെ സംശയം. ബ്ലോക്കിന്റെ - ഞങ്ങളെ താമസിപ്പിച്ചിരുന്ന ബാരക്കിന് അവർ പറയുന്നതു ബ്ലോക്ക് എന്നായിരുന്നു - മുമ്പിൽ ഞങ്ങളെ വരിയായി നിർത്തിയിട്ട് അയാൾ എസ്സ്.എസ്സ്. ഗാർഡുകളുടെ അകമ്പടിയോടെ ഒരറ്റത്തുനിന്ന് മറ്റേ അറ്റം വരെ നടക്കും. വലത്തു കൈ പിന്നിൽ പിടിച്ചുകൊണ്ടാണ് നടക്കുന്നത്. ആ കൈയിൽ അയാൾ തുകൽകൊണ്ടുള്ള ഉറ ധരിച്ചിരിക്കും. വിരലുകൾക്ക് കേടു പററാതിരിക്കാൻ തുകലിനടിയിൽ ഈയത്തകിട് പിടിപ്പിച്ചിരുന്നു. നടക്കുന്നതിനിടയിൽ അയാൾ വരിയിൽ ഒന്നിടവിട്ട് നിൽക്കുന്നവരുടെ മൂക്കിന് ഇടിച്ച് ചോരയൊലിപ്പിക്കും. ഫ്‌ളൂ പിടിക്കാതിരിക്കുവാനുള്ള കുത്തിവയ്പ്പ് എന്നാണ് അയാൾ അതിനു പേരിട്ടിരുന്നത്. ദിവസവും ഇത് ആവർത്തിച്ചുകൊണ്ടിരുന്നു. പാളയത്തിൽ ആകെ നാലു ബ്ലോക്കുകളായിരുന്നു. ഒന്നാമത്തെ ദിവസം അയാൾ ഒന്നാമത്തെ ബ്ലോക്കുകാരെ 'കുത്തിവയ്ക്കും,' പിറ്റേദിവസം രണ്ടാമത്തെ ബ്ലോക്കുകാരെ 'കുത്തിവയ്ക്കും,' അങ്ങിനെ നാലു ദിവസം കൊണ്ട് നാലു ബ്ലോക്കുകാരെയും ഒരു വട്ടം 'കുത്തിവയ്ക്കും.' അടുത്ത ദിവസം വീണ്ടും ആദ്യത്തെ ബ്ലോക്കിന്റെ ഊഴം വരും. ആ തെണ്ടി ഒരു ദിവസംപോലും അതു മുടക്കിയിട്ടില്ല. ആ വിഡ്ഢിക്ക് ഒരു കാര്യം മാത്രം മനസ്സിലായിരുന്നില്ല; അയാൾ പ്രവർത്തനം തുടങ്ങുന്നതിനുമുമ്പ് അതിനുള്ള ഒരു തയ്യാറെടുപ്പെന്ന നിലയ്ക്ക് ഞങ്ങളുടെ മുമ്പിൽ നിന്ന് ഒരു തെറിപ്രയോഗമുണ്ട്, അയാൾ അറിയാവുന്ന ചീത്ത മുഴുവൻ വിളിച്ചുപറഞ്ഞുകൊണ്ട് അങ്ങിനെ നില്ക്കുമ്പോൾ ഞങ്ങൾക്ക് അല്പമൊരു ആശ്വാസമാണു തോന്നുക. കാരണം ആ വാക്കുകളൊക്കെ നമ്മുടെ ഭാഷയിലാണല്ലോ. അങ്ങകലെ സ്വന്തം നാട്ടിൽനിന്ന് ഒരു കാറ്റ് വീശുന്നതുപോലെയാണ് അപ്പോൾ ഞങ്ങൾക്കു തോന്നിയിരുന്നത്. അയാളുടെ പ്രാക്കും തെറി പറച്ചിലും ഞങ്ങളെ സന്തോഷിപ്പിക്കുന്നുവെന്ന് അയാൾക്ക് മനസ്സിലായിരുന്നെങ്കിൽ അയാൾ അതും അയാളുടെ ഭാഷയിലാക്കുമായിരുന്നു എന്നുള്ളതിന് സംശയമില്ല. ഞങ്ങളുടെ കൂട്ടത്തിലുള്ള ഒരാൾക്കു മാത്രം അതു കേൾക്കുമ്പോൾ കോപം വരുമായിരുന്നു. മോസ്ക്കോക്കാരനായ എന്റെ ഒരു കൂട്ടുകാരനായിരുന്നു അയാൾ. അയാൾ അങ്ങിനെ പ്രാകിക്കൊണ്ടിരിക്കുമ്പോൾ ഞാൻ കണ്ണടച്ച് മോസ്ക്കോയിലുള്ള ഒരു മദ്യശാലയിലാണ് ഇരിക്കുന്നതെന്ന് വിചാരിക്കും. അപ്പോൾ ഒരു കോപ്പ ബിയറു കുടിക്കാനുള്ള

ആഗ്രഹംകൊണ്ട് എന്റെ തല മന്ദിയ്ക്കും, മോസ്ക്കോക്കാരൻ പറയും.

ക്യൂബിക്ക് മീറ്ററിന്റെ കാര്യം പറഞ്ഞതിന്റെ പിറ്റേ ദിവസം കമാൻഡാന്റ് എന്നെ വിളിപ്പിച്ചു. അന്നു വൈകുന്നേരം ഒരു ദ്വിഭാഷിയും രണ്ടു പാറാവുകാരും ഞങ്ങളുടെ ബാരക്കിൽ വന്നു. 'സൊക്കൊലോവ് അന്ദ്രേയ്!' അവർ വിളിച്ചു പറഞ്ഞു. ഞാൻ എണീറ്റു നിന്നു. 'ഞങ്ങളുടെ കൂടെ വരണം. ഹെർലാഗെർഫ്യൂറെർ നിങ്ങളെ കാണാൻ ആഗ്രഹിക്കുന്നു.' അയാളെന്നെ വിളിച്ചത് എന്തിനായിരിക്കുമെന്ന് ഞാൻ ഊഹിച്ചു. എന്റെ കഥ കഴിക്കാൻ. അല്ലാതെന്തിനാണ്? ഞാൻ എന്റെ കൂട്ടുകാരോട് യാത്ര പറഞ്ഞു. എന്നെ കൂട്ടിക്കൊണ്ടുപോകുന്നത് മരണത്തിന്റെ അടുത്തേക്കാണെന്ന് അവർക്ക് അറിയാമായിരുന്നു. ഞാൻ ദീർഘമായി ശ്വസിച്ചുകൊണ്ട് പാറാവുകാരുടെ കൂടെ നടന്നു. തടങ്കൽപാളയത്തിന്റെ മുറ്റത്തുകൂടി കടന്നുപോയപ്പോൾ ആകാശത്തിലേക്കു നോക്കി നക്ഷത്രങ്ങളോട് വിട വാങ്ങി. ഞാൻ സ്വയം വിചാരിച്ചു: 'നിന്റെ മേലുള്ള ഭീകരമായ മർദ്ദനം അവസാനിക്കാൻ പോവുകയാണ്, അന്ദ്രേയ് സോക്കൊലോവ്, നമ്പർ 3331.' എന്നാൽ എനിക്കു ഇറീനയുടേയും കുട്ടികളുടേയും കാര്യത്തിൽ വ്യസനം തോന്നി. എങ്കിലും ഞാൻ അതടക്കിക്കൊണ്ട്, കൈത്തോക്കിന്റെ മുമ്പിൽ പതറാതെ നില്ക്കാൻ വേണ്ട ധൈര്യം സംഭരിച്ചു. ഒരു പട്ടാളക്കാരൻ അങ്ങിനെ ആയിരിക്കണം. അവസാനനിമിഷത്തിൽ ജീവിതത്തോട് യാത്ര പറയുവാൻ എനിക്കെത്ര വിഷമമുണ്ടെന്ന് ശത്രുവിന് മനസ്സിലാകരുത്...

കമാൻഡാന്റിന്റെ മുറി നമ്മുടെ ക്ലബ്ബുകൾപോലെ വെടിപ്പും ഭംഗിയും ഉള്ളതായിരുന്നു. ജന്നൽപ്പടിയിൽ പൂക്കൾ ഉണ്ട്. തടങ്കൽ പാളയത്തിലെ എല്ലാ ഓഫീസറന്മാരും ഒരു മേശയ്ക്കു ചുറ്റും ഇരുന്നിരുന്നു. ഷ്നാപ്പ്സ് കുടിക്കുകയും പന്നിക്കൊഴുപ്പ് ചവയ്ക്കുകയും ചെയ്തുകൊണ്ട് അഞ്ചു പേർ അവിടെ ഇരിപ്പുണ്ട്. തുറന്ന ഒരു വലിയ കുപ്പിയും റൊട്ടി, പന്നിക്കൊഴുപ്പ്, കുറെ ആപ്പിളുകൾ, തുറന്ന പലതരം ടിന്നുകൾ എന്നിവയും മേശപ്പുറത്ത് ഉണ്ടായിരുന്നു. ആ തീറ്റി സാധനങ്ങളിലേക്ക് ഞാൻ ഒന്നു നോക്കി. പെട്ടെന്ന് എനിക്ക് മനംപുരട്ടി. ഛർദ്ദിക്കുമെന്നു തോന്നി. ഞാൻ ഒരു ചെന്നായെപ്പോലെ വിശന്നിരിക്കുകയായിരുന്നു. മനുഷ്യർ തിന്നുന്ന ആഹാരം കണ്ട കാലം ഞാൻ മറന്നുകഴിഞ്ഞിരുന്നു. എന്റെ കൺമുമ്പിൽ ആ വിഭവങ്ങൾ നിരന്നിരിക്കുന്നത് അപ്പോഴാണ്. ഒരു വിധത്തിൽ ഞാൻ മനം മറിച്ചിൽ അടക്കി. പക്ഷെ ആ മേശമേൽനിന്ന് കണ്ണെടുക്കാൻ വളരെ പണിപ്പെടേണ്ടി വന്നു.

എന്റെ നേരെ മുമ്പിൽ കുടിച്ച് പകുതി ലക്കുകെട്ട മ്യൂല്ലെർ ഇരിക്കുന്നുണ്ട്.

അയാൾ ഒരു കൈത്തോക്ക് ഒരു കയ്യിൽനിന്നും മറ്റെ കയ്യിലേക്കിട്ട് കളിച്ചുകൊണ്ടിരുന്നു. ഒരു സർപ്പത്തെപ്പോലെ അയാൾ ദൃഷ്ടികൾ എന്റെ മേൽ തറപ്പിച്ചു. ഞാൻ അറ്റെൻഷനായി നിന്നു, എന്റെ പൊളിഞ്ഞ ഷൂസിന്റെ ഉപ്പൂറ്റികൾ കൂട്ടിമുട്ടിച്ച് ഉറക്കെ ഇങ്ങിനെ റിപ്പോർട്ടു ചെയ്തു: 'യുദ്ധത്തടവുകാരനായ ആന്ദ്രേയ് സൊലക്കൊലോവ് അങ്ങയുടെ സന്നിധിയിൽ ഹാജരായിരിക്കുന്നു, ഹെർ കമാൻഡാന്റ്.' അയാൾ എന്നോട് പറഞ്ഞു: 'ശരി, റഷ്യൻ ഇവാൻ, നിനക്ക് നാലു ക്യൂബിക്ക് മീറ്റർ കല്ലു വെട്ടുന്നത് കൂടുതലാണെന്നാണ് അഭിപ്രായം, അല്ലേ?' 'അതെ, ഹെർ കമാൻഡാന്റ്,' ഞാൻ പറഞ്ഞു. 'അതു കൂടുതലാണ്.' 'നിന്നെ കുഴിച്ചുമൂടാൻ ഒരു ക്യൂബിക്ക് മീറ്റർ മതിയോ?' 'മതി, ഹെർ കമാൻഡാന്റ്, കുറച്ചു മിച്ചവും കാണും.'

അയാൾ എണീറ്റ് നിന്നുകൊണ്ട് പറഞ്ഞു: 'ഞാൻ നിന്നെ ബഹുമാനിക്കാൻ പോകുകയാണ്. നീ പറഞ്ഞ വാക്കുകളനുസരിച്ച് ഞാൻ നിന്നെ വെടിവച്ചു കൊല്ലാൻ പോവുകയാണ്. ഇവിടം വൃത്തികേടാക്കണ്ട. മുറ്റത്തേക്കു പോകാം. അവിടെവച്ച് നിന്റെ കഥ അവസാനിപ്പിക്കാം.' 'അങ്ങയുടെ ഇഷ്ടംപോലെ,' ഞാൻ പറഞ്ഞു. അയാൾ കുറച്ചുനേരം എന്തോ ആലോചിച്ചുകൊണ്ടു നിന്നിട്ട് തോക്ക് മേശപ്പുറത്തിട്ടു. ഒരു ഗ്ലാസിൽ അയാൾ ഷ്നാപ്സ് നിറച്ചു, ഒരു കഷണം റൊട്ടിയെടുത്ത് അതിൽ കുറച്ചു പന്നിക്കൊഴുപ്പു വച്ചു. അയാൾ ഗ്ലാസും റൊട്ടിയും എന്റെ നേർക്കു നീട്ടിക്കൊണ്ട് ഇങ്ങിനെ പറഞ്ഞു: 'റഷ്യൻ ഇവാൻ, നീ മരിക്കുന്നതിനുമുമ്പ് ജർമ്മൻ ആയുധങ്ങളുടെ വിജയത്തിനുവേണ്ടി കുടിക്ക്.'

ഞാൻ ഗ്ലാസും റൊട്ടിയും വാങ്ങാൻ കൈനീട്ടിയതാണ്, പക്ഷെ അയാളുടെ വാക്കുകൾ കേട്ടപ്പോൾ എന്റെ ഉള്ളിൽ എന്തോ കത്തിയെരിയുന്നതുപോലെ തോന്നി. ഒരു റഷ്യൻ പട്ടാളക്കാരനായ ഞാൻ, ജർമ്മൻ ആയുധങ്ങളുടെ വിജയത്തിനുവേണ്ടി കുടിക്കുകയോ? നിങ്ങൾ ഇനി എന്താണ് ആവശ്യപ്പെടാൻ പോകുന്നത്, ഹെർ കമാൻഡാന്റ്? നിങ്ങളുടെ ഷ്നാപ്സുംകൊണ്ട് നിങ്ങൾ പോയി തുലയൂ!

ഞാൻ ഗ്ലാസും റൊട്ടിയും മേശപ്പുറത്തു വച്ചുകൊണ്ട് പറഞ്ഞു: 'അങ്ങയുടെ ഔദാര്യത്തിന് നന്ദി. പക്ഷെ ഞാൻ കുടിക്കുകയില്ല.' അയാൾ ചിരിച്ചു. 'നീ ഞങ്ങളുടെ വിജയത്തിനുവേണ്ടി കുടിക്കുകയില്ല, അല്ലേ? അങ്ങനെയാണെങ്കിൽ നിന്റെ മരണത്തിനുവേണ്ടി കുടിച്ചോ!' എനിക്ക് നഷ്ടപ്പെടാൻ എന്താണുള്ളത്? 'എന്റെ മരണത്തിനും മർദ്ദനത്തിൽനിന്നുള്ള മുക്തിക്കും വേണ്ടി' എന്നു പറഞ്ഞുകൊണ്ട് ഗ്ലാസ് കൈയിലെടുത്ത് അതു മുഴുവൻ രണ്ടിറക്കിന് കുടിച്ചുതീർത്തു. പക്ഷെ

ഞാൻ റൊട്ടി തൊട്ടില്ല. കൈകൊണ്ട് വിനയത്തോടെ ചുണ്ടു തുടച്ചു കൊണ്ട് ഞാൻ പറഞ്ഞു: 'അങ്ങയുടെ ഔദാര്യത്തിനു നന്ദി. ഞാൻ തയ്യാറിക്കഴിഞ്ഞു, ഹെർ കമാൻഡാന്റ് അങ്ങേക്ക് ഇപ്പോൾ എന്റെ കഥ അവസാനിപ്പിക്കാം.'

പക്ഷെ അയാൾ എന്നെ സൂക്ഷിച്ചുനോക്കിക്കൊണ്ട് ഇങ്ങിനെ പറഞ്ഞു: 'നീ ചാകുന്നതിനുമുമ്പ് ഇതു കുറച്ചു തിന്നോ.' ഞാൻ മറുപടി പറഞ്ഞു: 'ആദ്യത്തെ ഗ്ലാസ്സു മദ്യം കഴിച്ചിട്ട് ഞാൻ ഒന്നും തിന്നാറില്ല.' അയാൾ ഒരു ഗ്ലാസ്സു കൂടി പകർന്ന് എനിക്കു തന്നു. ഞാൻ അതും കുടിച്ചു തീർത്തു, പക്ഷെ റൊട്ടി തൊട്ടില്ല. ഞാൻ എല്ലാം ധൈര്യത്തിന്റെ പുറത്താണ് കണക്കു കൂട്ടിയത്. ഞാൻ വിചാരിച്ചു, ഏതായാലും ചാകുന്നതിനുമുമ്പ് ഞാൻ കുടിച്ച് ബോധം കെടും. കമാൻഡാന്റിന്റെ വെളുത്ത പുരികങ്ങൾ ഉയർന്നു. 'നീ തിന്നാത്തതെന്താണ്, റഷ്യൻ ഇവാൻ? മടിക്കണ്ട!' എന്നിട്ടും ഞാൻ വിട്ടുകൊടുത്തില്ല. 'ക്ഷമിക്കണം, ഹെർ കമാൻഡാന്റ്, ഞാൻ രണ്ടാമത്തെ ഗ്ലാസിനു ശേഷവും ഒന്നും തിന്നാറില്ല.' അയാൾ കവിളുകൾ വീർപ്പിച്ചുകൊണ്ട് ഒന്നു മുക്രയിട്ടു. പിന്നീട് അയാൾ ആർത്തു ചിരിച്ചുതുടങ്ങി. അതിനിടയിൽ അയാൾ എന്തോ ജർമ്മൻ ഭാഷയിൽ പറഞ്ഞുകൊണ്ടിരുന്നു. ഞാൻ പറഞ്ഞത് പരിഭാഷപ്പെടുത്തിയതാവാം. മറ്റുള്ളവരും പൊട്ടിച്ചിരിച്ചു. അവർ കസേരകൾ പിന്നിലേക്കു മാറ്റിയിട്ട് എന്റെ നേരെ അവരുടെ വലിയ മോന്തകൾ തിരിച്ചു. അവരുടെ നോട്ടത്തിൽ ഒരു വ്യത്യാസം വന്നിട്ടുള്ളതായി എനിക്കു തോന്നി, അല്പമൊരു മയം വന്നതുപോലെ.

കമാൻഡാന്റ് മൂന്നാമതും ഗ്ലാസ്സു നിറച്ച് എനിക്കു നീട്ടി. അയാൾ അപ്പോഴും ചിരിച്ചുകൊണ്ടിരുന്നതിനാൽ അയാളുടെ കൈകൾ വിറയ്ക്കുന്നുണ്ടായിരുന്നു. ഞാൻ അത് സാവധാനത്തിലാണ് കുടിച്ചുതീർത്തത്. ഞാൻ റൊട്ടിയിൽനിന്നും ഒരു കഷണം കടിച്ചുതിന്നിട്ട് ബാക്കി മേശപ്പുറത്തു വച്ചു. വിശപ്പുകൊണ്ട് ഞാൻ പകുതി മരിച്ചിരിക്കുകയായിരുന്നെങ്കിലും അവർ എറിഞ്ഞു തരുന്ന കഷണങ്ങൾ ഞാൻ ആർത്തിയോടെ വിഴുങ്ങുകയില്ലെന്നും എനിക്ക് എന്റെ സ്വന്തമായി റഷ്യാക്കാരന്റെ അന്തസ്സും അഭിമാനവും ഉണ്ടെന്നും അവരെ കാണിച്ചുകൊടുക്കണമെന്ന് ഞാൻ ആഗ്രഹിച്ചു. അവർ ആഗ്രഹിച്ചതുപോലെ ഞാൻ ഒരു മൃഗമായി തീർന്നിട്ടില്ലെന്ന് അവർ മനസ്സിലാക്കട്ടെ.

പിന്നീട് കമാൻഡാന്റിന്റെ മുഖം ഗൗരവം പൂണ്ടു. അയാൾ നെഞ്ചിൽ കുത്തിയിരുന്ന രണ്ടു ഇരുമ്പുകുരിശുകൾ ശരിക്കു പിടിച്ചുവച്ചുകൊണ്ട് നിരായുധനായി മേശക്കു പിന്നിൽനിന്ന് എന്റെ അടുത്തേക്കു വന്നു.

അയാൾ പറഞ്ഞു: 'നോക്കൂ, സൊക്കൊലോവ്, നിങ്ങൾ ഒരു യഥാർത്ഥ റഷ്യൻ പോരാളിയാണ്. ധീരനായ പോരാളിയാണ്. ഞാനും ഒരു പോരാളിയാണ്. ഞാൻ അർഹനായ ഒരു ശത്രുവിനെ ആദരിക്കുന്നു. ഞാൻ നിങ്ങളെ വെടിവച്ചു കൊല്ലുന്നില്ല. പോരെങ്കിൽ ഇന്ന് ഞങ്ങളുടെ ധീരസേനകൾ വോൾഗവരെ എത്തുകയും സ്റ്റാലിൻഗ്രാഡ് മുഴുവനും കൈവശപ്പെടുത്തുകയും ചെയ്ത ദിവസമാണ്. അതുകൊണ്ട് ഞാൻ ഇന്ന് നിങ്ങളുടെ ജീവൻ നിങ്ങൾക്കു ദാനം ചെയ്യുന്നു. ബ്ലോക്കിലേക്ക് തിരിച്ചുപോയ്ക്കോളൂ. നിങ്ങളുടെ ധൈര്യത്തിനു സമ്മാനമായി ഇതുകൂടി എടുത്തോളൂ.' അയാൾ മേശപ്പുറത്തുനിന്ന് ഒരു ചെറിയ റൊട്ടിയും ഒരു കഷണം പന്നിക്കൊഴുപ്പും എടുത്ത് എനിക്കു തന്നു.

ഞാൻ ആ റൊട്ടി എടുത്ത് മാറോടു ചേർത്തുപിടിച്ചു. കൊഴുപ്പ് ഇടത്തു കൈയിൽ വച്ചു. സംഗതികൾ അവിചാരിതമായി ഇങ്ങനെ കലാശിച്ചതു കണ്ട് അന്തം വിട്ടുപോയ ഞാൻ അയാളോട് നന്ദി പറയാൻ ഓർത്തില്ല. ഞാൻ പട്ടാളമുറയ്ക്ക് പിൻതിരിഞ്ഞ് വാതുക്കലേക്കു നടന്നു. ആ സമയത്തൊക്കെ വിചാരിച്ചത് അയാൾ പിന്നിൽ നിന്നും എന്റെ തോളിലേക്ക് വെടിവയ്ക്കുമെന്നും ആ റൊട്ടി എന്റെ കൂട്ടർക്ക് കൊണ്ടുപോയി കൊടുക്കാൻ എനിക്കു കഴിയാതെപോകുമെന്നുമായിരുന്നു. പക്ഷെ ഒന്നും സംഭവിച്ചില്ല. പിന്നേയും മരണം എന്നെ കടന്നുപോയി. അതിന്റെ തണുത്ത നിശ്വാസം മാത്രം എന്റെ മേൽ പതിച്ചു.

ഒരിക്കൽപ്പോലും കാലിടറാതെ ഞാൻ കമാൻഡാന്റിന്റെ മുറിക്കു പുറത്തെത്തി. പക്ഷെ പുറത്തെത്തിയപ്പോൾ ഞാൻ അങ്ങോട്ടുമിങ്ങോട്ടും ആടിത്തുടങ്ങി. വേച്ചുവേച്ചു ഞാൻ ബാരക്കിലെത്തി ആ സിമന്റ് തറയിലേക്ക് വീണു. എന്റെ ബോധം മറഞ്ഞു. വെട്ടം വീഴുന്നതിനുമുമ്പു തന്നെ കൂട്ടുകാർ എന്നെ ഉണർത്തി: 'എന്തു പറ്റിയെന്ന് പറയൂ! കമാൻഡാന്റിന്റെ മുറിയിൽവച്ചു നടന്നതെല്ലാം എനിക്ക് അപ്പോൾ ഓർമ്മ വന്നു. ഞാൻ എല്ലാം അവരോടു പറഞ്ഞു: കിട്ടിയ സാധനങ്ങൾ നമ്മൾ എങ്ങിനെ വീതിക്കും? എന്റെ തൊട്ടടുത്തുള്ള ബങ്കിലെ ആൾ ചോദിച്ചു. അയാളുടെ ശബ്ദം വിറയ്ക്കുന്നുണ്ടായിരുന്നു. എല്ലാവർക്കും ഒരുപോലെ. ഞാൻ അയാളോടു പറഞ്ഞു. വെളിച്ചം വരുന്നതുവരെ ഞങ്ങൾ കാത്തിരുന്നു. ഒരു കഷണം ചരടുകൊണ്ട് ഞങ്ങൾ റൊട്ടിയും കൊഴുപ്പും ചെറുകഷണങ്ങളായി മുറിച്ചു. ഓരോരുത്തർക്കും ഒരു തീപ്പെട്ടിയുടെ വലിപ്പമുള്ള ഓരോ കഷണം റൊട്ടി കിട്ടി. ഞങ്ങൾ ഒരു തരി പോലും വെറുതെ കളഞ്ഞില്ല. കൊഴുപ്പ് ഞങ്ങൾക്ക് ചുണ്ടുകളിൽ പുരളാൻ മാത്രമേ കിട്ടിയുള്ളൂ. പക്ഷെ ഞങ്ങൾ ഉള്ളത് ന്യായമായി എല്ലാവർക്കും ഒരുപോലെ വീതിച്ചു.

അധികകാലം കഴിയുന്നതിനുമുമ്പ് കൂട്ടത്തിൽ ഏറ്റവും ശക്തന്മാരായ നൂറോളം പേരെ ഒരു ചതുപ്പനിലം വറ്റിക്കാനുള്ള ജോലിക്ക് അയച്ചു. പിന്നെ ഞങ്ങളെ ഒരു ഖനിയിൽ പണിയെടുപ്പിക്കാനായി റൂർ പ്രദേശത്തേക്കു കൊണ്ടുപോയി. നാല്പത്തിനാലുവരെ ഞാൻ അവിടെയുണ്ടായിരുന്നു. അതിനിടയ്ക്ക് നമ്മുടെ ആളുകൾ ജർമ്മൻകാരുടെ മുഷ്ക്ക് അല്പം കുറച്ചുകഴിഞ്ഞിരുന്നു. ഫാസിസ്റ്റുകൾ യുദ്ധത്തടവുകാരായ ഞങ്ങളോട് വലിയ അവജ്ഞ കാട്ടാറില്ല. പകൽ ജോലി ചെയ്തിരുന്നവരെ എല്ലാം ഒരു ദിവസം വരിയായി നിർത്തി. സന്ദർശനത്തിനെത്തിയ ഒരു ലെഫ്റ്റനന്റ് ദ്വിഭാഷിയുടെ സഹായത്തോടെ ഇങ്ങനെ പറഞ്ഞു : 'പട്ടാളത്തിൽവെച്ചോ യുദ്ധത്തിനുമുമ്പോ ഡ്രൈവറായി ജോലി ചെയ്തിട്ടുള്ളവർ ഒരടി മുമ്പോട്ട് നീങ്ങിനിൽക്കുക.' മുമ്പ് ഡ്രൈവറന്മാരായിരുന്ന ഞങ്ങൾ ഏഴുപേർ മുമ്പോട്ടു വന്നു. അവർ ഞങ്ങൾക്ക് ഓരോ പഴയ പണിക്കുപ്പായങ്ങൾ തന്നിട്ട് പാറാവുകാരെ കൂട്ടി ഞങ്ങളെ പോട്ട്സ്ഡാമിലേക്ക് അയച്ചു. അവിടെവച്ച് ഞങ്ങൾ പലവഴിക്കു തിരിഞ്ഞു. ഞാൻ തോഡ്റ്റിൽ ജോലി ചെയ്യാൻ നിയോഗിതനായി. റോഡുനിർമ്മാണത്തിനും പ്രതിരോധപ്രവർത്തനങ്ങൾക്കും വേണ്ടിയുള്ള വകുപ്പിന് ജർമ്മൻകാർ കൊടുത്തിരുന്ന പേരാണ് അത്.

ഞാൻ ഒരു ജർമ്മൻ മേജറെ ഒരു ഓപ്പൽ അഡ്മിറാലിൽ ഓടിച്ചുകൊണ്ടിരുന്നു. അയാൾ ശരിക്കും ഒരു ഫാസിസ്റ്റ് പന്നിയായിരുന്നു! കുടവയറുള്ള ഒരു മുണ്ടൻ. അയാളുടെ നീളവും വീതിയും ഏതാണ്ട് തുല്യമായിരുന്നു. പിൻഭാഗം ഒരു സ്ത്രീയുടേതുപോലെയിരുന്നു. താടി മൂന്ന് മടക്കുകളായി കോളറിന്റെ മുകളിൽനിന്ന് തൂങ്ങിക്കിടന്നു. കഴുത്തിനു പിന്നിലും മൂന്നു മടക്കുണ്ടായിരുന്നു. അയാളുടെ ദേഹത്ത് നൂറു റാത്തൽ കൊഴുപ്പെങ്കിലും ഉണ്ടായിരുന്നിരിക്കണം. നടക്കുമ്പോൾ അയാൾ ഒരു ആവിയന്ത്രം പോലെ കിതയ്ക്കും. അയാൾ തീറ്റക്കിരുന്നാൽപ്പിന്നെ രക്ഷയില്ല! ഒരു ദിവസം മുഴുവൻ ചവച്ചുകൊണ്ടും ഫ്ളാസ്ക്കിൽനിന്നും ബ്രാണ്ടി കുടിച്ചുകൊണ്ടും അവിടെയിരിക്കും. വല്ലപ്പോഴുമൊക്കെ എനിക്കും തിന്നാൻ എന്തെങ്കിലും കിട്ടുമായിരുന്നു. വഴിയിൽ കാറുനിർത്തിച്ച് അയാൾ കുറെ സോസേജും പാൽക്കട്ടിയും മുറിച്ച് തിന്നുതുടങ്ങും. അല്പം കുടിക്കുകയും ചെയ്യും. നല്ല നേരമാണെങ്കിൽ ഒരു പട്ടിക്കിട്ടുകൊടുക്കുന്നതുപോലെ എനിക്കും വല്ലതും ഇട്ടുതരും. ഒരിക്കലും അയാൾ കൈയിൽ തരില്ല, അത് അയാളുടെ അന്തസ്സിനു ചേർന്നതല്ലല്ലോ. ഇതൊക്കെയാണെങ്കിലും അത് തടങ്കൽപ്പാളയത്തിലെ ജീവിതത്തെ അപേക്ഷിച്ച് വളരെ ഭേദമായിരുന്നു. ക്രമേണ ഞാൻ കാഴ്ചയ്ക്ക് വീണ്ടും ഒരു മനുഷ്യനായി തുടങ്ങി. എനിക്ക് കുറേശ്ശെ തൂക്കം വർദ്ധിച്ചു.

ഞാൻ ഏകദേശം രണ്ടാഴ്ച മേജറെ പോട്ട്സ്ഡാമിൽനിന്ന് ബർളിനിലേക്കും തിരിച്ച് പോട്ട്സ്ഡാമിലേക്കും കൊണ്ടുപൊയ്ക്കൊണ്ടിരുന്നു. അപ്പോൾ നമ്മുടെ സൈന്യങ്ങൾക്ക് എതിരായുള്ള പ്രതിരോധനിരകൾ നിർമ്മിക്കുവാനായി അയാൾ യുദ്ധമുന്നണിയിലേക്ക് അയയ്ക്കപ്പെട്ടു. അക്കാലത്ത് രാത്രിയിൽ ഒരിക്കലും എനിക്ക് ഉറങ്ങാൻ കഴിഞ്ഞിട്ടില്ല. എന്റെ സ്വന്തം ആളുകളുടെ അടുത്തേക്ക്, എന്റെ സ്വന്തം രാജ്യത്തേക്ക് എങ്ങിനെ രക്ഷപ്പെടാൻ കഴിയും എന്ന് ആലോചിച്ചുകൊണ്ട് ഞാൻ രാത്രി മുഴുവൻ ഉറങ്ങാതെ കിടക്കും.

പോലൊത്സ്ക് എന്ന പട്ടണത്തിലേക്ക് ഞങ്ങൾ കാറോടിച്ചു പോയി. വെളുപ്പാൻകാലത്ത് രണ്ടു വർഷത്തിനിടയിൽ ആദ്യമായി ഞാൻ നമ്മുടെ പീരങ്കികളുടെ ശബ്ദം കേട്ടു. എന്റെ ഹൃദയം എങ്ങിനെ മിടിച്ചുവെന്ന് നിങ്ങൾക്ക് ഊഹിക്കാമല്ലോ. എന്റെ ചങ്ങാതി, ഇറീനയോട് ഞാൻ ആദ്യമായി പ്രേമപ്രകടനം നടത്തിയപ്പോൾ പോലും എന്റെ ഹൃദയം അത്രവേഗം മിടിച്ചിട്ടില്ല! പോലൊത്സ്ക്കിന് പതിനെട്ടു കിലോമീറ്റർ കിഴക്കായി പോരാട്ടം നടക്കുകയായിരുന്നു. ആ പട്ടണത്തിലുണ്ടായിരുന്ന ജർമ്മൻകാർ പ്രത്യക്ഷത്തിൽത്തന്നെ വളരെ ദുഃഖിതരായിരുന്നു. അവർ അങ്ങേ അറ്റത്തെ ബേജാറു കാണിച്ചു. എന്റെ കുടവയറൻ കൂടുതൽ കൂടുതൽ കുടിച്ചുതുടങ്ങി. പകൽസമയത്ത് അയാൾ പലയിടത്തും സഞ്ചരിച്ച് പ്രതിരോധനിരകൾ നിർമ്മിക്കുന്നതിനെപ്പറ്റി നിർദ്ദേശം നല്കിക്കൊണ്ടിരിക്കും. രാത്രിയായാൽപ്പിന്നെ ഒറ്റയ്ക്കിരുന്ന് കുടിയാണ്. അയാൾ ആകെ ഒന്നുകൂടി ചീർത്തു. അയാളുടെ കണ്ണുകൾക്കു താഴെ തൊലി സഞ്ചിപോലെ തൂങ്ങിക്കിടന്നു.

“ശരി, ഞാൻ വിചാരിച്ചു, ഇനി കാത്തിരുന്നിട്ടു കാര്യമില്ല, ഇതാണ് പറ്റിയ അവസരം. ഞാൻ ഒറ്റയ്ക്ക് ഓടിപ്പോവാനല്ല ഉദ്ദേശിച്ചത്. കുടവയറനെക്കൂടെ കൊണ്ടു പോകണം. അവിടെ ചെന്നാൽ അയാളെ പ്രയോജനപ്പെടുത്താം.”

ബോംബു വീണു തകർന്ന ഒരു കെട്ടിടത്തിന്റെ അവശിഷ്ടങ്ങളുടെ കൂട്ടത്തിൽ ഞാൻ ഒരു ഘനമുള്ള ഇരുമ്പുകട്ടി കണ്ടുപിടിച്ചു. അതു ഞാൻ ഒരു പഴന്തുണിയിൽ പൊതിഞ്ഞു. അയാളെ അതുകൊണ്ട് ഇടിക്കുകയാണെങ്കിൽ ചോര പുറത്തു വരികയില്ലല്ലൊ. അതുകൊണ്ടാണ് ഞാൻ അങ്ങിനെ ചെയ്തത്. കുറെ ടെലിഫോൺ കമ്പിയും ഞാൻ റോഡിൽനിന്ന് ശേഖരിച്ചു. അങ്ങിനെ എനിക്കു വേണ്ടതെല്ലാം തയ്യാറാക്കി സീററിന്റെ അടിയിൽ ഒളിച്ചുവച്ചു. രക്ഷപ്പെടുന്നതിന് രണ്ടു ദിവസം മുമ്പ് ഒരു സായാഹ്നത്തിൽ പെട്രോൾ നിറച്ചിട്ട് വരുന്ന വഴിയിൽ ഒരു

ജർമ്മൻ സാർജന്റ് കുടിച്ച ലക്കില്ലാതെ ഭിത്തികളിൽ പിടിച്ചുപിടിച്ച് നടന്നുപോകുന്നതു ഞാൻ കണ്ടു. ഞാൻ കാർ അവിടെ നിർത്തിയിട്ട് അയാളെ ഒരു പൊളിഞ്ഞ കെട്ടിടത്തിന്റെ ഉള്ളിലേക്ക് കൊണ്ടുപോയി. അയാളുടെ യൂണിഫോറം അഴിച്ചെടുത്തു. തലയിൽനിന്ന് തൊപ്പിയും എടുത്തു. അതെല്ലാം കാറിൽ കൊണ്ടുപോയി സീറ്റിനടിയിൽ വച്ചിട്ട് ഞാൻ ഓടിച്ചുപോയി.

ജൂൺ 29-ാം ന രാവിലെ തന്നെ പട്ടണത്തിനു വെളിയിൽ ത്രൊസ്നീത്സയുടെ ഭാഗത്തേക്ക് കൊണ്ടുപോകണമെന്ന് മേജർ എന്നോട് പറഞ്ഞു. അവിടെ നടന്നുകൊണ്ടിരുന്ന പ്രതിരോധനിർമ്മാണത്തിന്റെ മേൽനോട്ടം വഹിച്ചിരുന്നത് അയാളാണ്. ഞങ്ങൾ കാറോടിച്ചുപോയി. മേജർ പിൻസീറ്റിലിരുന്ന് സുഖമായി ഉറങ്ങുകയായിരുന്നു. വർദ്ധിച്ചുവരുന്ന ഹൃദയമിടിപ്പോടെ ഞാൻ മുൻപിലിരുന്ന് കാറോടിച്ചു. ഞാൻ വളരെ വേഗത്തിലാണ് കാറോടിച്ചത്. പക്ഷെ പട്ടണത്തിനു വെളിയിൽ കടന്നപ്പോൾ വേഗത കുറച്ചു. പിന്നീട് ഞാൻ കാർ നിർത്തി പുറത്തിറങ്ങി ചുറ്റുപാടും കണ്ണോടിച്ചു; വളരെ ദൂരം പിന്നിലായി രണ്ടു ലോറികൾ സാവധാനം ഓടിച്ചുവരുന്നുണ്ട്. ഞാൻ ഇരുമ്പുകട്ട പുറത്തെടുത്തിട്ട് കതക് മലർക്കെ തുറന്നു. കുടവയറൻ സീറ്റിൽ ചാരിക്കിടന്നുകൊണ്ട്, ഭാര്യയുടെ കൂടെ കിടന്നുറങ്ങുന്നതുപോലെ കൂർക്കം വലിച്ച് ഉറങ്ങുകയാണ്. ഇരുമ്പുകട്ടകൊണ്ട് അയാളുടെ ഇടത്തെ ചെന്നിക്ക് ഞാനൊരു ഇടി കൊടുത്തു. അയാളുടെ തല നെഞ്ചിലേക്ക് കുനിഞ്ഞു. ഉറപ്പുവരുത്താൻവേണ്ടി ഞാൻ അയാളെ ഒന്നുകൂടി ഇടിച്ചു. പക്ഷെ അയാളെ കൊല്ലണമെന്ന് എനിക്ക് ആഗ്രഹമില്ലായിരുന്നു. അയാളെ ജീവനോടെ മറുവശത്തെത്തിക്കണമെന്നായിരുന്നു എന്റെ മോഹം. നമ്മുടെ കൂട്ടരോട് പ്രധാനപ്പെട്ട പലതും പറയുവാൻ അയാൾക്കു കഴിയും. ഞാൻ അയാളുടെ തോക്ക് ഉറയിൽനിന്നും വലിച്ചെടുത്ത് എന്റെ പോക്കറ്റിൽ ഇട്ടു. പിന്നീട് ഒരു സ്പാനർ പിൻസീറ്റിന്റെ പുറകിലേക്കു തള്ളിക്കയറ്റി. ടെലിഫോൺ കമ്പി മേജറുടെ കഴുത്തിൽ കെട്ടിയിട്ട് അത് സ്പാനറിൽ ബന്ധിച്ചു. വേഗത്തിൽ ഞാൻ കാറോടിക്കുമ്പോൾ അയാൾ ഒരു വശത്തേക്കു ചരിഞ്ഞുപോകാതിരിക്കുവാനാണ് അങ്ങിനെ ചെയ്തത്. ഞാൻ ജർമ്മൻ യൂണിഫോറവും തൊപ്പിയും ധരിച്ചിട്ട് ഭൂമി വിറച്ചുകൊണ്ടിരിക്കുന്നിടത്തേക്ക്, പോരാട്ടം നടന്നുകൊണ്ടിരിക്കുന്നിടത്തേക്കു, നേരെ ഓടിച്ചുപോയി.

രണ്ടു ബങ്കറുകളുടെ ഇടയിൽക്കൂടി ഞാൻ ജർമ്മൻ മുന്നണിക്കപ്പുറത്തേക്ക് പാഞ്ഞുപോയി. ഒരു സംഘം യന്ത്രത്തോക്കുകാർ ഒരു കിടങ്ങിൽനിന്നും പുറത്തേക്കോടി വന്നു. ഞാൻ അപ്പോൾ മനഃപ്പൂർവ്വം വേഗത

കുറച്ചു. ഒരു മേജറെയാണു ഞാൻ കൊണ്ടുപോകുന്നത് എന്ന് അവർ കാണാൻ വേണ്ടിയാണ് ഞാനങ്ങിനെ ചെയ്തത്. ഞാൻ അങ്ങോട്ടു പോകരുതെന്ന് അവർ വിളിച്ചുപറയുകയും ആംഗ്യം കാണിക്കുകയും ചെയ്തുകൊണ്ടിരുന്നു. പക്ഷെ എനിക്കതു മനസ്സിലായില്ലെന്നു ഭാവിച്ചുകൊണ്ട് ഞാൻ ഏകദേശം എൺപതു കിലോമീറ്റർ വേഗത്തിൽ കാർ ഓടിച്ചുപോയി. സംഭവിച്ചതെന്താണെന്നു മനസ്സിലാക്കി അവർ വെടിവച്ചുതുടങ്ങിയപ്പോഴേക്കും ഞാൻ അവരുടെ മുന്നണിക്കപ്പുറത്തുള്ള സ്ഥലത്തെത്തിക്കഴിഞ്ഞിരുന്നു. ഷെല്ലുകൾ പൊട്ടിയ കുഴികളുടെ ഇടയിൽക്കൂടി ഒരു മുയലിന്റെ സാമർത്ഥ്യത്തോടെ ഞാൻ കാറു മുമ്പോട്ടു കൊണ്ടുപോയി.

പിന്നിൽനിന്നും ജർമ്മൻകാർ വെടിവച്ചുകൊണ്ടിരുന്നു. പിന്നെ നമ്മുടെ ഭാഗക്കാർ ക്ഷോഭിച്ച് മുമ്പിൽനിന്നും എന്റെ നേർക്കു വെടിവച്ചുതുടങ്ങി. വിൻഡ്സ്ക്രീനിൽ നാലു ഉണ്ടകൾ കൊണ്ടു. റേഡിയേറ്ററിൽ വെടി കൊണ്ടു. എന്നാൽ അകലെയല്ലാതെ ഒരു തടാകത്തിന്റെ വക്കിൽ ഒരു മരക്കൂട്ടം ഉള്ളത് ഞാൻ കണ്ടു. നമ്മുടെ കൂട്ടർ ആ സമയത്ത് കാറിനടുത്തേക്ക് ഓടിവരുന്നുണ്ടായിരുന്നു. ഞാൻ ആ മരക്കൂട്ടത്തിനിടയിലേക്ക് കാറോടിച്ചു. കതകു തള്ളിത്തുറന്ന് ഞാൻ നിലത്തു കമഴ്ന്നു കിടന്ന് ആ മണ്ണിനെ ചുംബിച്ചു. എനിക്ക് ശ്വാസം വിടാൻ വിഷമം തോന്നി.

തോളിൽ കാക്കിപ്പട്ട പിടിപ്പിച്ചിട്ടുള്ള യൂണിഫോറം - അത് ഞാൻ മുമ്പു കണ്ടിട്ടില്ല - ധരിച്ച ഒരു യുവാവാണ് ആദ്യം എന്റെ അടുക്കൽ എത്തിയത്. പരിഹാസത്തോടെ ചിരിച്ചുകൊണ്ട് അയാൾ എന്നോടു പറഞ്ഞു: 'എന്താ, നാസി പിശാചേ, വഴി തെറ്റിപ്പോയോ?' ഞാൻ ജർമ്മൻ യൂണിഫോറം വലിച്ചെറിഞ്ഞു. ജർമ്മൻ തൊപ്പി ഊരി നിലത്തിട്ടുകൊണ്ട് ഞാൻ അയാളോട് പറഞ്ഞു: 'മോനേ, സുന്ദരക്കുട്ടാ! വൊറോനിഷിൽ ജനിച്ചുവളർന്ന ഞാൻ നാസിയാണ്, അല്ലേ! ഞാനൊരു യുദ്ധത്തടവുകാരനായിരുന്നു, മനസ്സിലായോ? നീ, ആ കാറിലിരിക്കുന്ന തടിയനെ ഇളക്കിയെടുത്ത് കമാൻഡറുടെ മുമ്പിൽ ഹാജരാക്കു. അയാളുടെ ബാഗ് എടുത്തുകൊണ്ടുപോകാൻ മറക്കരുത്.' ഞാൻ എന്റെ കൈത്തോക്ക് അയാളെ ഏല്പിച്ചു. പലരുടേയും അടുത്തേക്ക് എന്നെ മാറിമാറി കൊണ്ടുപോയി. വൈകുന്നേരമായപ്പോഴേക്കും ഞാൻ ആ ഡിവിഷന്റെ കമാൻഡറായിരുന്ന കേണലിന്റെ സന്നിധിയിൽ ഹാജരായി. ഇതിനിടയ്ക്ക് ഞാൻ ആഹാരം കഴിക്കുകയും കുളിക്കുകയും ചെയ്തു. എന്നെ ചോദ്യം ചെയ്തതിനുശേഷം ഒരു പുതിയ യൂണിഫോറം അവർ എനിക്കു നൽകി. അങ്ങിനെ ഞാൻ ദേഹവും മനസ്സും ശുദ്ധമാക്കി, നല്ല വേഷവുമണിഞ്ഞ് ഒരു യോഗ്യനായിട്ടാണ് കേണലിന്റെ

മുമ്പിൽ പ്രത്യക്ഷപ്പെട്ടത്. കേണൽ മേശയുടെ പിന്നിൽനിന്നെഴുന്നേറ്റ്, അവിടെ കൂടിയിരുന്ന ആഫീസറന്മാരുടെ എല്ലാവരുടേയും മുമ്പിൽവച്ച് എന്നെ കെട്ടിപ്പിടിച്ചുകൊണ്ട് ഇങ്ങിനെ പറഞ്ഞു: 'പട്ടാളക്കാരാ, നിങ്ങൾ ഞങ്ങൾക്കു കൊണ്ടുവന്നു തന്ന വില പിടിച്ച സമ്മാനത്തിനു നന്ദി. ഞങ്ങൾ യുദ്ധമുന്നണിയിൽവച്ച് തടവുകാരായി പിടിക്കുന്ന ഇരുപതു ജർമ്മൻകാർക്ക് ഞങ്ങളോടു പറയാൻ കഴിയുന്നതിൽ കൂടുതൽ വിവരങ്ങൾ നിങ്ങളുടെ മേജറും അയാളുടെ ബാഗും നല്കിക്കഴിഞ്ഞു. നിങ്ങൾക്ക് ഒരു ബഹുമതിമുദ്ര നല്കാൻ ഞാൻ ശുപാർശ ചെയ്യുന്നതാണ്.' അദ്ദേഹത്തിന്റെ വാക്കുകളും അദ്ദേഹം പ്രകടിപ്പിച്ച വാത്സല്യവും എന്നെ സ്പർശിച്ചു. എന്റെ ചുണ്ടുകൾ വിറച്ചു. എനിക്ക് പറയാൻ കഴിഞ്ഞത് ഇത്രമാത്രമാണ്: 'സഖാവു കേണൽ, ഒരു റൈഫിൾ യൂണിറ്റിൽ എന്നെ ചേർക്കണമെന്ന് ഞാൻ അപേക്ഷിക്കുന്നു.'

പക്ഷെ കേണൽ അതുകേട്ട് ചിരിക്കുകയാണു ചെയ്തത്. അദ്ദേഹം എന്റെ തോളിൽ തട്ടിക്കൊണ്ട് പറഞ്ഞു: 'എഴുന്നേറ്റു നില്ക്കാൻ ശക്തിയില്ലാത്ത നിങ്ങൾ എങ്ങിനെ യുദ്ധം ചെയ്യാനാണ്? ഞാൻ നിങ്ങളെ നേരെ ആശുപത്രിയിലേക്ക് അയയ്ക്കാൻ പോകയാണ്. അവർ നിങ്ങളുടെ ഉള്ളിൽ കുറച്ച് ആഹാരം ചെലുത്തുകയും നിങ്ങളുടെ ദേഹം ഒന്നു നന്നാക്കുകയും ചെയ്യും. അതിനുശേഷം നിങ്ങൾ ഒരു മാസത്തെ അവധിക്ക് വീട്ടിൽ പോയിട്ട് തിരിച്ചു വന്നാൽ മതി. അപ്പോൾ നിങ്ങളെ എവിടെയാണ് ഇടേണ്ടതെന്ന് നമുക്ക് ആലോചിക്കാം.'

കേണലും അവിടെ ഉണ്ടായിരുന്ന എല്ലാ ഓഫീസറന്മാരും എനിക്ക് ഹസ്തദാനം ചെയ്യുകയും വളരെ ഹൃദയസ്പർശിയായ വിധം എന്നോട് യാത്രപറയുകയും ചെയ്തു. ഞാൻ പുറത്തിറങ്ങിയപ്പോൾ എന്റെ തല കറങ്ങി. കാരണം ഒരു മനുഷ്യനോടു പെരുമാറുന്നതുപോലെ ആരെങ്കിലും എന്നോട് പെരുമാറിയിട്ട് രണ്ടു വർഷം കഴിഞ്ഞിരുന്നു. അതിന്റെ സുഖം എന്തെന്ന് ഞാൻ മറന്നുകഴിഞ്ഞിരുന്നു. മേലുദ്യോഗസ്ഥന്മാരോടു സംസാരിക്കുമ്പോൾ തലയ്ക്ക് അടി കിട്ടുമോ എന്ന് അപ്പോഴും ഭയപ്പെടുന്നതുപോലെ ഞാൻ തല കുനിച്ചുപിടിക്കുമായിരുന്നു. തടവുകാരനായിരിക്കുമ്പോൾ ഉണ്ടായ ആ ശീലം മാറ്റാൻ അത്ര പെട്ടെന്ന് എനിക്കു കഴിഞ്ഞില്ല. ഫാസിസ്റ്റ് തടങ്കൽ പാളയത്തിൽ ലഭിച്ച പരിശീലനം അതായിരുന്നു....

ഞാൻ ആശുപത്രിയിൽ പ്രവേശിച്ച ഉടനെ ഇറീനയ്ക്ക് ഒരു കത്തെഴുതി. ഞാൻ തടവുകാരനായി പിടിക്കപ്പെട്ടതെങ്ങിനെയാണെന്നും മേജറേയുംകൊണ്ട് രക്ഷപ്പെട്ടതെങ്ങിനെയാണെന്നും ചുരുക്കത്തിൽ അവളെ

അറിയിച്ചു. അങ്ങിനെ വീമ്പടിക്കുവാൻ എനിക്ക് കഴിഞ്ഞതെങ്ങിനെ യാണെന്ന് എനിക്കു തന്നെ അറിയില്ല. കേണൽ എനിക്ക് ബഹുമ തിമുദ്ര നല്കാൻ ശുപാർശ ചെയ്യാമെന്നു വാഗ്ദാനം ചെയ്തിട്ടുണ്ടെന്നുള്ള കാര്യംപോലും എഴുതാതിരിക്കാൻ എനിക്കു കഴിഞ്ഞില്ല...

രണ്ടാഴ്ച ഉറക്കവും തീറ്റിയും മാത്രമായി കഴിഞ്ഞു. അവർ എനിക്ക് കുറേശ്ശെയാണ് ആഹാരം തന്നത്. പക്ഷെ ഒരു ദിവസം പല പ്രാവശ്യം തരുമായിരുന്നു. എനിക്ക് കൊതിയുള്ള ആഹാരം മുഴുവൻ ഒരുമിച്ചു തിന്നാൽ ഞാൻ ചത്തുപോകുമെന്നാണ് ഡോക്ടറന്മാർ പറഞ്ഞത്. എന്നാൽ രണ്ടാഴ്ച കഴിഞ്ഞപ്പോഴേക്കും ഞാൻ ഭക്ഷണം വെറുത്തു. വീട്ടിൽനിന്നും യാതൊരു വിവരവും ഇല്ലായിരുന്നു. തുറന്നു പറയാമ ല്ലോ, എന്റെ മനസ്സ് അസ്വസ്ഥമായിത്തുടങ്ങി. എനിക്ക് ആഹാരം കഴിക്കുന്നതിനെപ്പറ്റി ഓർക്കാൻപോലും വിഷമമായിത്തീർന്നു. ഉറക്കം ഇല്ലാതായി. പലവിധത്തിലുള്ള അശുഭവിചാരങ്ങളും തലയ്ക്കുള്ളിൽ കടന്നു കൂടി. മൂന്നാമത്തെ ആഴ്ചയിൽ എനിക്ക് വൊറോനിഷിൽ നിന്ന് ഒരെഴുത്തു കിട്ടി. പക്ഷെ അത് ഇറീനയുടേതായിരുന്നില്ല. എന്റെ അയല്ക്കാരിൽ ഒരാളുടേതായിരുന്നു ആ കത്ത്. ജർമ്മൻകാർ വിമാനനിർമ്മാണഫാക്ട റിക്ക് ബോംബിട്ടെന്നും ഒരു കനത്ത ബോംബ് എന്റെ വീടിന്റെ മുകളിൽ വീണെന്നും അയാൾ എഴുതിയിരുന്നു. അതു വന്നു വീണ സമയത്ത് ഇറീനയും പെൺകുട്ടികളും വീട്ടിനുള്ളിൽ ഉണ്ടായിരുന്നു.... അവരുടെ ഒരു തരിപോലും അവശേഷിച്ചില്ലെന്ന് അയാൾ എഴുതിയിരുന്നു. വീടിരുന്നിടത്ത് ഒരു ആഴമുള്ള കുഴി മാത്രം അവശേഷിച്ചു.... ആദ്യത്തെ പ്രാവശ്യം എനിക്ക് ആ കത്തു മുഴുവൻ വായിക്കാൻ കഴിഞ്ഞില്ല. എന്റെ കണ്ണുകളിൽ ഇരുട്ടു കയറി. എന്റെ ഹൃദയം ഒരു ചെറിയ ഗോളമായി ചുരുങ്ങി. അതിനി ത്രസിക്കയില്ലെന്ന് എനിക്കു തോന്നി. ഞാൻ കിട ക്കയിൽ ചാരിക്കിടന്നു. കുറച്ചു ശക്തി വീണ്ടുകിട്ടിയപ്പോൾ ഞാൻ കത്തു മുഴുവൻ വായിച്ചുനോക്കി. ബോംബു വീണ സമയത്ത് അനത്തോലിയ് പട്ടണത്തിലേക്കു പോയിരിക്കയായിരുന്നുവെന്ന് എന്റെ അയല്ക്കാരൻ എഴുതിയിരുന്നു. വൈകുന്നേരമായപ്പോൾ അവൻ തന്റെ വീടിരുന്ന സ്ഥലത്തു ചെന്ന് ബോംബു വീണുണ്ടായ കുഴി നോക്കിയിട്ട് അന്നു രാത്രി തന്നെ പട്ടണത്തിലേക്കു തിരിച്ചുപോയി. താൻ പട്ടാളത്തിൽ ചേരാൻ പോവുകയാണെന്ന് പോകുന്നതിനുമുമ്പ് അവൻ എന്റെ അയല്ക്കാരനോടു പറഞ്ഞിരുന്നു. ആ കത്തിൽ അത്രയുമേ ഉണ്ടായിരുന്നുള്ളൂ.

എന്റെ ഹൃദയം അല്പമൊന്ന് അയഞ്ഞപ്പോൾ, എനിക്ക് ശരിക്കു ബോധം വന്നപ്പോൾ, ഞാൻ യാത്ര ചോദിച്ച ദിവസം ഇറീന എന്നെ വിടാതെ എന്നോട് പറ്റിച്ചേർന്നു നിന്ന കാര്യം ഞാനോർത്തു.

ഞങ്ങളിനി ഈ ലോകത്തിൽവച്ച് കണ്ടുമുട്ടുകയില്ലെന്ന് അവളുടെ സ്ത്രീഹൃദയം അറിഞ്ഞിരുന്നിരിക്കണം. എന്നിട്ട് ഞാൻ അവളെ പിടിച്ചു തള്ളി... ഒരിക്കൽ എനിക്ക് എന്റേതായ ഒരു കുടുംബമുണ്ടായിരുന്നു, ഒരു വീടുണ്ടായിരുന്നു. അനേകവർഷംകൊണ്ടാണ് ഞാൻ അതെല്ലാം പടുത്തുയർത്തിയത്. പക്ഷെ ഞൊടിയിടകൊണ്ട് എല്ലാം നശിച്ചു. ഞാൻ ഏകനായി. എന്റെ ഈ താറുമാറായ ജീവിതം ഒരു സ്വപ്നം മാത്രമായിരുന്നിരിക്കണം. ഒരു തടവുകാരനായിരിക്കുമ്പോൾ എല്ലാ രാത്രിയിലും ഞാൻ നിശ്ശബ്ദം ഇറീനയോടും കുഞ്ഞുങ്ങളോടും സംസാരിക്കാറുണ്ടായിരുന്നു. ഞാൻ വീട്ടിൽ തിരിച്ചെത്തുമെന്നും എന്നെപ്പററി വിഷമിക്കാനില്ലെന്നും പറഞ്ഞ് ഞാൻ അവരെ ആശ്വസിപ്പിക്കാൻ ശ്രമിക്കാറുണ്ടായിരുന്നു. ഞാൻ കരുത്തുള്ളവനാണ്, എനിക്കിതൊക്കെ സഹിക്കാൻ കഴിയും, ഒരു ദിവസം നമ്മളെല്ലാവരും ഒരുമിച്ചുചേരും, എന്നെല്ലാം ഞാൻ പറയാറുണ്ടായിരുന്നു. ഞാൻ രണ്ടു വർഷം മുഴുവൻ സംസാരിച്ചിരുന്നത് മരിച്ചുപോയവരോടായിരുന്നോ?

അയാൾ ഒരു നിമിഷനേരം മിണ്ടാതെ ഇരുന്നിട്ട് പെട്ടെന്ന് മറ്റൊരു സ്വരത്തിൽ പറഞ്ഞു:

“ചങ്ങാതീ, നമുക്കൊന്നു പുകവലിക്കാം. എനിക്ക് ശ്വാസം മുട്ടുന്നതു പോലെ തോന്നുന്നു.”

ഞങ്ങൾ പുകയില കത്തിച്ചു. വെള്ളം കെട്ടിക്കിടന്ന കാട്ടിലെവിടെയോ ഒരു മരംകൊത്തി ഉറക്കെ മുട്ടിക്കൊണ്ടിരുന്നു. അപ്പോഴും ചൂടുള്ള ഒരു കാറ്റ് ആൾഡർമരങ്ങളുടെ ഉണങ്ങിയ ഇലകളിൽനിന്നും മർമ്മരശബ്ദം ഉയർത്തിക്കൊണ്ടിരുന്നു. വലിച്ചുകെട്ടിയ വെളുത്ത കപ്പൽപ്പായുകളെപ്പോലെ നീലാകാശത്തിൽ വെള്ളിമേഘങ്ങൾ അപ്പോഴും ഒഴുകിക്കൊണ്ടിരുന്നു. പക്ഷെ വസന്തത്തിന്റെ മഹത്തായ സാക്ഷാത്ക്കരണത്തിന് ഒരുങ്ങിനിൽക്കുന്ന, ജീവിതത്തിൽ ചൈതന്യത്തിന്റെ അനശ്വരസാന്നിദ്ധ്യം ഉറപ്പിച്ചുപറയാൻ തയ്യാറെടുത്തു നില്ക്കുന്ന, അനന്തമായ ലോകം ആ നിശ്ശബ്ദ നിമിഷങ്ങളിൽ തികച്ചും വ്യത്യസ്തമായി എനിക്കു തോന്നി.

അയാളുടെ കഥ എന്റെ മനസ്സിനെ വളരെയധികം ക്ഷോഭിപ്പിച്ചു. മൗനം അവലംബിക്കാൻ കഴിയാതെ ഞാൻ ചോദിച്ചു:

“പിന്നെ എന്താണ് ഉണ്ടായത്?”

“പിന്നെ എന്തുണ്ടായെന്നോ?” അയാൾ വൈമനസ്യത്തോടെ പറഞ്ഞുതുടങ്ങി. “കേണൽ എനിക്ക് ഒരു മാസത്തെ അവധി അനുവദിച്ചു. ഒരാഴ്ച കഴിഞ്ഞ് ഞാൻ വൊറോനിഷിൽ എത്തി. ഞാനും എന്റെ

കുടുംബവും ഒരു കാലത്തു താമസിച്ചിരുന്നിടത്തേയ്ക്ക് ഞാൻ നടന്നു. അവിടെ മലിനജലം കെട്ടിക്കിടക്കുന്ന ഒരു വലിയ കുഴിയുണ്ടായിരുന്നു. അതിന്റെ ചുറ്റും അരയറ്റം പൊക്കത്തിൽ പാഴ്ച്ചെടികൾ വളർന്നു നിന്നിരുന്നു. അവിടമാകെ ഒരു ശവപ്പറമ്പുപോലെ ശൂന്യവും നിശ്ചലവും ആയിരുന്നു. ചങ്ങാതി, സത്യം പറഞ്ഞാൽ അതു കണ്ടുനില്ക്കാൻ എനിക്കു കഴിഞ്ഞില്ല. ഞാൻ സ്റ്റേഷനിലേക്ക് തിരിച്ചുപോയി. ആ സ്ഥലത്ത് ഒരു മണിക്കൂർ തികച്ച് നില്ക്കാൻ ഞാൻ അശക്തനായിരുന്നു. അന്നുതന്നെ ഞാൻ എന്റെ ഡിവിഷനിലേക്കു മടങ്ങി.

മൂന്നു മാസം കഴിഞ്ഞ് കാർമേഘങ്ങളുടെ ഇടയിൽ നിന്നും പുറത്തു കടന്ന ഒരു കീറു വെളിച്ചംപോലെ എനിക്കൊരു സന്തോഷവാർത്ത ലഭിച്ചു. അനത്തോലിയെക്കുറിച്ചുള്ളതായിരുന്നു അത്. എനിക്ക് അവന്റെ ഒരു കത്തു കിട്ടി. മറ്റൊരു മുന്നണിയിൽനിന്നാണ് അവൻ എഴുതിയിരുന്നത്. എനിക്ക് കത്തയച്ച ആ അയല്ക്കാരനിൽനിന്നും അനത്തോലിയ്ക്ക് എന്റെ മേൽവിലാസം കിട്ടി. അവന് ആദ്യം ഒരു സൈനികകോളേജിൽ പ്രവേശനം ലഭിച്ചുവെന്നും കണക്കിൽ അവനുള്ള സാമർത്ഥ്യം അതിനവനെ സഹായിച്ചുവെന്നും അവന്റെ എഴുത്തിൽ ഉണ്ടായിരുന്നു. ഒരു വർഷം കഴിഞ്ഞ് അവൻ പ്രശസ്തവിജയം നേടി യുദ്ധമുന്നണിയിലേക്കു പോയി. ഒരു ക്യാപ്റ്റന്റെ റാങ്ക് തനിക്കു ലഭിച്ചുവെന്ന് അവൻ എഴുതിയിരുന്നു. അവൻ ഒരു ടാങ്കുനശീകരണപീരങ്കിവിഭാഗത്തെ നയിക്കുകയായിരുന്നു. അവന് ആറ് ബഹുമതിമുദ്രകൾ കിട്ടിക്കഴിഞ്ഞിരുന്നു. ചുരുക്കത്തിൽ അവൻ അച്ഛനെ വളരെ പിന്നിലാക്കിക്കഴിഞ്ഞിരുന്നു. വീണ്ടും എനിക്ക് അവനെപ്പറ്റി യഥാർത്ഥത്തിൽ അഭിമാനം തോന്നി. എന്തു പറഞ്ഞാലും എന്റെ സ്വന്തം മകൻ ഒരു ക്യാപ്റ്റനും ഒരു ബാറ്ററിയുടെ കമാൻഡറുമാണ്, അതൊരു വലിയ കാര്യംതന്നെയാണ്! പോരാത്തതിന് ആ ബഹുമതിമുദ്രകളും! അവന്റെ അച്ഛൻ ഒരു ലോറിയിൽ ഷെല്ലുകളും മറ്റ് സാമഗ്രികളും കയറ്റിയിറക്കുക മാത്രമാണ് ചെയ്തിട്ടുള്ളത്, പക്ഷെ അതു സാരമില്ല. അച്ഛന്റെ കാലം കഴിഞ്ഞുപോയി. പക്ഷെ അവൻ ഒരു ക്യാപ്റ്റനാണ്. അവന്റെ മുമ്പിൽ ജീവിതം നീണ്ടുകിടക്കുന്നു.

രാത്രിയിൽ ഞാൻ ഒരു വൃദ്ധന്റെ മനോരാജ്യം കെട്ടിപ്പടുത്തുതുടങ്ങി. യുദ്ധം കഴിയുമ്പോൾ എന്റെ മോനെക്കൊണ്ട് ഒരു കല്യാണം കഴിപ്പിക്കണം. എന്നിട്ട് എനിക്ക് അവരുടെ കൂടെ പാർക്കണം. ഞാൻ ചില്ലറമരപ്പണികൾ ചെയ്യുകയും കുട്ടികളെ നോക്കുകയും ചെയ്യും. വൃദ്ധന്മാർ സാധാരണ ചെയ്യാറുള്ള പണികളെല്ലാം ഞാനും ചെയ്യും. പക്ഷെ ആ ആശയും തകർന്നു. ശൈത്യകാലത്ത് ഞങ്ങൾ തുടർച്ചയായി മുമ്പോട്ട് തള്ളിക്കയറിക്കൊണ്ടിരുന്നു. എഴുത്തയയ്ക്കാൻ ഞങ്ങൾക്ക്

അന്ന് സമയം ചുരുക്കമായിരുന്നു. പക്ഷെ യുദ്ധം അവസാനിക്കാറാ യപ്പോൾ, ബെർലിന് തൊട്ടടുത്തുവച്ച് ഞാൻ അനതോലിയ്ക്ക് ഒരു കത്തെഴുതി. പിറ്റെ ദിവസം തന്നെ അവന്റെ മറുപടിയും കിട്ടി. ഞാനും അനതോലിയും രണ്ടു മാർഗ്ഗങ്ങളിൽക്കൂടി ജർമ്മൻ തലസ്ഥാനത്തി നടുത്ത് എത്തിയിരിക്കയാണെന്നും ഞങ്ങൾ അടുത്തടുത്താണെന്നും ആ കത്തിൽനിന്നു മനസ്സിലായി. ഞങ്ങൾ തമ്മിൽ കാണുന്ന നിമിഷം വരാൻ ഞാൻ അക്ഷമനായിരുന്നു. അതെ, ആ നിമിഷം വന്നു... മേയ് ഒമ്പതാം തീയതി, വിജയദിനത്തിന്റെ അന്നു രാവിലെ, ഒരു ജർമ്മൻ വെടിയുണ്ടയേറ്റ് എന്റെ അനതോലിയ് കൊല്ലപ്പെട്ടു.

അന്ന് ഉച്ച തിരിഞ്ഞപ്പോൾ കമ്പനി കമാൻഡർ എന്നെ വിളിപ്പിച്ചു. അദ്ദേഹത്തിന്റെ കൂടെ അപരിചിതനായ ഒരു ലെഫ്റ്റനന്റ് കേണൽ ഇരി ക്കുന്നതു ഞാൻ കണ്ടു. ഞാൻ മുറിയിൽ പ്രവേശിച്ച ഉടനെ തന്നേക്കാൾ സ്ഥാനം കൂടിയ ഒരാളെ കണ്ടിട്ടെന്നപോലെ അദ്ദേഹം എണീറ്റുനിന്നു. എന്റെ കമ്പനി കമാൻഡർ പറഞ്ഞു: 'ഇദ്ദേഹം നിങ്ങളെ കാണാനാണു വന്നിരിക്കുന്നത്, സൊക്കൊലോവ്.' അദ്ദേഹം ഉടൻതന്നെ ജനാലയുടെ നേർക്ക് മുഖം തിരിച്ചുകളഞ്ഞു. എന്റെ ദേഹത്തു വൈദ്യുതാഘാതമേറ്റ തുപോലെ എനിക്കു തോന്നി. കാരണം എന്തോ കുഴപ്പമുണ്ടെന്ന് ആ നിമിഷം എനിക്കു മനസ്സിലായി. ലെഫ്റ്റനന്റ് കേണൽ എന്റെ മുമ്പിൽ വന്നു നിന്നു പറഞ്ഞു: 'ധൈര്യമായിരിക്കു, പിതാവേ. നിങ്ങളുടെ പുത്രൻ ക്യാപ്റ്റൻ സൊക്കൊലോവ് ഇന്ന് അദ്ദേഹത്തിന്റെ ബാറ്ററിയിൽവച്ച് കൊല്ലപ്പെട്ടു. എന്റെ കൂടെ വരൂ.'

എന്റെ കാലുകൾ വിറച്ചു. എങ്കിലും ഞാൻ പാദങ്ങൾ നിലത്തുറപ്പി ച്ചുനിന്നു. പൊളിഞ്ഞുവീണ കെട്ടിടങ്ങളുടെ അവശിഷ്ടങ്ങൾ ചിന്നിച്ചിതറി കിടക്കുന്ന തെരുവീഥികളിൽക്കൂടി ഒരു വലിയ കാറിൽ ലെഫ്റ്റനന്റ് കേണലിനോടൊപ്പം നടത്തിയ യാത്ര വെറുമൊരു സ്വപ്നമായിരുന്നു വെന്നാണ് ഇപ്പോൾപ്പോലും എനിക്ക് തോന്നുന്നത്. വരിവരിയായി നില്ക്കുന്ന പട്ടാളക്കാരും ചുവന്ന വെൽവെറ്റുകൊണ്ടു മൂടിയ ശവപ്പെട്ടി യും അവ്യക്തമായിട്ടേ ഞാൻ ഓർമ്മിക്കുന്നുള്ളൂ. എന്നാൽ ചങ്ങാതി, നിങ്ങളെ കാണുന്നതുപോലെ വ്യക്തമായി എന്റെ അനതോലിയെ ഞാനിപ്പോഴും കൺമുമ്പിൽ കാണുന്നു. ഞാൻ ശവപ്പെട്ടിയുടെ അടുത്തു ചെന്നുനിന്നു. എന്റെ മകനായിരുന്നു അതിനുള്ളിൽ കിടന്നിരുന്നത്. എന്നാൽ അതേ സമയം അവനല്ലായിരുന്നുതാനും. എന്റെ മകൻ ഒരു ബാലനായിരുന്നു - ഇടുങ്ങിയ തോളുകളും മെലിഞ്ഞ കഴുത്തും ഉന്തിനി ല്ക്കുന്ന കണ്ഠമുഴയുമുള്ള സദാ പുഞ്ചിരി തൂവുന്ന ഒരു ബാലൻ. എന്നാൽ അവിടെ കിടന്നത് വിരിഞ്ഞ ചുമലുകളുള്ള പൂർണ്ണവളർച്ച പ്രാപിച്ച

സുഭഗനായ ഒരു പുരുഷനായിരുന്നു. ഞാൻ നിൽക്കുന്നതിനപ്പുറത്ത് വിദൂരതയിലെവിടെയോ നോക്കിക്കൊണ്ടിരിക്കുന്നതുപോലെ അവന്റെ കണ്ണുകൾ പാതി അടഞ്ഞിരുന്നു. അവന്റെ ചുണ്ടുകളുടെ കോണുകളിൽ മാത്രം എന്റെ മകന്റെ പുഞ്ചിരിയുടെ ലേശം തങ്ങിനിന്നിരുന്നു, എനിക്കു പരിചിതനായ അനത്തോലിയുടെ പുഞ്ചിരി. ലെഫ്റ്റനന്റ് കേണൽ ഒരു ലഘുപ്രസംഗം നടത്തി. എന്റെ അനത്തോലിയുടെ സുഹൃത്തുക്കൾ കണ്ണുനീർ തുടച്ചു. പക്ഷെ എനിക്ക് കരയാൻ കഴിഞ്ഞില്ല. എന്റെ കണ്ണുനീർ ഹൃദയത്തിനുള്ളിൽവച്ചുതന്നെ വറ്റിപ്പോയിരുന്നിരിക്കണം. അതുകൊണ്ടായിരിക്കാം ഇപ്പോഴും അവിടെ ഇത്രയേറെ വേദന അനുഭവപ്പെടുന്നത്.

എന്റെ അവസാനത്തെ ആശയും, ആനന്ദവും ഞാൻ ആ ജർമ്മൻ മണ്ണിൽ കുഴിച്ചിട്ടു. തങ്ങളുടെ കമാൻഡറോട് അന്ത്യയാത്ര പറയുവാനായി പീരങ്കികൾ ഒരു ചുറ്റു വെടിവച്ചു, എന്റെ ഉള്ളിൽ എന്തോ ഒന്ന് പൊട്ടിപ്പോയി.... യൂണിറ്റിൽ തിരിച്ചെത്തിയ ഞാൻ ഞാനല്ലാതായിക്കഴിഞ്ഞിരുന്നു. അധികകാലം കഴിയുന്നതിനുമുമ്പ് ഞാൻ സൈനികസേവനത്തിൽനിന്നും വിമുക്തനാക്കപ്പെട്ടു. എങ്ങോട്ടാണു പോകേണ്ടത്? വൊറോനിഷിലേക്കോ? ഇല്ല, അതു സാദ്ധ്യമല്ല. ശൈത്യകാലത്ത് യുദ്ധസേവനത്തിൽനിന്ന് ആരോഗ്യപരമായ കാരണത്താൽ ഒഴിവാക്കപ്പെട്ട എന്റെ ഒരു സ്നേഹിതൻ ഉര്യുപ്പിൻസ്ക്കിൽ താമസിക്കുന്നുണ്ടായിരുന്നു. അയാളുടെ കൂടെ താമസിക്കാൻ എന്നെ ഒരിക്കൽ അയാൾ ക്ഷണിച്ചിരുന്നു. ഞാൻ അങ്ങോട്ടു പോയി.

എന്റെ സ്നേഹിതനും ഭാര്യയ്ക്കും കുട്ടികളുണ്ടായിരുന്നില്ല. പട്ടണത്തിന്റെ ഒരറ്റത്ത് അവർക്ക് സ്വന്തമായി ഒരു ചെറിയ വീടുണ്ടായിരുന്നു. അയാൾക്ക് പെൻഷൻ ലഭിക്കുന്നുണ്ടായിരുന്നെങ്കിലും ഒരു ലോറി ഡിപ്പോവിൽ അയാൾ ഡ്രൈവറായി പണിയെടുത്തിരുന്നു. എനിക്കും അവിടെ ഡ്രൈവറായി ജോലി കിട്ടി. ഞാൻ എന്റെ സ്നേഹിതന്റെ കൂടെ താമസമാക്കി. എന്നെ ഒരു കുടുംബാംഗത്തെപ്പോലെ അവർ സ്വീകരിച്ചു. ഞങ്ങൾ പട്ടണത്തിന്റെ പ്രാന്തപ്രദേശങ്ങളിൽ പലതരം ചരക്കുകൾ കയറ്റിയിറക്കി. ശരത്കാലത്ത് ധാന്യം കൊണ്ടുപോകുന്ന ജോലിയിൽ ഏർപ്പെട്ടു. അന്നാണ് ഞാൻ എന്റെ പുതിയ പുത്രനുമായി പരിചയപ്പെട്ടത്. ആ മണലിൽ കളിക്കുന്ന കുട്ടിയാണ് അത്.

ലോറിയുംകൊണ്ട് ഒരു ദീർഘയാത്ര കഴിഞ്ഞ് തിരിച്ചുവരുമ്പോൾ ഞാൻ ആദ്യമായി ചെയ്യുന്നത് ഒരു കഫേയിൽ കയറി എന്തെങ്കിലും തിന്നുകയും ക്ഷീണം മാറ്റാൻ ഒരു ഗ്ലാസ് വോഡ്ക്ക കുടിക്കുകയുമാണ്.

ആ ദുശ്ശീലത്തോട് എനിക്ക് അക്കാലത്ത് വലിയ മമതയായിരുന്നുവെന്ന് തുറന്നുപറയട്ടെ. ഒരു ദിവസം ഈ കുട്ടിയെ ഞാൻ അവിടെ കണ്ടു. പിറ്റേ ദിവസവും കണ്ടു. എത്ര വൃത്തികെട്ട കോലമായിരുന്നെന്നോ അവൻ; മുഖത്തു മുഴുവൻ തണ്ണിമത്തന്റെ ചാറ് ഉണങ്ങിപ്പിടിച്ചിരുന്നു. മുഷിഞ്ഞു നാറിയ ഉടുപ്പുകൾ. പാടിപ്പറന്നുകിടക്കുന്ന തലമുടി. പക്ഷെ മഴ കഴിഞ്ഞ് ആകാശത്തിൽ തെളിയുന്ന നക്ഷത്രങ്ങളെപ്പോലെ പ്രകാശിക്കുന്ന രണ്ടു കണ്ണുകൾ അവനുണ്ടായിരുന്നു! എനിക്ക് അവനോട് അതിയായ വാത്സല്യം തോന്നി. അവനെ കാണാതിരിക്കുമ്പോൾ എനിക്ക് വ്യസനം തോന്നിത്തുടങ്ങി എന്നു പറഞ്ഞാൽ നിങ്ങൾ അത്ഭുതപ്പെട്ടേക്കാം. എന്റെ ഓട്ടം കഴിഞ്ഞ് കഫേയിലെത്തി അവനെ കാണാനുള്ള ധൃതികൊണ്ട് ഞാൻ ലോറി അതിവേഗം ഓടിച്ചുതുടങ്ങി. കഫേയിൽനിന്നാണ് അവന് ആഹാരം ലഭിച്ചിരുന്നത് - അവിടെ വരുന്നവർ വല്ലതും കൊടുക്കുന്നത് തിന്നാണ് അവൻ വിശപ്പടക്കിയിരുന്നത്.

നാലാമത്തെ ദിവസം ലോറി നിറയെ ധാന്യവും കയറ്റിക്കൊണ്ട് സ്റ്റേറ്റ് കൃഷിക്കളത്തിൽനിന്നും ഞാൻ നേരെ കഫേയുടെ മുമ്പിലെത്തി. ആ കുട്ടി കാലാട്ടിക്കൊണ്ട് അതിന്റെ നടയിലിരുന്നിരുന്നു. അവന്റെ മുഖം വിശപ്പുകൊണ്ട് വാടിത്തളർന്നു. ഞാൻ ലോറിയ്ക്കു പുറത്തേക്ക് ജനലിൽക്കൂടി തല നീട്ടിക്കൊണ്ട് അവനോടു വിളിച്ചു പറഞ്ഞു: 'ഹേ, വാന്യാ! ലോറിയിൽ കയറിക്കോ. ഞാൻ നിന്നെ എലിവേറ്ററിനടുത്തു കൊണ്ടുപോകാം. തിരിച്ചുവന്ന് വല്ലതും കഴിക്കാം.' എന്റെ ശബ്ദം കേട്ട് അവൻ ഒന്നു ഞെട്ടി. പിന്നെ ഇരുന്നിരുന്ന പടിയിൽനിന്നും നേരെ ലോറിയുടെ ഫുട്ട്ബോർഡിലേക്ക് അവൻ ചാടിക്കയറി. ജനലിന്റെ നേരെ എത്തിവലിഞ്ഞു നിന്നു. എന്റെ പേര് വാന്യ എന്നാണെന്ന് എങ്ങിനെ അറിഞ്ഞു? പതുക്കെ ഇങ്ങിനെ ചോദിച്ചുകൊണ്ട് അവൻ ആ നക്ഷത്രക്കണ്ണുകൾ തുറന്നുപിടിച്ച് മറുപടി കാത്തുനിന്നു. എല്ലാക്കാര്യങ്ങളും അറിയാവുന്ന ആളുകളിൽ ഒരാളാണു ഞാൻ എന്ന് അവനോട് ഞാൻ പറഞ്ഞു. അവൻ വലതുവശത്തു വന്നു. ഞാൻ കതകു തുറന്ന് അവനെ അകത്തു കയറ്റി എന്റെ അടുത്തിരുത്തിയിട്ട് ലോറി വിട്ടു. നല്ല പ്രസരിപ്പുള്ള ഒരു കുട്ടിയായിരുന്നു അവൻ. എന്നാൽ പെട്ടെന്ന് അവൻ നിശ്ശബ്ദനായി. ഇടയ്ക്കിടെ ചുരുണ്ട ഇമകൾക്കിടയിൽക്കൂടി നക്ഷത്രക്കണ്ണുകൾകൊണ്ട് എന്നെ നോക്കിയിട്ട് അവൻ നെടുവീർപ്പിട്ടുകൊണ്ടിരുന്നു. ആ ചെറിയ കുട്ടി നെടുവീർപ്പിടാൻ പഠിച്ചുകഴിഞ്ഞു. അവൻ നെടുവീർപ്പിടുകയാണോ ഈ പ്രായത്തിൽ വേണ്ടത്? 'വാന്യ, നിന്റെ അച്ഛൻ എവിടെ?' ഞാൻ ചോദിച്ചു. 'യുദ്ധത്തിൽ മരിച്ചുപോയി' അവൻ മന്ത്രിച്ചു. 'അമ്മയോ?' 'ഞങ്ങൾ തീവണ്ടിയിൽ വരുമ്പോൾ ഒരു ബോംബു വീണ്

അമ്മ മരിച്ചു.' 'നീ എവിടുന്നാണ് തീവണ്ടിയിൽ കയറിയത്?' 'എനിക്കറിയില്ല, ഞാൻ ഓർക്കുന്നില്ല...' 'നിനക്ക് വീട്ടുകാർ ആരുമില്ലേ?' 'ഇല്ല, ആരുമില്ല.' 'പക്ഷെ നീ എവിടെയാണ് ഉറങ്ങുന്നത്? എവിടെയെങ്കിലും.'

ചുടുകണ്ണുനീർ എന്റെ തൊണ്ടയിൽ വന്നു തങ്ങി. ഞാൻ ആ നിമിഷത്തിൽ എല്ലാം തീരുമാനിച്ചു. നാമെന്തിനാണ് ഇങ്ങിനെ അകന്നിരുന്ന് ഒറ്റക്കൊറ്റയ്ക്ക് ദുഃഖിക്കുന്നത്! അവനെ എന്റെ സ്വന്തം പുത്രനായി ഞാൻ സ്വീകരിക്കും. പെട്ടെന്ന് എന്റെ മനസ്സ് സ്വസ്ഥമായി. അവിടെ എന്തോ ഒരു വെളിച്ചം വീണതുപോലെ തോന്നി. ഞാൻ അവന്റെ നേരെ തലകുനിച്ചുകൊണ്ട് വളരെ ശാന്തമായി പറഞ്ഞു: 'വാന്യാ, ഞാൻ ആരാണെന്ന് നിനക്കറിയാമോ?' അവൻ മൃദുസ്വരത്തിൽ ചോദിച്ചു: 'ആരാണ്?' ഞാൻ ശാന്തനായിത്തന്നെ അവനോടു പറഞ്ഞു: 'ഞാൻ നിന്റെ അച്ഛനാണ്.

ദൈവമേ, അപ്പോൾ എന്താണ് ഉണ്ടായത്! അവൻ എന്റെ കഴുത്തിൽ കെട്ടിപ്പിടിച്ചു, എന്റെ കവിളുകളിലും ചുണ്ടിലും, നെറ്റിയിലും ഉമ്മ വച്ചു. ഒരു കിളിയെപ്പോലെ ആഹ്ലാദത്തോടെ മൊഴിഞ്ഞു: 'അച്ഛാ, എന്റെ പൊന്നച്ഛാ! എനിക്കറിയാമായിരുന്നു! അച്ഛനെന്നെ കണ്ടുപിടിക്കുമെന്ന് എനിക്കറിയാമായിരുന്നു! എന്തൊക്കെ സംഭവിച്ചാലും അച്ഛൻ എന്നെ കണ്ടുപിടിക്കുമെന്ന് എനിക്ക് അറിയാമായിരുന്നു. ഇത്ര നാളും ഞാൻ അച്ഛൻ വരുന്നതു കാത്തിരിക്കയായിരുന്നു!' അവൻ എന്നോട് പറ്റിച്ചേർന്നിരുന്നു. ഒരു പുൽക്കൊടി കാറ്റിൽ വിറയ്ക്കുന്നതുപോലെ അവൻ വിറയ്ക്കുന്നുണ്ടായിരുന്നു. എന്റെ കണ്ണുകൾ നനഞ്ഞു. എന്റെ ദേഹവും വിറച്ചു, എന്റെ കൈ വിറച്ചു.... സ്റ്റയറിംഗ് വീൽ ഞാൻ എങ്ങിനെ നിയന്ത്രിച്ചുവെന്ന് എനിക്കുതന്നെ അറിയില്ല. ലോറി എങ്ങിനെയോ ഓടയിൽ അകപ്പെട്ടു. ഞാൻ എഞ്ചിൻ നിർത്തി. എന്റെ കണ്ണുകൾ അങ്ങിനെ നനഞ്ഞിരിക്കുമ്പോൾ ലോറി ഓടിച്ചാൽ ആരുടെയെങ്കിലും ദേഹത്ത് ചെന്നുകേറിയെങ്കിലോ എന്ന് ഞാൻ ഭയപ്പെട്ടു. ഏകദേശം അഞ്ചു മിനിട്ടുനേരം ഞങ്ങൾ അവിടെ ഇരുന്നു. എന്റെ കുഞ്ഞുമോൻ ഒന്നും പറയാതെ എന്നെ കെട്ടിപ്പിടിച്ചുകൊണ്ട് ഇരുന്ന് വിറയ്ക്കുകയായിരുന്നു. ഞാൻ എന്റെ വലത്തുകൈ അവന്റെമേൽ ചുറ്റി പതുക്കെ അവനെ ഒന്ന് അമർത്തിയിട്ട് ഇടത്തുകൈകൊണ്ട് ലോറി ഓടിച്ചു. ഞാൻ പോയത് താമസസ്ഥലത്തേക്കാണ്. എലിവേറ്ററിനടുത്തേക്കു പോകുന്ന കാര്യം അപ്പോൾ എനിക്ക് ഓർക്കാൻ കൂടി കഴിഞ്ഞില്ല.

ഞാൻ ലോറി പടിക്കലിട്ടിട്ട് എന്റെ പുതിയ മകനെ കോരിയെടുത്ത് വീട്ടിലേക്കു കൊണ്ടുപോയി. അവന്റെ കുഞ്ഞിക്കൈകൾ എന്റെ കഴുത്തിൽ ചുറ്റിയിരുന്നു. അവൻ എന്റെ ക്ഷൗരം ചെയ്യാത്ത മുഖത്ത്

കവിൾ അമർത്തിവച്ചു. അങ്ങിനെയാണ് ഞാൻ വീട്ടിനുള്ളിലേക്ക് അവനെ എടുത്തുകൊണ്ടുപോയത്. എന്റെ സ്നേഹിതനും ഭാര്യയും വീട്ടിലുണ്ടായിരുന്നു. ഞാൻ മുറിയിൽ കയറിയ ഉടനെ അവരെ നോക്കി കണ്ണിറുക്കി കാണിച്ചുകൊണ്ട് ആഹ്ലാദം കലർന്ന സ്വരത്തിൽ തന്റേട ത്തോടെ പറഞ്ഞു: 'ഇതാ, എനിക്കെന്റെ കൊച്ചു വാന്യയെ ഒടുവിൽ കിട്ടിയിരിക്കുന്നു. ഇതാ ഞങ്ങൾ, സ്നേഹിതരെ!' അവർക്ക് കുട്ടികൾ ഉണ്ടായിരുന്നില്ല. ഒരു കുട്ടി വേണമെന്ന് രണ്ടുപേരും വളരെ ആഗ്രഹിച്ചി രുന്നു. അതുകൊണ്ട് അവർക്ക് കാര്യം മനസ്സിലായി. അവർ ധൃതിയിൽ ഓരോ ജോലികൾ ചെയ്തുതുടങ്ങി. എനിക്ക് എന്റെ മകന്റെ അടുത്തുനി ന്ന് മാറാൻ കഴിഞ്ഞില്ല. ഞാൻ സോപ്പിട്ട് അവന്റെ കൈ കഴുകിച്ചിട്ട് അവനെ മേശക്കടുത്തിരുത്തി. എന്റെ സ്നേഹിതന്റെ ഭാര്യ അവന് ഒരു പിഞ്ഞാണി സൂപ്പ് പകർന്നുകൊടുത്തു. അത് അവൻ ആർത്തിയോടെ കോരിക്കുടിക്കുന്നതു കണ്ടപ്പോൾ അവർ പൊട്ടിക്കരഞ്ഞു. അവർ കണ്ണു തുടച്ചുകൊണ്ട് അടുപ്പിനടുത്തു നില്ക്കുകയായിരുന്നു. എന്റെ വാന്യ അവർ കരയുന്നതു കണ്ടു. അവൻ ഓടിച്ചെന്ന് അവരുടെ പാവാടയിൽ പിടിച്ചുവലിച്ചുകൊണ്ട് പറഞ്ഞു: 'അമ്മായി, എന്തിനാണു കരയുന്നത്? കഫേയുടെ അടുത്തുവച്ച് അച്ഛന് എന്നെ കണ്ടുകിട്ടി. എല്ലാവരും സന്തോഷിക്കയാണു വേണ്ടത്.' അതുകേട്ടപ്പോൾ അവരുടെ കരച്ചിൽ ഒന്നുകൂടി കൂടുകയാണു ചെയ്തത്. കരഞ്ഞുകരഞ്ഞ് അവരുടെ വസ്ത്രങ്ങൾ നനഞ്ഞു.

ഭക്ഷണം കഴിഞ്ഞ് ഞാൻ അവനെ ഒരു ബാർബറുടെ അടുത്തുകൊ ണ്ടുപോയി അവന്റെ തലമുടി വെട്ടിച്ചു. വീട്ടിൽ കൊണ്ടുവന്ന് ഞാൻ തന്നെ അവനെ കുളിപ്പിച്ചു. ഒരു വൃത്തിയുള്ള ഷീറ്റുകൊണ്ട് അവനെ പൊതിഞ്ഞു. അവൻ എന്നെ കെട്ടിപ്പിടിച്ചുകൊണ്ട് എന്റെ കൈയിൽ കിടന്ന് ഉറങ്ങി. അവനെ പതുക്കെ കട്ടിലിൽ കിടത്തിയിട്ട്, ഞാൻ എലി വേറ്ററിലേക്കു ലോറിയോടിച്ചുപോയി. അവിടെ ധാന്യം ഇറക്കിവച്ചിട്ട് ലോറി പാർക്കിൽ കൊണ്ടുപോയി ഇട്ടു. അവിടുന്നു ഞാൻ അങ്ങാടിയി ലേക്കാണ് പോയത്. ഒരു ട്രൗസറും ഒരു ഷർട്ടും, വേനല്ക്കാലത്തിടാനുള്ള ഒരു ജോടി ഷൂസും ഒരു തൊപ്പിയും ഞാൻ വാന്യയ്ക്കുവേണ്ടി വാങ്ങി. വീട്ടിൽ ചെന്നപ്പോൾ അതൊന്നും പാകമായിരുന്നില്ല. തുണിയും മോശ മായിരുന്നു. ട്രൗസറിനെപ്പറ്റി എന്റെ ഭാര്യ എന്നോട് അല്പം കയർത്തു സംസാരിക്കുകപോലും ചെയ്തു. 'നിങ്ങൾക്ക് ഭ്രാന്തുണ്ടോ?' അവർ ചോദിച്ചു. 'ഈ വേനല്ക്കാലത്ത് ആരെങ്കിലും കുട്ടികളെ ഇത്തരം ചൂടുള്ള ട്രൗസർ ഇടീക്കുമോ?' അടുത്ത നിമിഷം തന്നെ അവർ തുന്നൽയന്ത്രം മേശപ്പുറത്തു കൊണ്ടുവച്ചു. അലമാരിയിൽനിന്നും എന്തൊക്കെയോ

തപ്പിയെടുത്തു. ഒരു മണിക്കൂർകൊണ്ട് ഒരു നിക്കറും വെള്ള ഷർട്ടും തയാറായിക്കഴിഞ്ഞു. രാത്രിയിൽ ഞാൻ വാന്യയെ എന്റെ കൂടെ കിടത്തി. അനേകനാൾ കൂടിയിട്ട് ആ രാത്രിയിൽ ഞാൻ ശാന്തമായി ഉറങ്ങി. എങ്കിലും രാത്രി നാലു പ്രാവശ്യം ഞാൻ ഉണർന്നു. ഇലകളുടെ കീഴിൽ ഉറങ്ങുന്ന ഒരു കുരുവിയെപ്പോലെ വാന്യ എന്റെ കൈയ്ക്കു താഴെ കിടന്ന് മൃദുവായി ശ്വാസോച്ഛ്വാസം ചെയ്തുകൊണ്ട് ഉറങ്ങുന്നുണ്ടായിരുന്നു. എനിക്കപ്പോൾ തോന്നിയ സന്തോഷം എത്രയാണെന്ന് പറഞ്ഞറിയിക്കാൻ വയ്യ. അവൻ ഉണരുമോ എന്നു പേടിച്ച് ഞാൻ അനങ്ങാതെ കിടക്കും. പക്ഷെ അധികനേരം അങ്ങിനെ കിടക്കാൻ എനിക്കും കഴിഞ്ഞില്ല. ഞാൻ സാവധാനം എഴുന്നേറ്റ് ഒരു തീപ്പെട്ടി ഉരച്ച് ആ വെളിച്ചത്തിൽ അവനെ നോക്കി നില്ക്കും....

നേരം വെളുക്കുന്നതിനു കുറച്ചു മുമ്പ് ഞാൻ ഉണർന്നു. ശ്വാസം മുട്ടുന്നതുപോലെ തോന്നാൻ കാരണം എന്താണെന്ന് എനിക്ക് മനസ്സിലായില്ല. പക്ഷെ എന്റെ മകൻ എന്റെ നെഞ്ചത്ത് കയറി കിടക്കുകയായിരുന്നു. അവന്റെ കുഞ്ഞുകാൽ എന്റെ തൊണ്ടയിലാണ് വിശ്രമിച്ചത്. ആ ഇളക്കക്കാരന്റെ കൂടെ കിടക്കാൻ പ്രയാസമായിരുന്നു. പക്ഷെ ഞാൻ അതു ശീലിച്ചുകഴിഞ്ഞു. അവൻ അടുത്തില്ലെങ്കിൽ എനിക്ക് ഉറക്കം വരില്ല. രാത്രിയിൽ അവൻ ഉറങ്ങിക്കിടക്കുമ്പോൾ നോക്കിയിരിക്കുകയോ അവന്റെ ചുരുൾമുടിയിൽ മുഖമമർത്തുകയോ ചെയ്യുമ്പോൾ ഹൃദയത്തിലെ വേദന ശമിക്കുന്നു. അല്പം ലാഘവം തോന്നുന്നു. എന്റെ ഹൃദയം ദുഃഖംകൊണ്ട് കല്ലുപോലെ കഠിനമായിത്തീർന്നിരുന്നു.

ആദ്യമൊക്കെ ഞാൻ ലോറിയും കൊണ്ടു പോകുന്ന ദിക്കിലെല്ലാം അവനും കൂടെ വരുമായിരുന്നു. പക്ഷെ അതു പാടില്ലെന്ന് പിന്നീട് ഞാൻ മനസ്സിലാക്കി. ഞാൻ തനിച്ചായിരിക്കുമ്പോൾ എനിക്കെന്തു വേണം? ഒരു റൊട്ടിയും ഒരു ഉള്ളിയും കുറച്ചു ഉപ്പും ഒരു ദിവസത്തേക്ക് ധാരാളം മതി. പക്ഷെ അവനുണ്ടെങ്കിൽ അതു മതിയോ? അവനു പാലു വാങ്ങിക്കണം, മുട്ട പുഴുങ്ങിക്കൊടുക്കണം, എപ്പോഴും ചൂടുള്ള എന്തെങ്കിലും തിന്നാൻ കൊടുക്കണം, എനിക്ക് എന്റെ ജോലി ചെയ്യണമല്ലോ. അതുകൊണ്ട് ഞാൻ ധൈര്യം സംഭരിച്ച് അവനെ എന്റെ സ്നേഹിതന്റെ ഭാര്യയുടെ സംരക്ഷണയിലാക്കി. പകൽ മുഴുവൻ അവൻ കരഞ്ഞുകൊണ്ടിരുന്നു. വൈകിട്ട് എലിവേറ്ററിനടുത്തേക്ക് ഓടിവന്നു. രാത്രി വളരെ ഇരുട്ടുന്നതുവരെ അവൻ അവിടെത്തന്നെ കാത്തുനിന്നു.

ആദ്യം അവനെക്കൊണ്ട് ഞാൻ കുറച്ചു ബുദ്ധിമുട്ടി. വളരെ ക്ഷീണിച്ച ഒരു ദിവസം ഞങ്ങൾ നേരത്തെ ഉറങ്ങാൻ കിടന്നു. എന്നും അവൻ ഒരു

കിളിയെപ്പോലെ ചിലച്ചുകൊണ്ടിരിക്കുകയാണു പതിവ്. പക്ഷെ അന്ന് അവൻ ഒന്നു മിണ്ടിയില്ല. 'നീ എന്താണ് ആലോചിക്കുന്നത്, മോനെ?' ഞാൻ ചോദിച്ചു. അവൻ മച്ചിലേക്കു നോക്കിക്കൊണ്ട് ചോദിച്ചു: 'അച്ഛന്റെ തുകൽക്കോട്ട് എന്തു ചെയ്തു?' എനിക്ക് ജീവിതത്തിൽ ഒരിക്കലും ഒരു തുകൽക്കോട്ട് ഉണ്ടായിരുന്നില്ല! പക്ഷെ അവനോട് സമാധാനം പറയാതെ നിവൃത്തിയില്ല. 'വൊറോനിഷിൽ ഇട്ടിട്ടു പോന്നു,' ഞാൻ പറഞ്ഞു. 'എന്നെ കണ്ടുപിടിക്കാൻ ഇത്ര വൈകിയത് എന്താണ്?' 'മോനെ, ഞാൻ നിന്നെ നോക്കി ജർമ്മനിയിൽ നടന്നു, പോളണ്ടിൽ നടന്നു, ബിലോറഷ്യ മുഴുവൻ നടന്നു, പക്ഷെ നീ ഉര്യൂപ്പിൻസ്ക്കിലായിരുന്നു. ഉര്യൂപ്പിൻസ്ക്കാണോ ജർമ്മനിയേക്കാൾ അടുത്തുള്ളത്? നമ്മുടെ വീട്ടിൽനിന്നും പോളണ്ടിലേക്ക് ഒരുപാടു ദൂരമുണ്ടോ? ഉറങ്ങുന്നതുവരെ ഞങ്ങൾ അങ്ങിനെ സംസാരിച്ചുകൊണ്ടിരുന്നു.

അവൻ ആ തുകൽക്കോട്ടിന്റെ കാര്യം ചോദിച്ചത് അകാരണമായിട്ടാണെന്ന് നിങ്ങൾക്കു തോന്നുന്നുണ്ടോ, ചങ്ങാതി? അല്ല. അതിന്റെ പിന്നിൽ ഒരു കാരണമുണ്ട്. എന്നെങ്കിലും അവന്റെ യഥാർത്ഥത്തിലുള്ള പിതാവ് അത്തരമൊരു കോട്ട് ഇട്ടിട്ടുണ്ടായിരുന്നു എന്നാണ് അതിനർത്ഥം. അവന് അത് ഓർമ്മ വന്നു. കുട്ടികളുടെ ഓർമ്മശക്തി വേനല്ക്കാലത്തെ മിന്നൽപോലെയാണ്. അത് ഒരു നിമിഷനേരം പ്രകാശം പരത്തിക്കൊണ്ട് മിന്നിമറയുന്നു. അങ്ങിനെയാണ് അവന്റെ ഓർമ്മശക്തിയും പ്രവർത്തിക്കുന്നത്. വേനല്ക്കാലത്തെ മിന്നൽപോലെ അതും മിന്നിമറയുന്നു.

ഉര്യൂപ്പിൻസ്ക്കിൽ ഒരു വർഷം കൂടെ ഞങ്ങൾ താമസിക്കുമായിരുന്നു. പക്ഷെ നവംബറിൽ ഞാൻ ഒരു അപകടത്തിൽ ചാടി. ഒരു ഗ്രാമത്തിലുള്ള ചെളി നിറഞ്ഞ റോഡിൽക്കൂടി ലോറി ഓടിച്ചുകൊണ്ടിരിക്കുമ്പോൾ, നിയന്ത്രണം വിട്ടുപോയി. വഴിയിൽ ഒരു പശു നില്പുണ്ടായിരുന്നു. അതിന്റെ മേൽ ലോറി മുട്ടി അതു താഴെ വീണു. നിങ്ങൾക്കറിയാമല്ലോ ഇത്തരം കാര്യങ്ങളൊക്കെ. സ്ത്രീകൾ വലിയ കോലാഹലമുണ്ടാക്കി. ആളുകൾ ഓടിക്കൂടി. ഒരു ട്രാഫിക്ക് ഇൻസ്പെക്ടർ സ്ഥലത്തെത്തി. ഞാൻ അയാളോട് ദയ കാണിക്കാൻ അപേക്ഷിച്ചു. പക്ഷെ അയാൾ എന്റെ ലൈസൻസ് എടുത്തുകൊണ്ടുപോയി. പശു എണീറ്റ് വാലും പൊക്കിക്കൊണ്ട് ഓടിപ്പോയി. പക്ഷെ എനിക്ക് എന്റെ ലൈസൻസ് നഷ്ടപ്പെട്ടു. ഞാൻ ഒരു തച്ചന്റെ ജോലി ചെയ്തുകൊണ്ട് ശൈത്യകാലം കഴിച്ചുകൂട്ടി. അതിനുശേഷം പട്ടാളത്തിൽ എന്നോടൊപ്പം ഉണ്ടായിരുന്ന ഒരു പഴയ സ്നേഹിതനുമായി എഴുത്തുകുത്തു നടത്തി. അയാൾ നിങ്ങളുടെ പ്രദേശത്തെ കഷാറി ജില്ലയിൽ ഒരു ഡ്രൈവറായി

പണിയെടുക്കുകയാണ്. തന്റെ കൂടെ താമസിക്കുവാൻ അയാൾ എന്നെ ക്ഷണിച്ചിട്ടുണ്ട്. ഒരു വർഷം ഞാൻ തച്ചനായി ജോലിചെയ്തിട്ട് ഈ പ്രദേശത്ത് ഒരു പുതിയ ലൈസൻസ് വാങ്ങിക്കാം എന്നാണ് അയാൾ നിർദ്ദേശിച്ചിരിക്കുന്നത്. അങ്ങിനെ ഞാനും എന്റെ മകനും കൂടെ കഷാറിയിലേക്ക് പോവുന്ന വഴിയാണ്.

ആ അപകടം പിണഞ്ഞില്ലായിരുന്നെങ്കിലും ഞാൻ ഉര്യുപ്പിൻസ്ക്കിൽനിന്ന് താമസം മാറ്റുമായിരുന്നു. ഒരിടത്തും കൂടുതൽ കാലം താമസിക്കാൻ എന്റെ ദുഃഖം എന്നെ അനുവദിക്കുന്നില്ല. വാന്യ വളർന്ന് സ്കൂളിൽപ്പോകാൻ തുടങ്ങുമ്പോൾ ഞാൻ ഒരിടത്ത് സ്ഥിരതാമസമാക്കിയെന്നു വരാം. പക്ഷെ തല്ക്കാലം ഞങ്ങൾ രണ്ടുപേരും റഷ്യൻ കരയിൽ ചുറ്റിത്തിരിയുകയാണ്.

അവൻ ക്ഷീണിക്കുകയില്ലേ? ഞാൻ ചോദിച്ചു.

അവൻ അധികം നടക്കാറില്ല. എന്റെ തോളിലാണ് അവന്റെ സവാരി. അവൻ കാലു നിവർത്തണമെന്നു തോന്നുമ്പോൾ ചാടിയിറങ്ങി റോഡുവക്കിൽ ഓടിക്കളിക്കും. ഒരു ആട്ടിൻ കുട്ടിയെപ്പോലെ അവൻ തുള്ളിച്ചാടും. അതൊന്നും സാരമില്ല, ചങ്ങാതി. ഞങ്ങൾ യോജിച്ച് മുമ്പോട്ടു പോകും. പക്ഷെ എന്റെ ഹൃദയത്തിന് എന്തോ തകരാറുണ്ടെന്നുള്ളതാണ് കുഴപ്പം. അതിന്റെ പിസ്റ്റൺ മാറ്റി പുതിയതിടേണ്ടിയിരിക്കുന്നു. ചിലപ്പോൾ എനിക്ക് കഠിനമായ വേദന അനുഭവപ്പെടും, അപ്പോൾ എന്താണു ചെയ്യേണ്ടതെന്ന് എനിക്കറിയില്ല. ഒരു ദിവസം ഞാൻ ഉറക്കത്തിൽ മരിച്ചുപോവുകയും എന്റെ കുഞ്ഞുമോനെ ഭയപ്പെടുത്തുകയും ചെയ്യുമോ എന്നാണ് എന്റെ പേടി. പിന്നെ മറ്റൊരു കുഴപ്പവുമുണ്ട്. എന്നും രാത്രി എനിക്ക് നഷ്ടപ്പെട്ട എന്റെ പ്രിയപ്പെട്ടവരെ ഞാൻ സ്വപ്നം കാണാറുണ്ട്. ഞാൻ മുള്ളുവേലിക്കുള്ളിലും അവർ സ്വതന്ത്രരായി പുറത്തും നില്ക്കുന്നതായിട്ടാണ് സ്വപ്നങ്ങൾ അധികവും. ഞാൻ ഇറീനയോടും കുഞ്ഞുങ്ങളോടും പലതും സംസാരിക്കും. പക്ഷെ മുള്ളുവേലി പൊളിച്ചുമാറ്റാൻ കൈ നീട്ടിയാലുടൻ അവർ എന്റെ കൺമുമ്പിൽ നിന്ന് മാഞ്ഞുപോവും. അതിലും ശ്രദ്ധേയമായ മറ്റൊരു കാര്യമുണ്ട്. പകൽ സമയത്ത് ഞാൻ സ്വയം നിയന്ത്രിച്ചുകൊണ്ടിരിക്കും. ഒരു തേങ്ങലോ ഒരു നെടുവീർപ്പോ ആരും കേൾക്കുകയില്ല. പക്ഷെ ചിലപ്പോൾ രാത്രിയിൽ ഞാനുണരും. അപ്പോൾ എന്റെ തലയിണ കണ്ണുനീരിൽ കുതിർന്നിരിക്കും...

പുഴയിൽനിന്നും എന്റെ സ്നേഹിതന്റെ ശബ്ദവും തുഴയുടെ ശബ്ദവും കേട്ടു.

എന്റെ അടുത്ത സ്നേഹിതനാണെന്ന് ഇതിനകം എനിക്കു

തോന്നിയ ആ അപരിചിതൻ ഇരുമ്പുപോലെ ഉറപ്പുള്ള അയാളുടെ വലിയ കൈ എന്റെ നേർക്കു നീട്ടി.

“വന്ദനം, ചങ്ങാതീ, നിങ്ങൾക്ക് നല്ലതു വരട്ടെ!”

“ഞാൻ നിങ്ങൾക്കു ഭാഗ്യം നേരുന്നു. കാഷാറിയിലേക്കുള്ള യാത്ര സുഖമായിരിക്കട്ടെ!”

“നന്ദി. ഹേയ്, മോനെ, നമുക്ക് വഞ്ചിയുടെ അടുത്തേക്ക് പോവാം.”

ആ കുട്ടി അച്ഛന്റെ അടുത്തേക്ക് ഓടിച്ചെന്ന് അയാളുടെ ജാക്കറ്റിന്റെ അറ്റത്തു പിടിച്ചുകൊണ്ട് പതുക്കെ നടന്നുപോയി.

രണ്ടു അനാഥർ. യുദ്ധത്തിന്റെ ഭയങ്കരമായ കൊടുങ്കാറ്റിൽപ്പെട്ട് അന്യദിക്കിലെവിടെയോ ചെന്നടുത്ത രണ്ടു മൺതരികൾ.... അവരുടെ ഭാവി എന്താണ്? തകർക്കാനാകാത്ത മനോവീര്യമുള്ള ഈ മനുഷ്യൻ, ഈ റഷ്യാക്കാരൻ, ഭാവിയിലും തന്റേടമായി നിൽക്കുമെന്നും, ഈ ചെറുബാലൻ അച്ഛനോടൊപ്പം വളർന്ന് സ്വരാജ്യത്തിനുവേണ്ടി എന്തും സഹിക്കാനും ഏത് ക്ലേശങ്ങളേയും തരണം ചെയ്യാനും കരുത്തുള്ള ഒരു പുരുഷനായിത്തീരുമെന്നും വിശ്വസിക്കാൻ ഞാൻ ആഗ്രഹിക്കുന്നു.

വ്യസനത്തോടെ ഞാൻ അവർ നടന്നുപോകുന്നതു നോക്കി നിന്നു. കുറച്ചുദൂരം ചെന്നിട്ട് വാന്യ തിരിഞ്ഞു നിന്ന് അവന്റെ ഇളം ചുവപ്പു നിറമുള്ള കൈ വീശി എന്നോട് ഒരിക്കൽക്കൂടി യാത്ര ചോദിച്ചില്ലായിരുന്നെങ്കിൽ ഒരുപക്ഷെ എന്റെ നിയന്ത്രണം വിട്ടുപോകുമായിരുന്നില്ല. പെട്ടെന്ന് എന്റെ ഹൃദയത്തിൽ ആരോ നഖങ്ങൾകൊണ്ട് അള്ളിപ്പിടിക്കുന്നതുപോലെ തോന്നി, ഞാൻ ഉടൻതന്നെ മുഖം തിരിച്ചു കളഞ്ഞു. യുദ്ധത്തിനിടയ്ക്ക് തലനരച്ചുപോയ പ്രായം ചെന്ന മനുഷ്യർ കരയുന്നത് ഉറക്കത്തിൽ മാത്രമല്ല, ഉണർന്നിരിക്കുമ്പോഴും അവർ കരയാറുണ്ട്. പക്ഷെ ഒരു കുട്ടിയുടെ ഹൃദയത്തെ വ്രണപ്പെടുത്താതിരിക്കുകയെന്നതും കവിളത്തു ചുട്ടുപൊള്ളുന്ന വരണ്ട കണ്ണുനീർ അവനെ കാണിക്കാതിരിക്കുകയെന്നതുമാണ് പ്രധാനം.

www.ingramcontent.com/pod-product-compliance
Lightning Source LLC
LaVergne TN
LVHW090403051026
849518LV00006B/2217
* 9 7 8 9 3 5 5 1 7 9 5 6 2 *